ಓಂ

ಕೃಷ್ಣನ ನುಡಿ ತಿಳಿ ಕನ್ನಡದಲಿ

(ಭಗವದ್ಗೀತೆ)

ಕನ್ನಡ ಕಾವ್ಯರೂಪ :

ನಾಗರಾಜ ಕ್ಯಾಸನೂರು

ಕೃಷ್ಣನ ನುಡಿ ತಿಳಿ ಕನ್ನಡದಲಿ (ಭಗವದ್ಗೀತೆ) : ಇದು ಶ್ರೀಮದ್ಭಗವದ್ಗೀತೆಯ ಕನ್ನಡ ಕಾವ್ಯರೂಪ. ನಾಗರಾಜ ಕ್ಯಾಸನೂರು ಇವರಿಂದ ೨೦೨೨ರಲ್ಲಿ ರಚಿಸಲ್ಪಟ್ಟಿದೆ.

ಪರಿಷ್ಕೃತ ಆವೃತ್ತಿ: ೨೦೨೩
ಸಣ್ಣಪುಟ್ಟ ತಿದ್ದುಪಡಿ: ಮೇ ೨೦೨೬

ಒಟ್ಟು ಪುಟಗಳು: ೨೨೮

ಪರಿವಿಡಿ

ಕೃಷ್ಣನ ನುಡಿ ತಿಳಿ ಕನ್ನಡದಲಿ

ಪ್ರಥಮೋಧ್ಯಾಯ: ಅರ್ಜುನವಿಷಾದಯೋಗ

1.

ಧೃತರಾಷ್ಟ್ರ ಉವಾಚ ।
ಧರ್ಮಕ್ಷೇತ್ರೇ ಕುರುಕ್ಷೇತ್ರೇ ಸಮವೇತಾ ಯುಯುತ್ಸವಃ ।
ಮಾಮಕಾಃ ಪಾಂಡವಾಶ್ಚೈವ ಕಿಮಕುರ್ವತ ಸಂಜಯ ॥

ಧೃತರಾಷ್ಟ್ರ ಉವಾಚ:
ಧರ್ಮಕ್ಷೇತ್ರ ಆ ಕುರುಕ್ಷೇತ್ರದಲಿ
ಸಮರಾಪೇಕ್ಷೆಯಿಂದ ಸೇರಿರುತಲಿ
ನನ್ನವರು ಹಾಗೂ ಪಾಂಡುವಿನ ಸುತರು
ಹೇ ಸಂಜಯ, ತಾವೇನು ಮಾಡಿದರು

2.

ಸಂಜಯ ಉವಾಚ ।
ದೃಷ್ಟ್ವಾತು ಪಾಂಡವಾನೀಕಂ ವ್ಯೂಢಂ ದುರ್ಯೋಧನಸ್ತದಾ ।
ಆಚಾರ್ಯಮುಪಸಂಗಮ್ಯ ರಾಜಾ ವಚನಮಬ್ರವೀತ್ ॥

ಸಂಜಯ ಉವಾಚ:
ಉಚಿತವ್ಯೂಹವ ರಚಿಸುತ ನಿನ್ನ ಸುತ
ಪಾಂಡವಸೇನೆಯ ಹರಹನು ಕಾಣುತ
ಕುರುದೊರೆ ದುರ್ಯೋಧನ ಒರೆದನು ಹೀಗೆ
ಗುರುವಿನ ಬಳಿ ತಾ ಬಂದು ಆ ಗಳಿಗೆ

3.

ಪಶ್ಯೈತಾಂ ಪಾಂಡುಪುತ್ರಾಣಾಮಾಚಾರ್ಯ ಮಹತೀಂ ಚಮೂಮ್ ।
ವ್ಯೂಢಾಂ ದ್ರುಪದಪುತ್ರೇಣ ತವ ಶಿಷ್ಯೇಣ ಧೀಮತಾ ॥

ನೋಡಿರದೋ ಆಚಾರ್ಯರೆ ನೀವತ್ತ
ತವ ಶಿಷ್ಯ ಆ ಚತುರ ದ್ರುಪದಸುತ
ಸಂರಚಿಸಿದಂಥ ಪಾಂಡುಪುತ್ರರುಗಳ
ವ್ಯೂಹಾಕಾರದ ಮಹಾ ಸೈನ್ಯಬಲ

4.

ಅತ್ರ ಶೂರಾ ಮಹೇಷ್ವಾಸಾ ಭೀಮಾರ್ಜುನಸಮಾ ಯುಧಿ ।
ಯುಯುಧಾನೋ ವಿರಾಟಶ್ಚ ದ್ರುಪದಶ್ಚ ಮಹಾರಥಃ ॥

ಮಹಾಶೂರ ಬಿಲ್ಗಾರರು ಅಲ್ಲಿಹರು
ಭೀಮಾರ್ಜುನರ ಸರಿಸಮಾನರವರು
ಮಹಾರಥಿಯಾದಂಥ ಯುಯುಧಾನನಿಹ
ವಿರಾಟನು ಮತ್ತು ದ್ರುಪದನೂ ಸಹ

5.

ಧೃಷ್ಟಕೇತುಶ್ಚೇಕಿತಾನಃ ಕಾಶಿರಾಜಶ್ಚ ವೀರ್ಯವಾನ್ ।
ಪುರುಜಿತ್ ಕುಂತಿಭೋಜಶ್ಚ ಶೈಬ್ಯಶ್ಚ ನರಪುಂಗವಃ ॥

ಧೃಷ್ಟಕೇತು ಅಲ್ಲದೇ ಚೇಕಿತಾನ
ಮತ್ತು ಕಾಶಿರಾಜಾದಿ ವೀರ್ಯವಾನ
ಪುರುಜಿತ, ಶೈಬ್ಯಮತ್ತು ಕುಂತಿಭೋಜರು
ಅಲ್ಲಿ ಇಂತಹ ನರಪುಂಗವರಿಹರು

6.

ಯುಧಾಮನ್ಯುಶ್ಚ ವಿಕ್ರಾಂತ ಉತ್ತಮೌಜಾಶ್ಚ ವೀರ್ಯವಾನ್ ।
ಸೌಭದ್ರೋ ದ್ರೌಪದೇಯಾಶ್ಚ ಸರ್ವ ಏವ ಮಹಾರಥಾಃ ॥

ಆ ಯುಧಾಮನ್ಯುವು ಕೂಡ ವಿಕ್ರಾಂತ
ಉತ್ತಮೌಜನು ಸಹಾ ವೀರ್ಯವಂತ
ಸುಭದ್ರಾಸುತ, ದ್ರೌಪದಿಪುತ್ರರೂ
ಮಹಾರಥಿಕರೇ ನಿಜ ಇವರೆಲ್ಲರು

7.

ಅಸ್ಮಾಕಂ ತು ವಿಶಿಷ್ಟಾ ಯೇ ತಾನ್ ನಿಬೋಧ ದ್ವಿಜೋತ್ತಮ ।
ನಾಯಕಾ ಮಮ ಸೈನ್ಯಸ್ಯ ಸಂಜ್ಞಾರ್ಥಂ ತಾನ್ ಬ್ರವೀಮಿ ತೇ ॥

ನನ್ನ ಸೇನಾನಾಯಕರ ಹೆಗ್ಗಳಿಕೆ
ಬ್ರಾಹ್ಮಣೋತ್ತಮರೆ ತಮ್ಮಯ ಗಮನಕೆ
ಬರಲೆಂದು ನಾ ಅವರೆಡೆಗೆ ತೋರುತಲಿ
ತಮಗಾಗಿ ನುಡಿವೆನವರ ವಿಷಯದಲಿ

8.

ಭವಾನ್ ಭೀಷ್ಮಶ್ಚ ಕರ್ಣಶ್ಚ ಕೃಪಶ್ಚ ಸಮಿತಿಂಜಯಃ ।
ಅಶ್ವತ್ಥಾಮಾ ವಿಕರ್ಣಶ್ಚ ಸೌಮದತ್ತಿಸ್ತಥೈವ ಚ ॥

ತಾವೂ ಮತ್ತು ಭೀಷ್ಮರೂ ಕರ್ಣನೂ
ಕೃಪರೂ ಅಶ್ವತ್ಥಾಮ ವಿಕರ್ಣನೂ
ಎಂದೂ ಸಮರದಲಿ ಹೊಂದುವಿರಿ ಗೆಲುವ
ಸೋಮದತ್ತನ ಪುತ್ರನು ಕೂಡ ಇರುವ

9.

ಅನ್ಯೇ ಚ ಬಹವಃ ಶೂರಾ ಮದರ್ಥೇ ತ್ಯಕ್ತಜೀವಿತಾಃ ।
ನಾನಾಶಸ್ತ್ರಪ್ರಹರಣಾಃ ಸರ್ವೇ ಯುದ್ಧವಿಶಾರದಾಃ ॥

ಅನ್ಯ ಶೂರರೂ ಇಹರು ಬಹು ನೋಡಾ
ನನ್ನ ಸಲುವಾಗಿ ಪ್ರಾಣವೂ ಬೇಡ -
- ಎಂದು ಬಂದ ಯುದ್ಧವಿಶಾರದರಿವರು
ಎಲ್ಲರೂ ನಾನಾ ಶಸ್ತ್ರ ಸಜ್ಜಿತರು

10.

ಅಪರ್ಯಾಪ್ತಂ ತದಸ್ಮಾಕಂ ಬಲಂ ಭೀಷ್ಮಾಭಿರಕ್ಷಿತಮ್ ।

ಪರ್ಯಾಪ್ತಂ ತ್ವಿದಮೇತೇಷಾಂ ಬಲಂ ಭೀಮಾಭಿರಕ್ಷಿತಮ್ ॥

ನಮ್ಮ ಬಲವಿದು ಅಳತೆಗೂ ಮೀರಿರುತ

ಭೀಷ್ಮರಿಂದ ಪರಿಪೂರ್ಣವೂ ರಕ್ಷಿತ

ಆದರೋ ಪಾಂಡುಸುತರ ಈ ಪರಿಮಿತ

ಬಲವದು ಭೀಮನಿಂದಾಗಿದೆ ರಕ್ಷಿತ

11.

ಅಯನೇಷು ಚ ಸರ್ವೇಷು ಯಥಾಭಾಗಮವಸ್ಥಿತಾಃ ।

ಭೀಷ್ಮಮೇವಾಭಿರಕ್ಷಂತು ಭವಂತಃ ಸರ್ವ ಏವ ಹಿ ॥

ಯುದ್ಧ ತಂತ್ರಗಳಲಿ ವಿವಿಧ ಕಡೆಗಳಲಿ

ಇರುತ ತಕ್ಕಂತೆ ಹಂಚಿದ ಪಾತ್ರದಲಿ

ತಾವೆಲ್ಲರು ಕೂಡಾ ಇರಲೇಬೇಕು

ಪೂರ್ಣ ಬೆಂಬಲ ಭೀಷ್ಮರಿಗೆ ಕೊಡಬೇಕು

12.

ತಸ್ಯ ಸಂಜನಯನ್ ಹರ್ಷಂ ಕುರುವೃದ್ಧಃ ಪಿತಾಮಹಃ ।

ಸಿಂಹನಾದಂ ವಿನದ್ಯೋಚ್ಚೈಃ ಶಂಖಂ ದಧ್ಮೌ ಪ್ರತಾಪವಾನ್ ॥

ಬರಿಸಲು ಆತನಿಗೆ ಬಹುವಾದ ಹರುಷ

ಕುರುವೃದ್ಧರಾದ ಪ್ರತಾಪೀ ಪುರುಷ

ಪಿತಾಮಹರು ಸಿಂಹನಾದವನು ಏರು-

ಸ್ವರದಲ್ಲಿ ಮೊಳಗಿಸಿ ಶಂಖ ಊದಿದರು

13.

ತತಃ ಶಂಖಾಶ್ಚ ಭೇರ್ಯಶ್ಚ ಪಣವಾನಕಗೋಮುಖಾಃ ।

ಸಹಸೈವಾಭ್ಯಹನ್ಯಂತ ಸ ಶಬ್ದಸ್ತುಮುಲೋಭವತ್ ॥

ನಂತರ ಅಲ್ಲಿ ಗೋಮುಖ, ಶಂಖ, ಭೇರಿ
ಮತ್ತು ಮದ್ದಳೆಯು ನಗಾರಿಯೂ ಸೇರಿ
ಒಟ್ಟಿಗೆಯೇ ಧ್ವನಿಗೈದಿರಲು ಎಲ್ಲಾ
ಆ ಸದ್ದು ಮಾಡಿತು ಭಾರೀ ಗದ್ದಲ

14.

ತತಃ ಶ್ವೇತೈರ್ಹಯೈರ್ಯುಕ್ತೇ ಮಹತಿ ಸ್ಯಂದನೇ ಸ್ಥಿತೌ ।
ಮಾಧವಃ ಪಾಂಡವಶ್ಚೈವ ದಿವ್ಯೌ ಶಂಖೌ ಪ್ರದಧ್ಮತುಃ ॥

ಶ್ವೇತ ಹಯಗಳನು ಹೂಡಿರುವ ಭಾರೀ
ರಥದಲಿ ಮಾಧವನು ಕುಳಿತಿರುವ ಏರಿ
ಮತ್ತು ಪಾಂಡವನು ಕೂಡ ಜತೆಯಲ್ಲಿ
ದಿವ್ಯ ಶಂಖಗಳನು ಊದಿದರು ಅಲ್ಲಿ

15.

ಪಾಂಚಜನ್ಯಂ ಹೃಷೀಕೇಶೋ ದೇವದತ್ತಂ ಧನಂಜಯಃ ।
ಪೌಂಡ್ರಂ ದಧ್ಮೌ ಮಹಾಶಂಖಂ ಭೀಮಕರ್ಮಾ ವೃಕೋದರಃ ॥

ಹೃಷೀಕೇಶ ತನ್ನ ಪಾಂಚಜನ್ಯವನು
ದೇವದತ್ತ ಶಂಖವ ಧನಂಜಯನೂ
ಊದಿರಲು, ಭೀಮನಾದ ವೃಕೋದರ
ಊದಿದನು ತನ್ನ ಮಹಾಶಂಖ ಪೌಂಡ್ರ

16.

ಅನಂತವಿಜಯಂ ರಾಜಾ ಕುಂತೀಪುತ್ರೋ ಯುಧಿಷ್ಠಿರಃ ।
ನಕುಲಃ ಸಹದೇವಶ್ಚ ಸುಘೋಷಮಣಿಪುಷ್ಪಕ ॥

ಕುಂತಿಯ ಪುತ್ರನಾ ಯುಧಿಷ್ಠಿರ ರಾಯ
ಆತ ಮೊಳಗಿಸುತಿರಲು ಅನಂತವಿಜಯ
ನಕುಲನು ಊದಿದನು ಸುಘೋಷ ಶಂಖವ
ಮಣಿಪುಷ್ಪಕವನೂದಿದನು ಸಹದೇವ

17.

ಕಾಶ್ಯಶ್ಚ ಪರಮೇಷ್ವಾಸಃ ಶಿಖಂಡೀ ಚ ಮಹಾರಥಃ ।

ಧೃಷ್ಟದ್ಯುಮ್ನೋ ವಿರಾಟಶ್ಚ ಸಾತ್ಯಕಿಶ್ಚಾಪರಾಜಿತಃ ॥

ಕಾಶಿಯ ರಾಜ ಆ ಮಹಾ ಧನುರ್ಧರ

ಶಿಖಂಡಿಯೂ ಕೂಡ ಮಹಾರಥಿ ಧೀರ

ಧೃಷ್ಟದ್ಯುಮ್ನನೂ, ವಿರಾಟನು ಸಹಾ

ಸಾತ್ಯಕಿಯೂ ಕೂಡ ಅಪರಾಜಿತನಿಹ

18.

ದ್ರುಪದೋ ದ್ರೌಪದೇಯಾಶ್ಚ ಸರ್ವಶಃ ಪೃಥಿವೀಪತೇ ।

ಸೌಭದ್ರಶ್ಚ ಮಹಾಬಾಹುಃ ಶಂಖಾನ್ ದಧ್ಮುಃ ಪೃಥಕ್ ಪೃಥಕ್ ॥

ದೃಪದ ರಾಜ, ದ್ರೌಪದಿಯ ಪುತ್ರರೂ

ಪೃಥಿವೀಪತಿಯೇ, ಅಲ್ಲಿರುವ - ಸರ್ವರೂ

ಮತ್ತು ಮಹಾಬಾಹು - ಸುಭದ್ರೆಯ ಕುವರ-

ಶಂಖಗಳನ್ನು ಊದಿದರು- ಅವರವರ

19.

ಸ ಘೋಷೋ ಧಾರ್ತರಾಷ್ಟ್ರಾಣಾಂ ಹೃದಯಾನಿ ವ್ಯದಾರಯತ್ ।

ನಭಶ್ಚ ಪೃಥಿವೀಂ ಚೈವ ತುಮುಲೋ ವ್ಯನುನಾದಯನ್ ॥

ಆ ಘೋಷವು ಧೃತರಾಷ್ಟ್ರನ ಕುವರರ

ಹೃದಯಗಳನು ಭೇದಿಸುತ್ತ ನೂರು ತರ

ಭೂಮ್ಯಾಕಾಶದಲಿ ಮೊಳಗುತ ಸುತ್ತಲು

ತುಮುಲವುಂಟಾಯಿತು ಎತ್ತೆತ್ತೆತ್ತಲು

20.

ಅಥ ವ್ಯವಸ್ಥಿತಾನ್ ದೃಷ್ಟ್ವಾ ಧಾರ್ತರಾಷ್ಟ್ರಾನ್ ಕಪಿಧ್ವಜಃ ।

ಪ್ರವೃತ್ತೇ ಶಸ್ತ್ರಸಂಪಾತೇ ಧನುರುದ್ಯಮ್ಯ ಪಾಂಡವಃ ॥

ಅದಾಗ ಧೃತರಾಷ್ಟ್ರಸುತರು ಈ ವಿಧ
ಸಿದ್ಧವಿರುವುದನು ಕಪಿಧ್ವಜ ನೋಡಿದ
ಅಂತೆಯೇ ಉಪಕ್ರಮಿಸಲು ಹೋರಾಟ
ಪಾಂಡವನು ಬಿಲ್ಲನಣಿಗೊಳಿಸಿ ಹೊರಟ

21.

ಹೃಷೀಕೇಶಂ ತದಾ ವಾಕ್ಯಮಿದಮಾಹ ಮಹೀಪತೇ ।
ಅರ್ಜುನ ಉವಾಚ ।
ಸೇನಯೋರುಭಯೋರ್ಮಧ್ಯೇ ರಥಂ ಸ್ಥಾಪಯ ಮೇಚ್ಯುತ ॥

ಹೃಷೀಕೇಶನಲ್ಲಿ, ಹೇ ಮಹೀಪಾಲ,
ಆಗ ನುಡಿದನು ತಾನು ಈ ಮಾತುಗಳ
ಅರ್ಜುನ ಉವಾಚ:
ಉಭಯ ಸೈನ್ಯಗಳ ಮಧ್ಯದಲ್ಲಿ ರಥ
ನೀ ನಡೆಸಿ ತಂದು ನಿಲಿಸು ಹೇ ಅಚ್ಯುತ

22.

ಯಾವದೇತಾನ್ ನಿರೀಕ್ಷೇಹಂ ಯೋದ್ಧುಕಾಮಾನವಸ್ಥಿತಾನ್ ।
ಕೈರ್ಮಯಾ ಸಹ ಯೋದ್ಧವ್ಯಮಸ್ಮಿನ್ ರಣಸಮುದ್ಯಮೇ ॥

ಕದನವಾರೊಡನೆ ರಣದಲಿ ನನ್ನಿಂದ
ಯಾರ ಜತೆಗೂಡುತ ಮಾಡುವೆನು ಯುದ್ಧ
ಯುದ್ಧಾಪೇಕ್ಷೆಯಲಿ ಯಾರಿಹರು ಎನುತ
ನಾ ಕಣ್ಣನು ಹಾಯಿಸುವೆನು ಅವರತ್ತ

23.

ಯೋತ್ಸ್ಯಮಾನಾನವೇಕ್ಷೇಹಂ ಯ ಏತೇತ್ರ ಸಮಾಗತಾಃ ।
ಧಾರ್ತರಾಷ್ಟ್ರಸ್ಯ ದುರ್ಬುದ್ಧೇರ್ಯುದ್ಧೇ ಪ್ರಿಯಚಿಕೀರ್ಷವಃ ॥

ಯುದ್ಧಕಾಗಿ ಸೇರಿರುವರನೂ ಸಕಲ
ಕಾಣಬಯಸುವೆನು ನಾನು ಯಾರೆಲ್ಲಾ

ದುರ್ಬುದ್ಧಿಯ ಧೃತರಾಷ್ಟ್ರನ ಕುವರನ
ಹಿತ ಬಯಸುತ ಮಾಡಲೆಳಸುವರು ಕದನ

24.

ಸಂಜಯ ಉವಾಚ ।
ಏವಮುಕ್ತೋ ಹೃಷೀಕೇಶೋ ಗುಡಾಕೇಶೇನ ಭಾರತ ।
ಸೇನಯೋರುಭಯೋರ್ಮಧ್ಯೇ ಸ್ಥಾಪಯಿತ್ವಾ ರಥೋತ್ತಮಮ್ ॥

ಸಂಜಯ ಉವಾಚ:
ಈ ರೀತಿ ನುಡಿಯುತಿರಲು ಗುಡಾಕೇಶ
ಹೇ ಭಾರತನೆ, ಆಗ ಹೃಷೀಕೇಶ
ಉಭಯ ಸೈನ್ಯಗಳ ಮಧ್ಯದಲಿ ತಾನು
ತಂದು ನಿಲಿಸಿದನಾ ಉತ್ತಮ ರಥವನು

25.

ಭೀಷ್ಮದ್ರೋಣಪ್ರಮುಖತಃ ಸರ್ವೇಷಾಂ ಚ ಮಹೀಕ್ಷಿತಾಮ್ ।
ಉವಾಚ ಪಾರ್ಥ ಪಶ್ಯೈತಾನ್ ಸಮವೇತಾನ್ ಕುರೂನಿತಿ ॥

ಭೀಷ್ಮ, ದ್ರೋಣರ, ಮತ್ತು ನೆರೆದಂಥ
ಎಲ್ಲ ಅರಸರ ಎದುರಲ್ಲಿ ನಿಂದಿರುತ
ನುಡಿದನು ಇಂತು - ಹೇ ಪಾರ್ಥನೇ ನೋಡು,
ಇಲ್ಲಿ ನೆರೆದಿರುವ ಕುರುಗಳ ಈ ಬೀಡು

26.

ತತ್ರಾಪಶ್ಯತ್ ಸ್ಥಿತಾನ್ ಪಾರ್ಥಃ ಪಿತೄನಥ ಪಿತಾಮಹಾನ್ ।
ಆಚಾರ್ಯಾನ್ಮಾತುಲಾನ್ ಭ್ರಾತೄನ್ ಪುತ್ರಾನ್ ಪೌತ್ರಾನ್
ಸಖೀಂಸ್ತಥಾ ॥

ಅಲ್ಲಿ ಸ್ಥಿತನಾಗಿ ನೋಡಿದನು ಪಾರ್ಥ
ಪಿತೃಗಳನು, ಪಿತಾಮಹರನೂ ಸಹಿತ

ಆಚಾರ್ಯರನು, ಸೋದರ ಮಾವಂದಿರ

ಸಹೋದರರನು, ಪುತ್ರ-ಪೌತ್ರರ, ಸಖರ-

27.

ಶ್ವಶುರಾನ್ ಸುಹೃದಶ್ಚೈವ ಸೇನಯೋರುಭಯೋರಪಿ ।

ತಾನ್ ಸಮೀಕ್ಷ್ಯ ಸ ಕೌಂತೇಯಃ ಸರ್ವಾನ್ ಬಂಧೂನವಸ್ಥಿತಾನ್॥

-ಇಕ್ಕೆಡೆಯ ಸೇನೆಗಳಲ್ಲೂ ಇರುವಂಥ

ಮಾವಂದಿರನು, ಹಿತೈಷಿಗಳನು ಸಹಿತ

ಒಂದುಗೂಡಿರುವೀ ಬಂಧುಗಳನೆಲ್ಲ

ಕಂಡು ಕೌಂತೇಯನು ಬಳಿಕದಲಿ ಬಹಳ-

28.

ಕೃಪಯಾ ಪರಯಾವಿಷ್ಟೋ ವಿಷೀದನ್ನಿದಮಬ್ರವೀತ್।

ಅರ್ಜುನ ಉವಾಚ ।

ದೃಷ್ಟ್ವೇಮಂ ಸ್ವಜನಂ ಕೃಷ್ಣ ಯುಯುತ್ಸುಂ ಸಮುಪಸ್ಥಿತಮ್ ॥

-ಪರಮ ಕರುಣಾಭಾವಕೊಳಗಾಗಿರುತ

ಹೇಳಿದನೀ ರೀತಿಯಲಿ, ವಿಷಾದಿಸುತ

ಅರ್ಜುನ ಉವಾಚ:

ಇಲ್ಲಿ ನೆರೆದ ಯುದ್ಧೋತ್ಸಾಹೀ ಸ್ವಜನ

ಎಲ್ಲರನು ನೋಡಿದನಂತರ ಕೃಷ್ಣ-

29.

ಸೀದಂತಿ ಮಮ ಗಾತ್ರಾಣಿ ಮುಖಂ ಚ ಪರಿಶುಷ್ಯತಿ ।

ವೇಪಥುಶ್ಚ ಶರೀರೇ ಮೇ ರೋಮಹರ್ಷಶ್ಚ ಜಾಯತೇ ॥

-ನನ್ನ ಅಂಗಾಂಗಗಳಿವೆ ಕಂಪಿಸುತಲಿ

ನನ್ನ ಬಾಯಿಯು ಸಹಿತವೂ ಬತ್ತುತಲಿ

ಶರೀರದಲೆಲ್ಲಾ ನಡುಕದ ಅನುಭವ

ಕೈಯಿಂದಲೇ ಜಾರುತಲಿದೆ ಗಾಂಡೀವ

30.

ಗಾಂಡೀವಂ ಸ್ರಂಸತೇ ಹಸ್ತಾತ್ ತ್ವಕ್ ಚೈವ ಪರಿದಹ್ಯತೇ ।
ನ ಚ ಶಕ್ನೋಮ್ಯವಸ್ಥಾತುಂ ಭ್ರಮತೀವ ಚ ಮೇ ಮನಃ ॥

ರೋಮಾಂಚನ ಉಂಟಾಗುತಿದೆ ತಾನೇ
ತ್ವಚೆಯಲ್ಲಿ ಸಹಾ ಉರಿಯ ಸಂವೇದನೆ
ನಿಲ್ಲಲು ಕೂಡ ಇರದಾಗಿಹೆನು ಶಕ್ತ
ನನ್ನ ಮನವೂ ವಿಸ್ಮೃತಿಗೊಳಗಾಗುತ

31.

ನಿಮಿತ್ತಾನಿ ಚ ಪಶ್ಯಾಮಿ ವಿಪರೀತಾನಿ ಕೇಶವ ।
ನ ಚ ಶ್ರೇಯೋನುಪಶ್ಯಾಮಿ ಹತ್ವಾ ಸ್ವಜನಮಾಹವೇ ॥

ಸುತ್ತಮುತ್ತ ಕಾಣುತಿರುವೆನು ನಿಮಿತ್ತ
ಹೇ ಕೇಶವ, ಅವೆಲ್ಲವೂ ವಿಪರೀತ
ಸ್ವಜನರನೂ ಹತ್ಯೆಗೈದು ಕದನದಲಿ
ಶ್ರೇಯವೇನು ಕಾಣುವುದು ಜೀವನದಲಿ?

32.

ನ ಕಾಂಕ್ಷೇ ವಿಜಯಂ ಕೃಷ್ಣ ನ ಚ ರಾಜ್ಯಂ ಸುಖಾನಿ ಚ ।
ಕಿಂ ನೋ ರಾಜ್ಯೇನ ಗೋವಿಂದ ಕಿಂ ಭೋಗೈರ್ಜೀವಿತೇನ ವಾ ॥

ಕೃಷ್ಣ, ಎನಗಿಲ್ಲ ವಿಜಯದ ಆಕಾಂಕ್ಷೆ
ರಾಜ್ಯವ ಸುಖವನನುಭವಿಸುವ ನಿರೀಕ್ಷೆ
ಏನು ಬಂತು ರಾಜ್ಯದಿಂದ ಗೋವಿಂದ?
ಆಗುವುದೇನು ಭೋಗಜೀವನದಿಂದ?

33.

ಯೇಷಾಮರ್ಥೇ ಕಾಂಕ್ಷಿತಂ ನೋ ರಾಜ್ಯಂ ಭೋಗಾಃ ಸುಖಾನಿ ಚ ।
ತ ಇಮೇವಸ್ಥಿತಾ ಯುದ್ಧೇ ಪ್ರಾಣಾಂಸ್ತ್ಯಕ್ತ್ವಾ ಧನಾನಿ ಚ ॥

ಎಲ್ಲಾ ರಾಜ್ಯ ಭೋಗದ ಸುಖ ಸಂಪದ
ಯಾರಿಗಾಗಿ ಅಪೇಕ್ಷೆಯೋ ನಮ್ಮಿಂದ
ಅವರೇ ಸ್ಥಿತರಾದರು ಮಾಡಲು ಯುದ್ಧ
ಇಹರು ಜೀವ-ಧನ ತ್ಯಜಿಸಲೂ ಸಿದ್ಧ!

34.

ಆಚಾರ್ಯಾಃ ಪಿತರಃ ಪುತ್ರಾಸ್ತಥೈವ ಚ ಪಿತಾಮಹಾಃ।
ಮಾತುಲಾಃ ಶ್ವಶುರಾಃ ಪೌತ್ರಾಃ ಶ್ಯಾಲಾಃ ಸಂಬಂಧಿನಸ್ತಥಾ॥

ಪಿತೃಗಳೂ ಹಾಗೆಯೆ ಆಚಾರ್ಯರೂ
ಅದಲ್ಲದೆ ಪುತ್ರರೂ, ಪಿತಾಮಹರೂ
ಸೋದರಮಾವ, ಮಾವ, ಮೊಮ್ಮಕ್ಕಳೂ,
ಭಾವಂದಿರು, ಮತ್ತು ಸಂಬಂಧಿಗಳೂ-

35.

ಏತಾನ್ ನ ಹಂತುಮಿಚ್ಛಾಮಿ ಘ್ನತೋಽಪಿ ಮಧುಸೂದನ।
ಅಪಿ ತ್ರೈಲೋಕ್ಯರಾಜ್ಯಸ್ಯ ಹೇತೋಃ ಕಿಂ ನು ಮಹೀಕೃತೇ॥

ಹೇಳುವುದೇನಿದೆ ಭೂಮಿಗೂ ಬದಲು
ತ್ರಿಲೋಕಗಳ ರಾಜ್ಯವನೇ ನೀಡಲೂ,
ನಾ ಕೊಲಲ್ಪಡಲೂ, ಹೇ ಮಧುಸೂದನ,
ಇವರೆಲ್ಲರನು ಕೊಲ್ಲಲು ಇಚ್ಛಿಸೆ ನಾ

36.

ನಿಹತ್ಯ ಧಾರ್ತರಾಷ್ಟ್ರಾನ್ ನಃ ಕಾ ಪ್ರೀತಿಃ ಸ್ಯಾಜ್ಜನಾರ್ದನ।
ಪಾಪಮೇವಾಶ್ರಯೇದಸ್ಮಾನ್ ಹತ್ವೈತಾನಾತತಾಯಿನಃ॥

ಧೃತರಾಷ್ಟ್ರಸುತರನು ಹತಿಸಿದರು ನಮಗೆ
ಹೇ ಜನಾರ್ದನನೆ, ಸುಖವೇನಿದೆ ಕೊನೆಗೆ?
ಈ ಎಲ್ಲಾ ಕೊಲ್ಲುವವರನೂ ಕೊಂದು
ಪಾಪಗಳೇ ಆಶ್ರಯಿಸುತ್ತವೆ ಬಂದು

37.

ತಸ್ಮಾನ್ನಾರ್ಹಾ ವಯಂ ಹಂತುಂ ಧಾರ್ತರಾಷ್ಟ್ರಾನ್ ಸ್ವಬಾಂಧವಾನ್।
ಸ್ವಜನಂ ಹಿ ಕಥಂ ಹತ್ವಾ ಸುಖಿನಃ ಸ್ಯಾಮ ಮಾಧವ ॥

ಹೀಗಿರಲು ಧೃತರಾಷ್ಟ್ರನ ಮಕ್ಕಳನು
ಜತೆಗೇ ಬಾಂಧವರನು, ಸ್ವಜನರನೂ
ಕೊಲಲು ನಾವು ಅರ್ಹರಲ್ಲ ಭಾವಿಸಲು
ಮಾಧವನೆ, ಸುಖವೆಂತವರನು ಹತಿಸಲು?

38.

ಯದ್ಯಪ್ಯೇತೇ ನ ಪಶ್ಯಂತಿ ಲೋಭೋಪಹತಚೇತಸಃ ।
ಕುಲಕ್ಷಯಕೃತಂ ದೋಷಂ ಮಿತ್ರದ್ರೋಹೇ ಚ ಪಾತಕಮ್ ॥

ಕುಲನಾಶವಗೈವ ದೋಷವನಾಗಲಿ
ಮಿತ್ರದ್ರೋಹದ ಪಾತಕವನಾಗಲಿ
ಲೋಭವು ಆವರಿಸಿ ಕಳೆದಿರಲು ಚಿತ್ತ
ಅವರು ನೋಡದೆಯೇ ಇದ್ದರೂ ಸಹಿತ

39.

ಕಥಂ ನ ಜ್ಞೇಯಮಸ್ಮಾಭಿಃ ಪಾಪಾದಸ್ಮಾನ್ನಿವರ್ತಿತುಮ್ ।
ಕುಲಕ್ಷಯಕೃತಂ ದೋಷಂ ಪ್ರಪಶ್ಯದ್ಭಿರ್ಜನಾರ್ದನ ॥

ಕುಲಕ್ಷಯಗೈಯುವ ದೋಷವದು ಹೀನ
ಎಂಬುದ ಕಾಣುವೆವಾದರೆ, ಜನಾರ್ದನ,
ಈ ಪಾಪಗಳಿಂದ ಇರಲೆಂದು ದೂರ
ಮಾಡಬೇಕಲ್ಲವೇ ನಾವು ವಿಚಾರ?

40.

ಕುಲಕ್ಷಯೇ ಪ್ರಣಶ್ಯಂತಿ ಕುಲಧರ್ಮಾಃ ಸನಾತನಾಃ ।
ಧರ್ಮೇ ನಷ್ಟೇ ಕುಲಂ ಕೃತ್ಸ್ನಮಧರ್ಮೋಽಭಿಭವತ್ಯುತ ॥

ಸನಾತನವಾಗಿಹ ಕುಲಧರ್ಮಗಳೂ
ಕಾಣೆಯಾಗುವುವು ಕುಲಕ್ಷಯವಾಗಲು
ಕುಲಧರ್ಮಗಳು ತಾವಾಗಿರಲು ನಾಶ
ಇಡೀ ಕುಲವಾದೀತು ಅಧರ್ಮದ ವಶ

41.

ಅಧರ್ಮಾಭಿಭವಾತ್ ಕೃಷ್ಣ ಪ್ರದುಷ್ಯಂತಿ ಕುಲಸ್ತ್ರಿಯಃ ।
ಸ್ತ್ರೀಷು ದುಷ್ಟಾಸು ವಾರ್ಷ್ಣೇಯ ಜಾಯತೇ ವರ್ಣಸಂಕರಃ ॥

ಹೇ ಕೃಷ್ಣ, ಮೇಲಾಗುತಿರಲು ಅಧರ್ಮ
ಕುಲಸ್ತ್ರೀಯರಲಿ ದೋಷವು ಪರಿಣಾಮ
ಕುಲಸ್ತ್ರೀಯರಿಗಿರಲು ದೋಷದ ನಂಟು
ವಾರ್ಷ್ಣೇಯನೇ, ವರ್ಣಸಂಕರ ಉಂಟು

42.

ಸಂಕರೋ ನರಕಾಯೈವ ಕುಲಘ್ನಾನಾಂ ಕುಲಸ್ಯ ಚ ।
ಪತಂತಿ ಪಿತರೋ ಹ್ಯೇಷಾಂ ಲುಪ್ತಪಿಂಡೋದಕಕ್ರಿಯಾಃ ॥

ವಂಶನಾಶಕರನು, ವಂಶವನು ಸಹಿತ
ಸಂಕರವು ಸೆಳೆದೊಯ್ಯುದು ನರಕದತ್ತ
ಪಿಂಡೋದಕ ಕ್ರಿಯೆಗಳು ಸಹ ನಿಲ್ಲಲು
ಖಂಡಿತ ಪತನಗೊಳ್ಳುವರು ಪಿತೃಗಳು

43.

ದೋಷೈರೇತೈಃ ಕುಲಘ್ನಾನಾಂ ವರ್ಣಸಂಕರಕಾರಕೈಃ ।
ಉತ್ಸಾದ್ಯಂತೇ ಜಾತಿಧರ್ಮಾಃ ಕುಲಧರ್ಮಾಶ್ಚ ಶಾಶ್ವತಾಃ ॥

ವರ್ಣಸಂಕರಕೆ ತಾ ಕಾರಣರಾದ
ವಂಶನಾಶಕರ ಈ ದೋಷಗಳಿಂದ
ಸಹಜಧರ್ಮಗಳೂ, ಸನಾತನವಿರುವ
ಕುಲಧರ್ಮಗಳೂ ಪಡೆವುವು ವಿನಾಶವ

44.

ಉತ್ಸನ್ನಕುಲಧರ್ಮಾಣಾಂ ಮನುಷ್ಯಾಣಾಂ ಜನಾರ್ದನ ।
ನರಕೇ ನಿಯತಂ ವಾಸೋ ಭವತೀತ್ಯನುಶುಶ್ರುಮ ॥

ಕುಲಧರ್ಮಗಳು ಉಂಟಾಗಿರಲು ಪತನ
ಅಂತಹ ಮನುಷ್ಯರಿಗೆ, ಹೇ ಜನಾರ್ದನ,
ದೊರೆವುದು ವಾಸ ಎಂದಿಗೂ ನರಕದಲಿ
ಎನ್ನುತ ಕೇಳಿರುವೆನು ಪರಂಪರೆಯಲಿ

45.

ಅಹೋ ಬತ ಮಹತ್ ಪಾಪಂ ಕರ್ತುಂ ವ್ಯವಸಿತಾ ವಯಮ್ ।
ಯದ್ರಾಜ್ಯಸುಖಲೋಭೇನ ಹಂತುಂ ಸ್ವಜನಮುದ್ಯತಾಃ ॥

ಎಂಥ ಮಹಾಪಾಪ! ಅಯ್ಯೋ ವಿಚಿತ್ರ!
ಹೊರಟಿಹೆವಲ್ಲ ನಾವು ವಹಿಸಲು ಪಾತ್ರ!
ರಾಜ್ಯಸುಖ ಲೋಭಕೆ ಸ್ವಜನರ ಸಾವು
ಅಂಥ ಪ್ರಯತ್ನಕೆ ನಿಂತೆವೇ ನಾವು?!!

46.

ಯದಿ ಮಾಮಪ್ರತೀಕಾರಮಶಸ್ತ್ರಂ ಶಸ್ತ್ರಪಾಣಯಃ ।
ಧಾರ್ತರಾಷ್ಟ್ರಾ ರಣೇ ಹನ್ಯುಸ್ತನ್ಮೇ ಕ್ಷೇಮತರಂ ಭವೇತ್ ॥

ಶಸ್ತ್ರವಿರದೆ, ಪ್ರತೀಕಾರವಿರದೇ
ಇರಲೂ ನನ್ನನು ಶಸ್ತ್ರವನು ಹಿಡಿದೇ
ಧೃತರಾಷ್ಟ್ರಸೂನುಗಳು ರಣದಲ್ಲಿ ವಧೆ
ಮಾಡಲೂ ನನಗಿಹುದು ಕ್ಷೇಮವದೇ

47.

ಸಂಜಯ ಉವಾಚ ।
ಏವಮುಕ್ತ್ವಾರ್ಜುನಃ ಸಂಖ್ಯೇ ರಥೋಪಸ್ಥ ಉಪಾವಿಶತ್ ।
ವಿಸೃಜ್ಯ ಸಶರಂ ಚಾಪಂ ಶೋಕಸಂವಿಗ್ನಮಾನಸಃ ॥

ಸಂಜಯ ಉವಾಚ:

ರಣರಂಗದಲಿ ಹೀಗೆನ್ನುತ ಅರ್ಜುನ
ಇಟ್ಟುಬಿಟ್ಟು ಬದಿಯಲ್ಲಿ ಬಿಲ್ಲು-ಬಾಣ
ಶೋಕದಿಂದ ಮನದಲ್ಲಿ ತಳಮಳಿಸುತ
ರಥದ ಪೀಠದಲ್ಲಿ ಪುನಃ ತಾ ಕುಳಿತ

ಓಂ ತತ್ಸದಿತಿ ಶ್ರೀಮದ್ಭಗವದ್ಗೀತಾಸೂಪನಿಷತ್ಸು
ಬ್ರಹ್ಮವಿದ್ಯಾಯಾಂ ಯೋಗಶಾಸ್ತ್ರೇ ಶ್ರೀಕೃಷ್ಣಾರ್ಜುನಸಂವಾದೇ
ಅರ್ಜುನವಿಷಾದಯೋಗೋ ನಾಮ ಪ್ರಥಮೋಧ್ಯಾಯಃ ॥

ದ್ವಿತೀಯಾಧ್ಯಾಯ: ಸಾಂಖ್ಯಯೋಗ

1.

ಸಂಜಯ ಉವಾಚ ।
ತಂ ತಥಾ ಕೃಪಯಾವಿಷ್ಟಮಶ್ರುಪೂರ್ಣಾಕುಲೇಕ್ಷಣಮ್ ।
ವಿಷೀದಂತಮಿದಂ ವಾಕ್ಯಮುವಾಚ ಮಧುಸೂದನಃ ॥

ಸಂಜಯ ಉವಾಚ:
ಈ ರೀತಿಯಲಿ ಆವರಿಸಿ ಅನುಕಂಪ
ಅಶ್ರು ತುಂಬಿರುವ ನೇತ್ರಗಳಲಿ ಇರ್ಪ
ವಿಷಾದದಿಂದ ಒಡಗೂಡಿರುವ ಅವನ
ಕುರಿತು ಈ ನುಡಿ ನುಡಿದನು ಮಧುಸೂದನ

2.

ಶ್ರೀಭಗವಾನುವಾಚ ।
ಕುತಸ್ತ್ವಾ ಕಶ್ಮಲಮಿದಂ ವಿಷಮೇ ಸಮುಪಸ್ಥಿತಮ್ ।
ಅನಾರ್ಯಜುಷ್ಟಮಸ್ವರ್ಗ್ಯಮಕೀರ್ತಿಕರಮರ್ಜುನ ॥

ಶ್ರೀ ಭಗವಾನುವಾಚ :
ಈಗಿರುವೀ ವಿಷಮ ಸಮಯದಲಿ ಇಂತು
ಎಲ್ಲಿಂದ ಈ ಕಶ್ಮಲ ಬಂದೊದಗಿತು?
ಅನಾರ್ಯರಾಚರಿಸುವ ಅಪಕೀರ್ತಿಕರ
ಇದು ಹೇ ಅರ್ಜುನನೆ, ಸ್ವರ್ಗವಿದೂರ

3.

ಕ್ಲೈಬ್ಯಂ ಮಾ ಸ್ಮ ಗಮಃ ಪಾರ್ಥ ನೈತತ್ತ್ವಯ್ಯುಪಪದ್ಯತೇ ।
ಕ್ಷುದ್ರಂ ಹೃದಯದೌರ್ಬಲ್ಯಂ ತ್ಯಕ್ತ್ವೋತ್ತಿಷ್ಠ ಪರಂತಪ ॥

ಬರಿದೇ ಕ್ಷುದ್ರ ಹೃದಯದ ದೌರ್ಬಲ್ಯ
ತರವಿದೇ ನಿನಗಿದು? - ಹೊಂದಿರಲಯೋಗ್ಯ

ಪಾರ್ಥನೆ, ಷಂಡತನ ಬೇಡವಿದು ಕೇಳು
ಪರಂತಪನೇ, ಇದನು ಬಿಡು, ಮೇಲೇಳು

4.

ಅರ್ಜುನ ಉವಾಚ ।
ಕಥಂ ಭೀಷ್ಮಮಹಂ ಸಂಙ್ಖ್ಯೇ ದ್ರೋಣಂ ಚ ಮಧುಸೂದನ ।
ಇಷುಭಿಃ ಪ್ರತಿಯೋತ್ಸ್ಯಾಮಿ ಪೂಜಾರ್ಹಾವರಿಸೂದನ ॥

ಅರ್ಜುನ ಉವಾಚ :

ಪೂಜನೀಯರು ಭೀಷ್ಮ ಹಾಗೂ ದ್ರೋಣ
ಇರಲವರನು ನಾನೆಂತು ಮಧುಸೂದನ
ರಣರಂಗದಲ್ಲಿ ಬಾಣಗಳನು ಹೂಡಿ?
ಅರಿಸೂದನನೆ, ಎದುರಿಸಲಿ ಹೋರಾಡಿ

5.

ಗುರೂನಹತ್ವಾ ಹಿ ಮಹಾನುಭಾವಾನ್
ಶ್ರೇಯೋ ಭೋಕ್ತುಂ ಭೈಕ್ಷ್ಯಮಪೀಹ ಲೋಕೇ ।
ಹತ್ವಾರ್ಥಕಾಮಾಂಸ್ತು ಗುರೂನಿಹೈವ
ಭುಂಞ್ಜೀಯ ಭೋಗಾನ್ ರುಧಿರಪ್ರದಿಗ್ಧಾನ್ ॥

ಗುರುಗಳನು, ಮಹಾನುಭಾವರನು ಕೊಂದು,
ಸುಖಿಸುವುದಕಿಂತ ಶ್ರೇಯ ತಿರಿಯುವುದು
ಸಿರಿಗಾಗಿ ಗುರುಗಳ ಕೊಲಲು ನಾವಿರುತ
ಉಣ್ಣಲು ಸಿಗುವ ಭೋಗವು ರಕ್ತಸಿಕ್ತ

6.

ನ ಚೈತದ್ ವಿದ್ಮಃ ಕತರನ್ನೋ ಗರೀಯೋ
ಯದ್ವಾ ಜಯೇಮ ಯದಿ ವಾ ನೋ ಜಯೇಯುಃ।
ಯಾನೇವ ಹತ್ವಾ ನ ಜಿಜೀವಿಷಾಮ
ಸ್ತೇವಸ್ಥಿತಾಃ ಪ್ರಮುಖೇ ಧಾರ್ತರಾಷ್ಟ್ರಾಃ ॥

ನಾವಿರಬಯಸೆವೋ ಯಾರನ್ನು ಕೊಂದು
ಆ ಧೃತರಾಷ್ಟ್ರಸುತರಿಹರೆದುರು ಬಂದು
ಅವರೆದುರು ಗೆಲುವೊ, ಅವರಿಂದ ಸೋಲೋ
ಅರಿವಾಗದೆಮಗೆ ಯಾವುದದು ಮೇಲೋ?

7.

ಕಾರ್ಪಣ್ಯದೋಷೋಪಹತಸ್ವಭಾವಃ
ಪೃಚ್ಛಾಮಿ ತ್ವಾಂ ಧರ್ಮಸಂಮೂಢಚೇತಾಃ।
ಯಚ್ಛ್ರೇಯಃ ಸ್ಯಾನ್ನಿಶ್ಚಿತಂ ಬ್ರೂಹಿ ತನ್ಮೇ
ಶಿಷ್ಯಸ್ತೇಹಂ ಶಾಧಿ ಮಾಂ ತ್ವಾಂ ಪ್ರಪನ್ನಮ್ ॥

ಧರ್ಮದ ಕುರಿತೆನ್ನದೋ ಮೂಢಭಾವ
ಕಾರ್ಪಣ್ಯದೋಷವು ಕವಿದ ಸ್ವಭಾವ
ಶರಣಾದೆ ಬೋಧಿಸು ಶಿಷ್ಯ ನಾ ನಿನಗೆ
ನಿಶ್ಚಿತ ಶ್ರೇಯವಾವುದು ಹೇಳೆನಗೆ

8.

ನ ಹಿ ಪ್ರಪಶ್ಯಾಮಿ ಮಮಾಪನುದ್ಯಾದ್
ಯಚ್ಛೋಕಮುಚ್ಛೋಷಣಮಿಂದ್ರಿಯಾಣಾಂ।
ಅವಾಪ್ಯ ಭೂಮಾವಸಪತ್ನಮೃದ್ಧಂ
ರಾಜ್ಯಂ ಸುರಾಣಾಮಪಿ ಚಾಧಿಪತ್ಯಮ್ ॥

ಇಂದ್ರಿಯಗಳನು ಶೋಷಿಸುತಲಿದೆ ಶೋಕ
ದೂರ ಮಾಡುವ ದಾರಿ ತೋರುವ ತನಕ
ದೊರೆಯಲು ಅರಿರಹಿತ ಸಿರಿಸಹಿತ ಲೋಕ
ಸುರರೊಡೆತನ ಸಿಗಲೂ ನಿಲದೀ ದುಃಖ

9.

ಸಂಜಯ ಉವಾಚ ।

ಏವಮುಕ್ತ್ವಾ ಹೃಷೀಕೇಶಂ ಗುಡಾಕೇಶಃ ಪರಂತಪಃ ।

ನ ಯೋತ್ಸ್ಯ ಇತಿ ಗೋವಿಂದಮುಕ್ತ್ವಾ ತೂಷ್ಣೀಂ ಬಭೂವ ಹ ॥

ಸಂಜಯ ಉವಾಚ :

ಹೃಷೀಕೇಶನ ಬಳಿ ಈ ರೀತಿಯಲ್ಲಿ

ಅರಿಗಳ ತರಿವ ಗುಡಾಕೇಶನು ಹೇಳಿ

"ಮಾಡಲಾಗದು ಯುದ್ಧ, ಹೇ ಗೋವಿಂದ"

ಎಂದೆನ್ನುತಲಿ ಮೌನವನ್ನು ತಾಳಿದ

10.

ತಮುವಾಚ ಹೃಷೀಕೇಶಃ ಪ್ರಹಸನ್ನಿವ ಭಾರತ ।

ಸೇನಯೋರುಭಯೋರ್ಮಧ್ಯೇ ವಿಷೀದಂತಮಿದಂ ವಚಃ ॥

ಉಭಯ ಸೈನ್ಯಗಳ ನಡುವಿನಲಿ ಕುಳಿತು

ವಿಷಾದದಲಿರುತಿಹ ಅವನನ್ನು ಕುರಿತು

ಹೃಷೀಕೇಶ ತಾ ಮುಂದಿನ ಈ ಮಾತ

ನಸುನಗುತಲೇ ಹೇಳಿದ, ಹೇ ಭಾರತ

11.

ಶ್ರೀಭಗವಾನುವಾಚ ।

ಅಶೋಚ್ಯಾನನ್ವಶೋಚಸ್ತ್ವಂ ಪ್ರಜ್ಞಾವಾದಾಂಶ್ಚ ಭಾಷಸೇ ।

ಗತಾಸೂನಗತಾಸೂಂಶ್ಚ ನಾನುಶೋಚಂತಿ ಪಂಡಿತಾಃ ॥

ಶ್ರೀ ಭಗವಾನುವಾಚ :

ನುಡಿಯುತಲೇ ಜ್ಞಾನಿಗಳಂತೆ ವಿವೇಕ

ಅಳಬಾರದುದಕೆ ನೀ ಪಡುತಿಹೆ ಶೋಕ

ಜೀವಿಗಳು ಅಳಿದಿರಲೂ ಉಳಿದಿರಲೂ

ತಿಳಿದವರಿಗಿರದು ಅವರಿಗಾಗಿ ಅಳಲು

12.

ನ ತ್ವೇವಾಹಂ ಜಾತು ನಾಸಂ ನ ತ್ವಂ ನೇಮೇ ಜನಾಧಿಪಾಃ ।
ನ ಚೈವ ನ ಭವಿಷ್ಯಾಮಃ ಸರ್ವೇ ವಯಮತಃ ಪರಮ್ ॥

ನಾನಿರದಿರುವ ಕಾಲವೇ ಇರದಲ್ಲ
ನೀ ಖಂಡಿತ ಎಂದೂ ಇರದಿರಲಿಲ್ಲ
ಹಿಂದೂ ಮುಂದೂ ಎಂದೂ ಈ ಎಲ್ಲ
ಅರಸರೂ ನಾವೂ ಇರದುದೇ ಇಲ್ಲ

13.

ದೇಹಿನೋಽಸ್ಮಿನ್ಯಥಾ ದೇಹೇ ಕೌಮಾರಂ ಯೌವನಂ ಜರಾ ।
ತಥಾ ದೇಹಾಂತರಪ್ರಾಪ್ತಿರ್ಧೀರಸ್ತತ್ರ ನ ಮುಹ್ಯತಿ ॥

ಕೌಮಾರ್ಯ, ಯೌವನ, ಜರೆಗಳ ತೆರದಲಿ
ಶರೀರಾಂತರದ ಪ್ರಾಪ್ತಿಯು ಇರುವಲಿ
ಧೀರನಾರೂ ಶರೀರವ ತೊರೆವಂದು
ಮೋಹಕೊಳಗಾಗಿ ಹೊಂದನು ತಾ ಕುಂದು

14.

ಮಾತ್ರಾಸ್ಪರ್ಶಾಸ್ತು ಕೌಂತೇಯ ಶೀತೋಷ್ಣಸುಖದುಃಖದಾಃ ।
ಆಗಮಾಪಾಯಿನೋಽನಿತ್ಯಾಸ್ತಾಂಸ್ತಿತಿಕ್ಷಸ್ವ ಭಾರತ ॥

ಕೌಂತೇಯ, ಕೇವಲ ವಿಷಯಸಂಪರ್ಕ
ಶೀತ, ಉಷ್ಣ, ಸುಖ-ದುಃಖ ಪ್ರದಾಯಕ
ಅವು ತೋರುತ ಮರೆಯಾಗುತ ಅಶಾಶ್ವತ
ಅವೆಲ್ಲವನೂ ಸಹಿಸುತಲಿರು, ಭಾರತ

15.

ಯಂ ಹಿ ನ ವ್ಯಥಯನ್ತ್ಯೇತೇ ಪುರುಷಂ ಪುರುಷರ್ಷಭ ।
ಸಮದುಃಖಸುಖಂ ಧೀರಂ ಸೋಽಮೃತತ್ವಾಯ ಕಲ್ಪತೇ ॥

ಪುರುಷರ್ಷಭನೇ, ಇವೆಲ್ಲವೂ ಸಹಿತ

ಯಾವ ಪುರುಷನನು ವ್ಯಥಿಸದೇ ಇರುತ
ಸುಖ-ದುಃಖಗಳಲಿ ಸಮತೆಯ ಆ ಧೀರ
ಅಮೃತತತ್ವಕೆ ತಾನಾಗುವನು ಅರ್ಹ

16.

ನಾಸತೋ ವಿದ್ಯತೇ ಭಾವೋ ನಾಭಾವೋ ವಿದ್ಯತೇ ಸತಃ ।
ಉಭಯೋರಪಿ ದೃಷ್ಟೋಂತಸ್ತ್ವನಯೋಸ್ತತ್ತ್ವದರ್ಶಿಭಿಃ ॥

ಇರದೇ ಇರುವುದಕೆ ಇರುವುದೇ ಉಳಿವು?
ಶಾಶ್ವತದ ಇರುವಿಗೆ ಬಾರದದು ಅಳಿವು
ಎರಡನೂ ಅರಿತಿಹರದಂತಿಮ ತಿಳಿವು
ಅರಿತವರೇ ಒರೆದರು ಸತ್ಯದ ಸುಳಿವು

17.

ಅವಿನಾಶಿ ತು ತದ್ವಿದ್ಧಿ ಯೇನ ಸರ್ವಮಿದಂ ತತಮ್ ।
ವಿನಾಶಮವ್ಯಯಸ್ಯಾಸ್ಯ ನ ಕಶ್ಚಿತ್ಕರ್ತುಮರ್ಹತಿ ॥

ಯಾರು ವ್ಯಾಪಿಸಿಹರೋ ಎಲ್ಲವನೂ
ತಿಳಿದುಕೋ ನೀನಿದನವಿನಾಶಿಯವನು
ಅವ್ಯಯ ಅವನ ವಿನಾಶವು ಅದೆಂದೂ
ಮಾಡಲು ಯಾರಿಗೂ ಸಾಧ್ಯವಿರದೆಂದು

18.

ಅಂತವಂತ ಇಮೇ ದೇಹಾ ನಿತ್ಯಸ್ಯೋಕ್ತಾಃ ಶರೀರಿಣಃ ।
ಅನಾಶಿನೋಽಪ್ರಮೇಯಸ್ಯ ತಸ್ಮಾದ್ಯುಧ್ಯಸ್ವ ಭಾರತ ॥

ಈ ದೇಹಗಳಿಗೆಲ್ಲ ಇರುವುದು ಅಂತ್ಯ
ಇವುಗಳ ಧರಿಸಿರುವ ಆತನವ ನಿತ್ಯ
ಎನುವರು ಅಳಿಯದ ಅಪ್ರಮೇಯನಾತ
ಇಂತಿರಲು ಯುದ್ಧಮಾಡು, ಹೇ ಭಾರತ

19.

ಯ ಏನಂ ವೇತ್ತಿ ಹಂತಾರಂ ಯಶ್ಚೈನಂ ಮನ್ಯತೇ ಹತಮ್ ।
ಉಭೌ ತೌ ನ ವಿಜಾನೀತೋ ನಾಯಂ ಹಂತಿ ನ ಹನ್ಯತೇ ॥

ಕೊಲ್ಲುವುದೆಂದಿದನು ಗಣಿಸುವರಾರೂ
ಹತವಾಗುವುದು ಎಂದೆಣಿಸುವರಾರೂ
ಅರಿಯರು – ಈರ್ವರೂ ಕೂಡಾ ಎಂದೂ
ಅದು ತಾನು ಸಾವಪ್ಪದು ಸಾವುಣಿಸದು

20.

ನ ಜಾಯತೇ ಮ್ರಿಯತೇ ವಾ ಕದಾಚಿತ್
ನಾಯಂ ಭೂತ್ವಾ ಭವಿತಾ ವಾ ನ ಭೂಯಃ।
ಅಜೋ ನಿತ್ಯಃ ಶಾಶ್ವತೋಽಯಂ ಪುರಾಣೋ
ನ ಹನ್ಯತೇ ಹನ್ಯಮಾನೇ ಶರೀರೇ ॥

ಹಿಂದೂ ಇಂದೂ ಮುಂದೆ ಎಂದೆಂದೂ
ಭವಿಸಿರದು ಇದು ಉಳಿದಳಿಯದು ಮುಂದೂ
ಅಜ ನಿತ್ಯ ಶಾಶ್ವತ ಪುರಾತನವು ಅದು
ಹತ್ಯವದಾಗದು ಸತ್ತರೂ ತನುವಿದು

21.

ವೇದಾವಿನಾಶಿನಂ ನಿತ್ಯಂ ಯ ಏನಮಜಮವ್ಯಯಮ್ ।
ಕಥಂ ಸ ಪುರುಷಃ ಪಾರ್ಥ ಕಂ ಘಾತಯತಿ ಹಂತಿ ಕಮ್ ॥

ಹುಟ್ಟು-ಸಾವಿರದ ಮೊದಲು-ಬದಲಿಲ್ಲದ
ರೂಹಿರದ, ನಿತ್ಯದಸ್ತಿತ್ವ ತತ್ವದ
ವೇದ್ಯವಿರುವ ಪುರುಷನು ಯಾರನೇ ತಾ
ಕೊಂದಾನು ಕೊಲು ಎಂತೆಂದಾನು ಪಾರ್ಥ ?

22.

ವಾಸಾಂಸಿ ಜೀರ್ಣಾನಿ ಯಥಾ ವಿಹಾಯ

ನವಾನಿ ಗೃಹ್ಣಾತಿ ನರೋಽಪರಾಣಿ ।

ತಥಾ ಶರೀರಾಣಿ ವಿಹಾಯ ಜೀರ್ಣಾ

ನ್ಯನ್ಯಾನಿ ಸಂಯಾತಿ ನವಾನಿ ದೇಹೀ ॥

ಹರಿದ ಬಟ್ಟೆಯ ಬಿಟ್ಟೆಸೆಯುವರಷ್ಟೇ?

ಬೇರೆ ಹೊಸತನು ನರ ಪಡೆಯುವನಷ್ಟೇ?

ಗತದೇಹಿಯು ಇದೇ ವಿಧದಲಿ ನೂತನ

ದೇಹವ ಧರಿಸುತ ಪಡೆವ ನವ ಜೀವನ

23.

ನೈನಂ ಛಿಂದಂತಿ ಶಸ್ತ್ರಾಣಿ ನೈನಂ ದಹತಿ ಪಾವಕಃ ।

ನ ಚೈನಂ ಕ್ಲೇದಯಂತ್ಯಾಪೋ ನ ಶೋಷಯತಿ ಮಾರುತಃ ॥

ಶಸ್ತ್ರಗಳು ಇದನೆಂದೂ ಕತ್ತರಿಸವು

ಇದನೆಂದೂ ದಹಿಸದು ಬೆಂಕಿಯ ಕಾವು

ನೆನೆಯಿಸಲಾಗದು ಇದನ್ನು ನೀರಿಂದ

ಇದನು ಒಣಗಿಸಲಾಗದು ಮರುತನಿಂದ

24.

ಅಚ್ಛೇದ್ಯೋಽಯಮದಾಹ್ಯೋಽಯಮಕ್ಲೇದ್ಯೋಽಶೋಷ್ಯ ಏವ ಚ ।

ನಿತ್ಯಃ ಸರ್ವಗತಃ ಸ್ಥಾಣುರಚಲೋಽಯಂ ಸನಾತನಃ ॥

ಒಡಲಿನ ಒಡೆಯನ ಒಡೆಯಲೂ ಆಗದು

ಸುಡಲಾಗದುದು, ಅದು ಕರಗದು ಒಣಗದು

ನಿತ್ಯವಿದು ಅಚಲವೀ ಸರ್ವವ್ಯಾಪಿ

ಬದಲು ತಳೆಯದ ಈ ಸನಾತನ ರೂಪಿ

25.

ಅವ್ಯಕ್ತೋಽಯಮಚಿಂತ್ಯೋಽಯಮವಿಕಾರ್ಯೋಽಯಮುಚ್ಯತೇ ।
ತಸ್ಮಾದೇವಂ ವಿದಿತ್ವೈನಂ ನಾನುಶೋಚಿತುಮರ್ಹಸಿ ॥

ಅಚಿಂತ್ಯನವನು ಅವಿಕಾರಿ ಅಗೋಚರ
ಎಂದೆನುತ ಹೇಳಲ್ಪಡುವುದು ವಿಚಾರ
ಹಾಗಾಗಿಯೇ ಈ ರೀತಿ ಸರಿಯರಿತು
ಶೋಕಿಸಲೇಬಾರದು ಅವನನು ಕುರಿತು

26.

ಅಥ ಚೈನಂ ನಿತ್ಯಜಾತಂ ನಿತ್ಯಂ ವಾ ಮನ್ಯಸೇ ಮೃತಮ್ ।
ತಥಾಪಿ ತ್ವಂ ಮಹಾಬಾಹೋ ನೈವಂ ಶೋಚಿತುಮರ್ಹಸಿ ॥

ಜೀವನು ಎಂದೂ ಜನಿಸುವನೆಂದರೂ
ಜನಿಸಿ ಎಂದಿಗೂ ಸಾವಿಗೆ ಸಂದರೂ
ಹೇ ಮಹಾಬಾಹು, ಹಾಗೆ ಭಾವಿಸಲೂ
ಆವ ಕಾರಣವೂ ಇರದು ಶೋಕಿಸಲು

27.

ಜಾತಸ್ಯ ಹಿ ಧ್ರುವೋ ಮೃತ್ಯುರ್ಧ್ರುವಂ ಜನ್ಮ ಮೃತಸ್ಯ ಚ ।
ತಸ್ಮಾದಪರಿಹಾರ್ಯೇಽರ್ಥೇ ನ ತ್ವಂ ಶೋಚಿತುಮರ್ಹಸಿ ॥

ಜನಿಸಿದವರಿಗೆ ಮೃತ್ಯುವದು ನಿಶ್ಚಿತ
ಮರಣ ಹೊಂದಲು ಮರುಜನನವು ಖಂಡಿತ
ಅನಿವಾರ್ಯದ ಈ ವಿಚಾರದಲಿ ಪಾರ್ಥ
ನೀನು ಶೋಕಿಸುವುದಕೆ ಇಲ್ಲವು ಅರ್ಥ

28.

ಅವ್ಯಕ್ತಾದೀನಿ ಭೂತಾನಿ ವ್ಯಕ್ತಮಧ್ಯಾನಿ ಭಾರತ ।
ಅವ್ಯಕ್ತನಿಧನಾನ್ಯೇವ ತತ್ರ ಕಾ ಪರಿದೇವನಾ ॥

ಆದಿಯಲ್ಲಿ ಈ ಸೃಷ್ಟಿಯು ಅವ್ಯಕ್ತ
ಮಧ್ಯದಲಿ ವ್ಯಕ್ತವಿದು, ಹೇ ಭಾರತ
ನಶಿಸುತ ಅವ್ಯಕ್ತವಾದಾಗ ಮತ್ತೆ
ಅದಕಾಗಿ ಶೋಕಿಸಲು ಕಾರಣವಿತ್ತೆ?

29.

ಆಶ್ಚರ್ಯವತ್ ಪಶ್ಯತಿ ಕಶ್ಚಿದೇನಮ್
ಆಶ್ಚರ್ಯವದ್ ವದತಿ ತಥೈವ ಚಾನ್ಯಃ।
ಆಶ್ಚರ್ಯವಚ್ಚೈನಮನ್ಯಃ ಶೃಣೋತಿ
ಶ್ರುತ್ವಾಪ್ಯೇನಂ ವೇದ ನ ಚೈವ ಕಶ್ಚಿತ್ ॥

ಕಾಣುವರಿದನು ಅಚ್ಚರಿಯಲಿ ಕೆಲವರು
ಹಲವರಿದಚ್ಚರಿ ಎನ್ನುತಲಿ ಒರೆವರು
ಆಲಿಸಲು ಬೇರೊಬ್ಬನಿಗಿದು ಆಶ್ಚರ್ಯ
ಆಲಿಸಿ ಕೂಡ ಯಾರೊಬ್ಬನೂ ತಿಳಿಯ

30.

ದೇಹೀ ನಿತ್ಯಮವಧ್ಯೋಽಯಂ ದೇಹೇ ಸರ್ವಸ್ಯ ಭಾರತ ।
ತಸ್ಮಾತ್ ಸರ್ವಾಣಿ ಭೂತಾನಿ ನ ತ್ವಂ ಶೋಚಿತುಮರ್ಹಸಿ ॥

ಎಲ್ಲ ದೇಹಗಳ ಒಳಗೂ ಇರುವಾತ
ಶಾಶ್ವತ ಅವಧ್ಯನಾತ, ಹೇ ಭಾರತ
ಹೀಗಿರಲು ನೀನು ಇದರಂತೇ ಅರಿತು
ಶೋಕಿಸದಿರು ಎಲ್ಲ ಜೀವಿಗಳ ಕುರಿತು

31.

ಸ್ವಧರ್ಮಮಪಿ ಚಾವೇಕ್ಷ್ಯ ನ ವಿಕಂಪಿತುಮರ್ಹಸಿ ।
ಧರ್ಮ್ಯಾದ್ಧಿ ಯುದ್ಧಾಚ್ಛ್ರೇಯೋಽನ್ಯತ್ ಕ್ಷತ್ರಿಯಸ್ಯ ನ ವಿದ್ಯತೇ ॥

ಸ್ವಧರ್ಮವನು ಗಣಿಸಿದರೂ ನೀ ಯುದ್ಧ
ಮಾಡಲು ಹಿಂಜರಿಯದಿರಬೇಕು ಸಿದ್ಧ

ಇನ್ನಾವುದಿದೆ ಇದಕಿಂತಲೂ ಶ್ರೇಯ?

ಕ್ಷತ್ರಿಯನಿಗಿರದು ಬೇರಾವ ಉಪಾಯ

32.

ಯದೃಚ್ಛಯಾ ಚೋಪಪನ್ನಂ ಸ್ವರ್ಗದ್ವಾರಮಪಾವೃತಮ್ ।
ಸುಖಿನಃ ಕ್ಷತ್ರಿಯಾಃ ಪಾರ್ಥ ಲಭಂತೇ ಯುದ್ಧಮೀದೃಶಮ್ ॥

ತಾನಾಗಿ ಧುರದವಕಾಶವು ಕರೆದಿದೆ
ಸ್ವರ್ಗಕೆ ನುಗ್ಗಲು ದ್ವಾರವು ತೆರೆದಿದೆ
ಇಂತಹ ಸಮರದಲಿ ಸಿಕ್ಕಿರಲು ಪಾತ್ರ
ಪಾರ್ಥನೇ, ಸುಖಿಯು ಆ ಕ್ಷತ್ರಿಯ ಮಾತ್ರ

33.

ಅಥ ಚೇತ್ತ್ವಮಿಮಂ ಧರ್ಮ್ಯಂ ಸಂಗ್ರಾಮಂ ನ ಕರಿಷ್ಯಸಿ ।
ತತಃ ಸ್ವಧರ್ಮಂ ಕೀರ್ತಿಂ ಚ ಹಿತ್ವಾ ಪಾಪಮವಾಪ್ಸ್ಯಸಿ ॥

ಆದುದರಿಂದ ಧರ್ಮಯುದ್ಧವ ಈಗ
ಒಂದೊಮ್ಮೆ ಮಾಡದೆ ಇರಲು ನೀನಾಗ
ಎರವಾಗುವೆ ಕೀರುತಿಗೆ ಸ್ವಧರ್ಮಕೆ
ನಿನಗೆ ಉಂಟಾಗುವುದು ಪಾಪದ ಗಳಿಕೆ

34.

ಅಕೀರ್ತಿಂ ಚಾಪಿ ಭೂತಾನಿ ಕಥಯಿಷ್ಯಂತಿ ತೇವ್ಯಯಾಮ್ ।
ಸಂಭಾವಿತಸ್ಯ ಚಾಕೀರ್ತಿರ್ಮರಣಾದತಿರಿಚ್ಯತೇ ॥

ಮಿಗಿಲಾಗಿ ನಿನ್ನ ಅಪಕೀರ್ತಿಯ ಕಥನ
ಕೊನೆಯಿರದಂತೆ ಆಡಿಕೊಳ್ಳುವರು ಜನ
ಸಂಭಾವಿತನಿಗೆ ಅಂಟಲು ಅಪಕೀರ್ತಿ
ಮರಣಕಿಂತಲೂ ಸಹ ಅಧಿಕ ದುಸ್ಥಿತಿ

35.

ಭಯಾದ್ರಣಾದುಪರತಂ ಮಂಸ್ಯಂತೇ ತ್ವಾಂ ಮಹಾರಥಾಃ ।
ಯೇಷಾಂ ಚ ತ್ವಂ ಬಹುಮತೋ ಭೂತ್ವಾ ಯಾಸ್ಯಸಿ ಲಾಘವಮ್ ॥

ನಿನ್ನನು ಮಾನ್ಯ ಮಾಡುವ ಮಹಾರಥರು
ನೀನು ಹೆದರಿಕೆಯಲಿ ರಣ ತೊರೆದ ಭೀರು
ಎಂದು ನಿನ್ನನು ಪರಿಗಣಿಸುವಂತಾಗಿ
ಅದಾಗ ನೀನು ಹೋಗುವೆ ಹಗುರವಾಗಿ

36.

ಅವಾಚ್ಯವಾದಾಂಶ್ಚ ಬಹೂನ್ ವದಿಷ್ಯಂತಿ ತವಾಹಿತಾಃ ।
ನಿಂದಂತಸ್ತವ ಸಾಮರ್ಥ್ಯಂ ತತೋ ದುಃಖತರಂ ನು ಕಿಮ್ ॥

ತರವಲ್ಲದ ಶಬ್ದಗಳನು ಬಹುವಿಧದಿ
ಆಡುತಲಿ ನಿನ್ನ ಅರಿಗಳಾದ ಮಂದಿ
ನಿಂದಿಸುತಿರಲವರು ನಿನ್ನ ಸಾಮರ್ಥ್ಯ
ಅದಕಿಂತ ಮಿಗಿಲು ಇನ್ನೇನಿದೆ ಹೇಯ?

37.

ಹತೋ ವಾ ಪ್ರಾಪ್ಸ್ಯಸಿ ಸ್ವರ್ಗಂ ಜಿತ್ವಾ ವಾ ಭೋಕ್ಷ್ಯಸೇ ಮಹೀಮ್।
ತಸ್ಮಾದುತ್ತಿಷ್ಠ ಕೌಂತೇಯ ಯುದ್ಧಾಯ ಕೃತನಿಶ್ಚಯಃ ॥

ಯುದ್ಧದಲಿ ಗೆದ್ದಿರಲು ಭೂಮಿಯ ಭೋಗ
ಪ್ರಾಣವು ಹೋದರೆ ಪ್ರಾಪ್ತಿಯು ಸ್ವರ್ಗ
ಆದುದರಿಂದ ಮಾಡಿರುತಲಿ ನಿಶ್ಚಯ
ಯುದ್ಧಕ್ಕೆ ಮೇಲೆದ್ದೇಳು ಕೌಂತೇಯ

38.

ಸುಖದುಃಖೇ ಸಮೇ ಕೃತ್ವಾ ಲಾಭಾಲಾಭೌ ಜಯಾಜಯೌ ।
ತತೋ ಯುದ್ಧಾಯ ಯುಜ್ಯಸ್ವ ನೈವಂ ಪಾಪಮವಾಪ್ಸ್ಯಸಿ ॥

ಸುಖ-ದುಃಖ, ಲಾಭ-ನಷ್ಟಗಳಲು ಸಹಿತ

ಜಯಾಪಜಯಗಳಲೂ ಸಮತೆ ತೋರುತ

ಇರುತ ಯುದ್ಧದಲಿ ಹೋರುತಿರಲು ನಿನಗೆ

ಪಾಪದ ಲೇಪನವು ತಾಗದದು ಕೊನೆಗೆ

39.

ಏಷಾ ತೇಭಿಹಿತಾ ಸಾಂಖ್ಯೇ ಬುದ್ಧಿರ್ಯೋಗೇ ತ್ವಿಮಾಂ ಶೃಣು ।

ಬುದ್ಧ್ಯಾ ಯುಕ್ತೋ ಯಯಾ ಪಾರ್ಥ ಕರ್ಮಬನ್ಧಂ ಪ್ರಹಾಸ್ಯಸಿ ॥

ವಿವರದಲಿ ಹೇಳಿದೆ ಸಾಂಖ್ಯವಿದೆಲ್ಲವ

ಈಗ ವಿವರಿಸುವ ಯೋಗದ ಜ್ಞಾನವ

ಪಾರ್ಥನೇ ಬುದ್ಧಿಯನಿರಿಸಿ ನೀ ಕೇಳು

ಕರ್ಮಬಂಧನದಿಂದ ಮುಕ್ತಿಯ ತಾಳು

40.

ನೇಹಾಭಿಕ್ರಮನಾಶೋಸ್ತಿ ಪ್ರತ್ಯವಾಯೋ ನ ವಿದ್ಯತೇ ।

ಸ್ವಲ್ಪಮಪ್ಯಸ್ಯ ಧರ್ಮಸ್ಯ ತ್ರಾಯತೇ ಮಹತೋ ಭಯಾತ್ ॥

ಈ ಮಾರ್ಗದ ಕ್ರಮಣದಲಿಲ್ಲ ನಷ್ಟ

ಇರದು ಯಾವ ದುಷ್ಪರಿಣಾಮದ ಕಷ್ಟ

ತುಸುವೇ ಈ ಧರ್ಮವನು ಪಾಲಿಸಲೂ

ಕಾಪಾಡುವುದು ಮಹಾಭಯದಿಂದಲೂ

41.

ವ್ಯವಸಾಯಾತ್ಮಿಕಾ ಬುದ್ಧಿರೇಕೇಹ ಕುರುನಂದನ ।

ಬಹುಶಾಖಾ ಹ್ಯನಂತಾಶ್ಚ ಬುದ್ಧಯೋವ್ಯವಸಾಯಿನಾಮ್ ॥

ಇದರಲಿ ನಿಶ್ಚಯದಲಿ ತೊಡಗಿರುವವನ

ಬುದ್ಧಿಯು ಒಮ್ಮುಖವು, ಹೇ ಕುರುನಂದನ

ನಿಶ್ಚಯದಲಿರದ ಬುದ್ಧಿಗೋ ಅನಂತ

ಬಹುಶಾಖೆಯ ದಾರಿಗಳಿಹವು ತೋರುತ

42.

ಯಾಮಿಮಾಂ ಪುಷ್ಪಿತಾಂ ವಾಚಂ ಪ್ರವದಂತ್ಯವಿಪಶ್ಚಿತಃ ।
ವೇದವಾದರತಾಃ ಪಾರ್ಥ ನಾನ್ಯದಸ್ತೀತಿ ವಾದಿನಃ ॥

ಅಲ್ಪಜ್ಞಾನಿಯಾದವರು, ಹೇ ಪಾರ್ಥ
ವೇದಗಳ ಕುರಿತು ವಾದದಲಿ ತೊಡಗುತ
ಏನೆಲ್ಲ ಹೂಮಾತುಗಳನು ಗಳಹುತ
ಬೇರಿರದೇನೂ ಎಂಬರು ವಾದಿಸುತ-

43.

ಕಾಮಾತ್ಮಾನಃ ಸ್ವರ್ಗಪರಾ ಜನ್ಮಕರ್ಮಫಲಪ್ರದಾಮ್ ।
ಕ್ರಿಯಾವಿಶೇಷಬಹುಲಾಂ ಭೋಗೈಶ್ವರ್ಯಗತಿಂ ಪ್ರತಿ ॥

-ಐಶ್ವರ್ಯ-ಭೋಗದ ಪ್ರಗತಿಯ ಪಡೆವ
ಬಗಬಗೆ ಕರ್ಮಕಲಾಪಗಳ ವಿಷಯವ
ಬಯಸಿ ಕಾಮನೆಗಳನೂ ಸ್ವರ್ಗವನೂ
ಪಡೆವರು ಜನ್ಮವೀವ ಕರ್ಮಫಲವನು

44.

ಭೋಗೈಶ್ವರ್ಯಪ್ರಸಕ್ತಾನಾಂ ತಯಾಪಹೃತಚೇತಸಾಮ್ ।
ವ್ಯವಸಾಯಾತ್ಮಿಕಾ ಬುದ್ಧಿಃ ಸಮಾಧೌ ನ ವಿಧೀಯತೇ ॥

ವಿಷಯ - ವಿಲಾಸದೊಳು ಅಪಹೃತ ಚಿತ್ತ
ಭೋಗೈಶ್ವರ್ಯಗಳಲಿ ಪರಮಾಸಕ್ತ
ಇರಲವಗೆ ದೃಢ ಸಂಕಲ್ಪದ ಬುದ್ಧಿ
ತಾ ಎರವಾಗಿ ಉಂಟಾಗದು ಸಮಾಧಿ

45.

ತ್ರೈಗುಣ್ಯವಿಷಯಾ ವೇದಾ ನಿಸ್ತ್ರೈಗುಣ್ಯೋ ಭವಾರ್ಜುನ ।
ನಿರ್ದ್ವಂದ್ವೋ ನಿತ್ಯಸತ್ತ್ವಸ್ಥೋ ನಿರ್ಯೋಗಕ್ಷೇಮ ಆತ್ಮವಾನ್ ॥

ಇರಲು ವೇದಗಳ ವಿಷಯಗಳು ತ್ರಿಗುಣ
ಮೂರೂ ಗುಣಗಳ ಮೀರಿ ನೀನರ್ಜುನ
ನಿತ್ಯಸತ್ವ ನಿರ್ದ್ವಂದ್ವದ ಸ್ಥಿತಿಯಲಿ
ಇರು ಯೋಗಕ್ಷೇಮದಾಚೆ ಆತ್ಮನಲಿ

46.

ಯಾವಾನರ್ಥ ಉದಪಾನೇ ಸರ್ವತಃ ಸಂಪ್ಲುತೋದಕೇ ।
ತಾವಾನ್ ಸರ್ವೇಷು ವೇದೇಷು ಬ್ರಾಹ್ಮಣಸ್ಯ ವಿಜಾನತಃ ॥

ಎಲ್ಲೆಡೆ ನೀರ ಪ್ರವಾಹವಿರುವಾಗ
ಬಾವಿನೀರಿಂದ ಏನಿದೆ ಉಪಯೋಗ?
ಬ್ರಹ್ಮಜ್ಞಾನಿಗೂ ಅದೇ ರೀತಿಯಲಿ
ಎಲ್ಲ ವೇದಗಳೂ ಇರುವವೆಂದು ತಿಳಿ

47.

ಕರ್ಮಣ್ಯೇವಾಧಿಕಾರಸ್ತೇ ಮಾ ಫಲೇಷು ಕದಾಚನ ।
ಮಾ ಕರ್ಮಫಲಹೇತುರ್ಭೂರ್ಮಾ ತೇ ಸಂಗೋಸ್ತ್ವಕರ್ಮಣಿ ॥

ಖಂಡಿತ ನಿನ್ನದು ಕರ್ಮಕೆ ಅಧಿಕಾರ
ಎಂದೂ ಫಲದಾಸೆಯ ಬಿಟ್ಟಿರು ದೂರ
ಆಗದಿರಲಿ ಕರ್ಮಫಲಗಳು ಕಾರಣ
ಕರ್ಮ ತೊರೆವುದೂ ಸೆಳೆಯದಿರಲಿ ನಿನ್ನ

48.

ಯೋಗಸ್ಥಃ ಕುರು ಕರ್ಮಾಣಿ ಸಂಗಂ ತ್ಯಕ್ತ್ವಾ ಧನಂಜಯ ।
ಸಿದ್ಧ್ಯಸಿದ್ಧ್ಯೋಃ ಸಮೋ ಭೂತ್ವಾ ಸಮತ್ವಂ ಯೋಗ ಉಚ್ಯತೇ ॥

ಯೋಗದಲಿ ಸ್ಥಿತನಿರುತ, ಆಸಕ್ತಿಯ
ತೊರೆದು, ಕರ್ಮಗಳನು ಮಾಡು ಧನಂಜಯ
ಸಿದ್ಧಿ-ಅಸಿದ್ಧಿಗಳು ಸಮವೆನಿಸಿದಾಗ

ಆ ಸಮಚಿತ್ತತೆಗೆ ಕರೆಯುವರು - ಯೋಗ

49.

ದೂರೇಣ ಹ್ಯವರಂ ಕರ್ಮ ಬುದ್ಧಿಯೋಗಾದ್ ಧನಂಜಯ ।
ಬುದ್ಧೌ ಶರಣಮನ್ವಿಚ್ಛ ಕೃಪಣಾಃ ಫಲಹೇತವಃ ॥

ದೂರವಿಡು - ಆಸಕ್ತಕರ್ಮವು ಹೇಯ-
ಬುದ್ಧಿಯೋಗಕಿಂತಲು, ಹೇ ಧನಂಜಯ
ಆಶ್ರಯವ ಅರಸಾ ಬುದ್ಧಿಯ ನೆರಳಲಿ
ಫಲಾಪೇಕ್ಷಿಗಳು ಕೃಪಣರೆಂದು ತಿಳಿ

50.

ಬುದ್ಧಿಯುಕ್ತೋ ಜಹಾತೀಹ ಉಭೇ ಸುಕೃತದುಷ್ಕೃತೇ ।
ತಸ್ಮಾದ್ ಯೋಗಾಯ ಯುಜ್ಯಸ್ವ ಯೋಗಃ ಕರ್ಮಸು ಕೌಶಲಮ್ ॥

ಇಹದಲಿಯೇ ಸುಕೃತ ಮತ್ತು ದುಷ್ಕೃತ
ಉಭಯವ ದೂರ ಮಾಡುವವ ಬುದ್ಧಿಯುಕ್ತ
ಅದರಿಂದಾಗಿ ತೊಡಗಿಕೋ ಯೋಗದಲಿ
ಯೋಗವು ಕರ್ಮಕೌಶಲವೆಂದೇ ತಿಳಿ

51.

ಕರ್ಮಜಂ ಬುದ್ಧಿಯುಕ್ತಾ ಹಿ ಫಲಂ ತ್ಯಕ್ತ್ವಾ ಮನೀಷಿಣಃ ।
ಜನ್ಮಬಂಧವಿನಿರ್ಮುಕ್ತಾಃ ಪದಂ ಗಚ್ಛಂತ್ಯನಾಮಯಮ್ ॥

ಮನೀಷಿಗಣರು ಆಗುತ ಬುದ್ಧಿಯುಕ್ತ
ಕರ್ಮಗಳೀವ ಫಲಗಳನು ತ್ಯಜಿಸುತ
ಪಡೆದು ಜನ್ಮಬಂಧನದಿಂದ ವಿಮುಕ್ತಿ
ತಲುಪುವರು ಕ್ಲೇಶರಹಿತ ಪದದ ಗತಿ

52.

ಯದಾ ತೇ ಮೋಹಕಲಿಲಂ ಬುದ್ಧಿರ್ವ್ಯತಿತರಿಷ್ಯತಿ ।
ತದಾ ಗಂತಾಸಿ ನಿರ್ವೇದಂ ಶ್ರೋತವ್ಯಸ್ಯ ಶ್ರುತಸ್ಯ ಚ ॥

ಮೋಹದ ಕತ್ತಲು ಸುತ್ತಲೂ ಮುತ್ತಲು
ಬುದ್ಧಿಯು ನಿನ್ನನು ದಾಟಿಸುತ ಎತ್ತಲು
ನಂತರ ಕೇಳುವುದಕ್ಕಿರದು ಅಪೇಕ್ಷೆ
ಬರುವುದು ಕೇಳಿ ಬಿಟ್ಟುದಕೂ ಉಪೇಕ್ಷೆ

53.

ಶ್ರುತಿವಿಪ್ರತಿಪನ್ನಾ ತೇ ಯದಾ ಸ್ಥಾಸ್ಯತಿ ನಿಶ್ಚಲಾ ।
ಸಮಾಧಾವಚಲಾ ಬುದ್ಧಿಸ್ತದಾ ಯೋಗಮವಾಪ್ಸ್ಯಸಿ ॥

ಬಲು ಶ್ರುತಿಗಳಿಂದ ಅಪ್ರತಿಭನಾಗಿ
ಉಳಿಯದೆ, ಸಮಾಧಿಯಲಿ ನಿಶ್ಚಲನಾಗಿ
ನಿಲ್ಲಲು ಸ್ಥಿರವಾಗಿ ನಿನ್ನಯ ಬುದ್ಧಿ
ನೆಲೆಸುವೆ ನೀನಾಗ ಯೋಗವನು ಹೊಂದಿ

54.

ಅರ್ಜುನ ಉವಾಚ ।
ಸ್ಥಿತಪ್ರಜ್ಞಸ್ಯ ಕಾ ಭಾಷಾ ಸಮಾಧಿಸ್ಥಸ್ಯ ಕೇಶವ ।
ಸ್ಥಿತಧೀಃ ಕಿಂ ಪ್ರಭಾಷೇತ ಕಿಮಾಸೀತ ವ್ರಜೇತ ಕಿಮ್ ॥

ಅರ್ಜುನ ಉವಾಚ :
ಸಮಾಧಿಯಲಿ ಸ್ಥಿರ ಸಮಾವಿಷ್ಟನವ
ಸ್ಥಿತಪ್ರಜ್ಞನದೆಂಥ ಸ್ಥಿತಿ ಕೇಶವ?
ಆತನ ಮಾತದು ಎಂತಿರುವುದು? ಹೇಗೆ?
ಕುಳಿತುಕೊಳುವ, ನಡೆದಾಡುವುದಾವ ಬಗೆ?

55.

ಶ್ರೀಭಗವಾನುವಾಚ ।
ಪ್ರಜಹಾತಿ ಯದಾ ಕಾಮಾನ್ ಸರ್ವಾನ್ ಪಾರ್ಥ ಮನೋಗತಾನ್ ।
ಆತ್ಮನ್ಯೇವಾತ್ಮನಾ ತುಷ್ಟಃ ಸ್ಥಿತಪ್ರಜ್ಞಸ್ತದೋಚ್ಯತೇ ॥

ಶ್ರೀ ಭಗವಾನುವಾಚ :

ಮನದಲ್ಲಿ ಉದಯಿಸುವ ಕಾಮನೆಯ ಅಲೆ
ಎಲ್ಲವ ಗೆಲ್ಲುತ, ಎಂದು ಆತ್ಮನು ನೆಲೆ
ನಿಲ್ಲುವನೋ ಆತ್ಮನಲಾಗಿ ತೃಪ್ತ,
ಆಗವನು ಸ್ಥಿತಪ್ರಜ್ಞ, ಹೇ ಪಾರ್ಥ

56.

ದುಃಖೇಷ್ವನುದ್ವಿಗ್ನಮನಾಃ ಸುಖೇಷು ವಿಗತಸ್ಪೃಹಃ ।
ವೀತರಾಗಭಯಕ್ರೋಧಃ ಸ್ಥಿತಧೀರ್ಮುನಿರುಚ್ಯತೇ ॥

ದು:ಖಗಳಲ್ಲಿ ಹೊಂದದೇ ಉದ್ವೇಗ
ಸುಖಗಳಲ್ಲಿ ಪಡೆಯದೇ ಅನುರಾಗ
ರಾಗ-ಕೋಪ-ಭಯ ನೀಗುತಲೇ ನಿಂತ
ಅಚಲಬುದ್ಧಿಯವಗೆನುವರು ಮುನಿ-ಸಂತ

57.

ಯಃ ಸರ್ವತ್ರಾನಭಿಸ್ನೇಹಸ್ತತ್ತತ್ ಪ್ರಾಪ್ಯ ಶುಭಾಶುಭಮ್ ।
ನಾಭಿನಂದತಿ ನ ದ್ವೇಷ್ಟಿ ತಸ್ಯ ಪ್ರಜ್ಞಾ ಪ್ರತಿಷ್ಠಿತಾ ॥

ಒದಗಿ ಬರಲು ಯಾವ ಒಳಿತು-ಕೆಡುಕುಗಳು
ಅಂಟಿಕೊಳದಿರುತ ಎಲ್ಲ ಸಮಯದಲೂ
ಮೆಚ್ಚು-ರೊಚ್ಚುಗಳನು ನೆಚ್ಚಿಕೊಳದವನ
ಪ್ರಜ್ಞೆ ಸ್ಥಿರವಾಗಿರುವುದೆಂಬೆನು ನಾ

58.

ಯದಾ ಸಂಹರತೇ ಚಾಯಂ ಕೂರ್ಮೋಽಂಗಾನೀವ ಸರ್ವಶಃ ।
ಇಂದ್ರಿಯಾಣೀಂದ್ರಿಯಾರ್ಥೇಭ್ಯಸ್ತಸ್ಯ ಪ್ರಜ್ಞಾ ಪ್ರತಿಷ್ಠಿತಾ ॥

ಆಮೆಯು ಅವಯವವ ಒಳಗೆಳೆಯುವವೊಲು

ಇಂದ್ರಿಯಗಳ ಎಲ್ಲ ವಿಷಯಗಳಿಂದಲು
ಹಿಂದಕೆ ಸೆಳೆದೆಳೆಯುವ ಅಳವನು ತಳೆವ
ಅಂತಹವನೇ ಸ್ಥಿರ ಅರಿವಲಿ ನಿಂತವ

59.

ವಿಷಯಾ ವಿನಿವರ್ತಂತೇ ನಿರಾಹಾರಸ್ಯ ದೇಹಿನಃ ।
ರಸವರ್ಜಂ ರಸೋಽಪ್ಯಸ್ಯ ಪರಂ ದೃಷ್ಟ್ವಾ ನಿವರ್ತತೇ ॥

ವಿಷಯಗಳನು ನಿರೋಧಿಸುತ ದೇಹಿಯವ
ದೂರ ಮಾಡುವನು ವಿಷಯಗಳನೆಲ್ಲವ
ಪರಮ ಅನುಭಾವವ ಪಡೆದೊಡನೆ ಎಲ್ಲ
ವಿಷಯ ರುಚಿ ಕೂಡ ಬಿಟ್ಟೋಡುವುದಲ್ಲ!

60.

ಯತತೋ ಹ್ಯಪಿ ಕೌಂತೇಯ ಪುರುಷಸ್ಯ ವಿಪಶ್ಚಿತಃ ।
ಇಂದ್ರಿಯಾಣಿ ಪ್ರಮಾಥೀನಿ ಹರಂತಿ ಪ್ರಸಭಂ ಮನಃ ॥

ವಿವೇಕಿ ಪುರುಷ ಪ್ರಯತ್ನವನು ಸಕಲ
ಮಾಡಲೂ, ಪೀಡಕ ಇಂದ್ರಿಯ ಸಂಕುಲ
ಬಲವಂತವಾಗಿ ಸೆಳೆಯುತ ಪ್ರಜ್ಞೆಯ
ಅಪಹರಿಸಿಕೊಳ್ಳುವುವು, ಹೇ ಕೌಂತೇಯ

61.

ತಾನಿ ಸರ್ವಾಣಿ ಸಂಯಮ್ಯ ಯುಕ್ತ ಆಸೀತ ಮತ್ಪರಃ ।
ವಶೇ ಹಿ ಯಸ್ಯೇಂದ್ರಿಯಾಣಿ ತಸ್ಯ ಪ್ರಜ್ಞಾ ಪ್ರತಿಷ್ಠಿತಾ ॥

ಆ ಇಂದ್ರಿಯವೆಲ್ಲವ ಸಂಯಮದಲಿರಿಸಿ
ಮನವನು ಪರಮನೆಂದೆನ್ನಲಿ ತೊಡಗಿಸಿ
ಯಾರ ವಶದಲಿ ಇಂದ್ರಿಯಗಳು ಪೂರಾ
ಇರುವುವೋ ಆತನ ಪ್ರಜ್ಞೆಯು ಸ್ಥಿರ

62.

ಧ್ಯಾಯತೋ ವಿಷಯಾನ್ ಪುಂಸಃ ಸಂಗಸ್ತೇಷೂಪಜಾಯತೇ ।
ಸಙ್ಗಾತ್ ಸಞ್ಜಾಯತೇ ಕಾಮಃ ಕಾಮಾತ್ ಕ್ರೋಧೋಽಭಿಜಾಯತೇ ॥

ಚಿಂತಿಸಲು ವಿಷಯಗಳ ಕುರಿತು ವ್ಯಕ್ತಿ
ಬೆಳೆವುದು ಅವನಲಿ ಅವುಗಳ ಆಸಕ್ತಿ
ಆಸಕ್ತಿಯು ಮಾಡಿ ಕಾಮವನು ಶಕ್ತ
ಕಾಮದಾಸರೆಯಲಿ ಕೋಪವು ವ್ಯಕ್ತ

63.

ಕ್ರೋಧಾದ್ಭವತಿ ಸಂಮೋಹಃ ಸಂಮೋಹಾತ್ ಸ್ಮೃತಿವಿಭ್ರಮಃ ।
ಸ್ಮೃತಿಭ್ರಂಶಾದ್ ಬುದ್ಧಿನಾಶೋ ಬುದ್ಧಿನಾಶಾತ್ಪ್ರಣಶ್ಯತಿ ॥

ಉದಯಿಸುವುದು ಕೋಪದಿಂದ ಸಂಮೋಹ
ಸಂಮೋಹವು ಸ್ಮೃತಿವಿಭ್ರಮೆಗೆ ಗೇಹ
ಸ್ಮೃತಿವಿಭ್ರಮೆ ಬುದ್ಧಿವಿನಾಶದ ಮೂಲ
ಬುದ್ಧಿಗೇಡಿಗಿಲ್ಲವೋ ಉಳಿಗಾಲ

64.

ರಾಗದ್ವೇಷವಿಮುಕ್ತೈಸ್ತು ವಿಷಯಾನಿಂದ್ರಿಯೈಶ್ಚರನ್ ।
ಆತ್ಮವಶ್ಯೈರ್ವಿಧೇಯಾತ್ಮಾ ಪ್ರಸಾದಮಧಿಗಚ್ಛತಿ ॥

ರಾಗದ್ವೇಷಗಳನಳಿಸಿದ ವಿಮುಕ್ತ
ವಿಷಯಗಳಲಿ ಸಂಚರಿಸುವಲೂ ಆತ
ಇಂದ್ರಿಯಗಳಲಿ ಇರಿಸುತ ತಾ ನಿಗ್ರಹ
ಆ ಆತ್ಮಸಂಯಮಿ ಪಡೆವನನುಗ್ರಹ

65.

ಪ್ರಸಾದೇ ಸರ್ವದುಃಖಾನಾಂ ಹಾನಿರಸ್ಯೋಪಜಾಯತೇ ।
ಪ್ರಸನ್ನಚೇತಸೋ ಹ್ಯಾಶು ಬುದ್ಧಿಃ ಪರ್ಯವತಿಷ್ಠತೇ ॥

ಅಂತರ್ಯಾಮಿಯ ಅನುಗ್ರಹ ಇರುತಿರೆ
ಅವನ ಸರ್ವ ದುಃಖಗಳೂ ಆಗಿ ಮರೆ
ಬುದ್ಧಿ ಇರುತ ಅಂತರ್ಯದಿ ಸ್ಥಾಪಿತ
ಬೇಗನೆ ಆಗುವನು ಪ್ರಸನ್ನಚಿತ್ತ

66.

ನಾಸ್ತಿ ಬುದ್ಧಿರಯುಕ್ತಸ್ಯ ನ ಚಾಯುಕ್ತಸ್ಯ ಭಾವನಾ ।
ನ ಚಾಭಾವಯತಃ ಶಾಂತಿರಶಾಂತಸ್ಯ ಕುತಃ ಸುಖಮ್ ॥

ದಿವ್ಯಪ್ರಜ್ಞೆಯಲಿ ತಾದಾತ್ಮ್ಯ ಹೊಂದಿ
ಇರದವನಿಗೆ ಇಲ್ಲವು ತಾ ತಿಳಿಬುದ್ಧಿ,
ಸ್ಥಿರಚಿತ್ತವಿರದು, ಶಾಂತಿಯಿಂದ ವಿಮುಖ
ಶಾಂತಿಯಿರದೆ ಅವನಿಗೆಲ್ಲಿರುವುದು ಸುಖ?

67.

ಇಂದ್ರಿಯಾಣಾಂ ಹಿ ಚರತಾಂ ಯನ್ಮನೋಽನುವಿಧೀಯತೇ ।
ತದಸ್ಯ ಹರತಿ ಪ್ರಜ್ಞಾಂ ವಾಯುರ್ನಾವಮಿವಾಂಭಸಿ ॥

ನೀರಲ್ಲಿ ತೇಲುವ ನಾವೆಯನು ಹೇಗೆ
ಗಾಳಿಯು ಬಿಡದಲೇ ಸೆಳೆವುದೋ ಹಾಗೆ
ವಿಷಯಗಳಲಲೆವ ಇಂದ್ರಿಯಗಳ ಕೂಡಿ
ಮನವು ಅರಿವನು ಅಪಹರಿಸಿವುದು ಕಾಡಿ

68.

ತಸ್ಮಾದ್ಯಸ್ಯ ಮಹಾಬಾಹೋ ನಿಗೃಹೀತಾನಿ ಸರ್ವಶಃ ।
ಇಂದ್ರಿಯಾಣೀಂದ್ರಿಯಾರ್ಥೇಭ್ಯಸ್ತಸ್ಯ ಪ್ರಜ್ಞಾ ಪ್ರತಿಷ್ಠಿತಾ ॥

ಹೀಗಿರಲು ಹೇ ಮಹಾಬಾಹುವೆ ಯಾರ
ಇಂದ್ರಿಯಗಳನು ವಿಷಯಗಳಿಂದ ದೂರ

ನಿಗ್ರಹಿಸಿ ನಿಲಿಸಲಾಗುವುದೋ ಅವನ
ಪ್ರಜ್ಞೆಯು ಪಡೆಯುತ್ತದೆ ಸ್ಥಿರ ಸ್ಥಾನ

69.

ಯಾ ನಿಶಾ ಸರ್ವಭೂತಾನಾಂ ತಸ್ಯಾಂ ಜಾಗರ್ತಿ ಸಂಯಮೀ ।
ಯಸ್ಯಾಂ ಜಾಗ್ರತಿ ಭೂತಾನಿ ಸಾ ನಿಶಾ ಪಶ್ಯತೋ ಮುನೇಃ ॥

ಜೀವಲೋಕವನೇ ಇರುಳು ಕವಿದಿರಲು
ಜಿತೇಂದ್ರಿಯ ಜೀವಿಗೆ ಅದೇ ನಿಜ ಹಗಲು
ಎಚ್ಚರದಿಂದಿರಲೆಲ್ಲ ಜೀವವರ್ಗ
ಮುನಿ ಹೊರಗಣ್ಣನು ಮುಚ್ಚಿ ಮರೆವನು ಜಗ

70.

ಆಪೂರ್ಯಮಾಣಮಚಲಪ್ರತಿಷ್ಠಂ
ಸಮುದ್ರಮಾಪಃ ಪ್ರವಿಶಂತಿ ಯದ್ವತ್ ।
ತದ್ವತ್ ಕಾಮಾ ಯಂ ಪ್ರವಿಶಂತಿ ಸರ್ವೇ
ಸ ಶಾಂತಿಮಾಪ್ನೋತಿ ನ ಕಾಮಕಾಮೀ ॥

ತುಂಬಿಯೂ ತುಳುಕದಿಹ ಅಂಬುಧಿಯ ತರ
ಆರುವವೋ ಕಾಮಗಳು ಸೇರಿ ಯಾರ
ಆ ಮನುಜನಿಹ ಆಂತರ್ಯ ಶಾಂತಿಯಲಿ
ಬಯಕೆ ಬೆಂಬಿಡದವಗೋ ಶಾಂತಿ ಎಲ್ಲಿ?

71.

ವಿಹಾಯ ಕಾಮಾನ್ಯಃ ಸರ್ವಾನ್ ಪುಮಾಂಶ್ಚರತಿ ನಿಃಸ್ಪೃಹಃ ।
ನಿರ್ಮಮೋ ನಿರಹಂಕಾರಃ ಸ ಶಾಂತಿಮಧಿಗಚ್ಛತಿ ॥

ಯಾವ ಮನುಷ್ಯನು ಕಾಮನೆಗಳನೆಲ್ಲ
ತ್ಯಜಿಸಿ, ಹಂಬಲಿಕೆಯ ಹೊರತಾಗಿ ಬಾಳ
ಬದುಕಿ, ಇರಲು ನಿರ್ಮಮ ನಿರಹಂಕಾರಿ
ಅವನು ಶಾಂತಿಯನು ಹೊಂದಲು ಅಧಿಕಾರಿ

72.

ಏಷಾ ಬ್ರಾಹ್ಮೀ ಸ್ಥಿತಿಃ ಪಾರ್ಥ ನೈನಾಂ ಪ್ರಾಪ್ಯ ವಿಮುಹ್ಯತಿ ।
ಸ್ಥಿತ್ವಾಸ್ಯಾಮಂತಕಾಲೇಪಿ ಬ್ರಹ್ಮನಿರ್ವಾಣಮೃಚ್ಛತಿ ॥

ಬ್ರಹ್ಮಜ್ಞಾನಿಯ ಸ್ಥಿತಿಯು ಇದು, ಪಾರ್ಥ
ಆಗನು ಇದನು ಪಡೆದು ಮೋಹಭ್ರಾಂತ
ಸಾವ ಕ್ಷಣಕೂ ಈ ಸ್ಥಿತಿ ತಲುಪಿದರೆ
ಹೊಂದುವನವನು ಪರಮಾತ್ಮನ ಆಸರೆ

ಓಂ ತತ್ಸದಿತಿ ಶ್ರೀಮದ್ಭಗವದ್ಗೀತಾಸೂಪನಿಷತ್ಸು
ಬ್ರಹ್ಮವಿದ್ಯಾಯಾಂ ಯೋಗಶಾಸ್ತ್ರೇ ಶ್ರೀಕೃಷ್ಣಾರ್ಜುನಸಂವಾದೇ
ಸಾಂಖ್ಯಯೋಗೋ ನಾಮ ದ್ವಿತೀಯೋಧ್ಯಾಯಃ ॥

ತೃತೀಯಾಧ್ಯಾಯ: ಕರ್ಮಯೋಗ

1.

ಅರ್ಜುನ ಉವಾಚ ।

ಜ್ಯಾಯಸೀ ಚೇತ್ ಕರ್ಮಣಸ್ತೇ ಮತಾ ಬುದ್ಧಿರ್ಜನಾರ್ದನ ।

ತತ್ ಕಿಂ ಕರ್ಮಣಿ ಘೋರೇ ಮಾಂ ನಿಯೋಜಯಸಿ ಕೇಶವ ॥

ಅರ್ಜುನ ಉವಾಚ :

ಕಾಯಕಕಿಂತಲೂ ಬುದ್ಧಿಯೇ ಹೆಚ್ಚು

ಎಂಬುದೇ ಹೇ ಕೇಶವ ನಿನಗೆ ಮೆಚ್ಚು

ಹೀಗಿರಲೀ ಘೋರ ಸಮರದೊಳು ಎನ್ನ

ಏತಕೆ ನೂಕುವೆಯೊ ಹೇಳು ಜನಾರ್ಧನ

2.

ವ್ಯಾಮಿಶ್ರೇಣೇವ ವಾಕ್ಯೇನ ಬುದ್ಧಿಂ ಮೋಹಯಸೀವ ಮೇ ।

ತದೇಕಂ ವದ ನಿಶ್ಚಿತ್ಯ ಯೇನ ಶ್ರೇಯೋಹಮಾಪ್ನುಯಾಮ್ ॥

ಇದೇನಿದು ಇಬ್ಬಗೆಯ ಮಾತಿನ ಹದರು

ಬುದ್ಧಿಗೆ ಭ್ರಾಂತಿಯನು ಬರಿಸುವ ಚದುರು

ನಿಶ್ಚಯಿಸಿ ಒಂದನೇ ದಯದಲಿ ಹೇಳು

ಶ್ರೇಯವೆನಗಿಹುದು ಅದಾವ ಮಾರ್ಗದೊಳು

3.

ಶ್ರೀಭಗವಾನುವಾಚ ।

ಲೋಕೇಸ್ಮಿನ್ ದ್ವಿವಿಧಾ ನಿಷ್ಠಾ ಪುರಾ ಪ್ರೋಕ್ತಾ ಮಯಾನಘ ।

ಜ್ಞಾನಯೋಗೇನ ಸಾಂಖ್ಯಾನಾಂ ಕರ್ಮಯೋಗೇನ ಯೋಗಿನಾಂ ॥

ಶ್ರೀ ಭಗವಾನುವಾಚ:

ಹೇ ಅನಘನೆ, ನಾ ಹಿಂದೆಯೇ ಹೇಳಿದೆ

- ಈ ಲೋಕದಲಿದೆ ಎರಡು ವಿಧ ಶ್ರದ್ಧೆ

ಜ್ಞಾನಿಗಳಿಗೆ ಇಹುದು ಜ್ಞಾನವಿಧಾನ
ಯೋಗಿಗಳಿಗೋ ಕರ್ಮದನುಸಂಧಾನ

4.

ನ ಕರ್ಮಣಾಮನಾರಂಭಾನ್ನೈಷ್ಕರ್ಮ್ಯಂ ಪುರುಷೋಽಶ್ನುತೇ ।
ನ ಚ ಸಂನ್ಯಸನಾದೇವ ಸಿದ್ಧಿಂ ಸಮಧಿಗಚ್ಛತಿ ॥

ಕರ್ಮಗಳನ್ನು ತೊರೆದಾಗಲೇ ಒಡನೆ
ಪುರುಷಗೊದಗದು ನೈಷ್ಕರ್ಮ್ಯ ಸಾಧನೆ
ಆಚರಿಸಲು ಬರಿಯ ಕರ್ಮಸನ್ಯಾಸ
ಸಾಧಿಸಲು ಅಸಾಧ್ಯವು ಸಿದ್ಧಿವಿಶೇಷ

5.

ನ ಹಿ ಕಶ್ಚಿತ್ ಕ್ಷಣಮಪಿ ಜಾತು ತಿಷ್ಠತ್ಯಕರ್ಮಕೃತ್ ।
ಕಾರ್ಯತೇ ಹ್ಯವಶಃ ಕರ್ಮ ಸರ್ವಃ ಪ್ರಕೃತಿಜೈರ್ಗುಣೈಃ ॥

ಹುಟ್ಟಿದ ಗುಣಗಳು ದಟ್ಟಯಿಸುತ ಇರಲು
ಅಟ್ಟಿ ಬರುವುವು ಕರ್ಮಗಳು ನೀ ಹೊರಲು
ಮುಟ್ಟೆನು ಕೆಲಸ, ಬಿಟ್ಟೆನೆಂದೆಲ್ಲವನು
ಕಟ್ಟಿ ಕೈ ಇರಲಾಗದು ಕ್ಷಣ ನೀನು

6.

ಕರ್ಮೇಂದ್ರಿಯಾಣಿ ಸಂಯಮ್ಯ ಯ ಆಸ್ತೇ ಮನಸಾ ಸ್ಮರನ್ ।
ಇಂದ್ರಿಯಾರ್ಥಾನ್ ವಿಮೂಢಾತ್ಮಾ ಮಿಥ್ಯಾಚಾರಃ ಸ ಉಚ್ಯತೇ ॥

ಹೊರಗೆ ಇಂದ್ರಿಯಗಳ ಸಂಯಮಿಸಿ ಸಂತ
ಒಳಗಿರಲು ವಿಷಯ ಸ್ಮರಣೆಯಲಿ ನಿರತ
ವಿಮೂಢ ವ್ಯಕ್ತಿಯವ - ಮಿಥ್ಯಾಚಾರಿ
ಎನಲಾಗುವುದವನೆಡೆಗೆ ಬೆರಳು ತೋರಿ

7.

ಯಸ್ತ್ವಿಂದ್ರಿಯಾಣಿ ಮನಸಾ ನಿಯಮ್ಯಾರಭತೇಽರ್ಜುನ ।
ಕರ್ಮೇಂದ್ರಿಯೈಃ ಕರ್ಮಯೋಗಮಸಕ್ತಃ ಸ ವಿಶಿಷ್ಯತೇ ॥

ಬದಲು, ಇಂದ್ರಿಯಗಳನು, ಹೇ ಅರ್ಜುನ,
ಮಾಡುತಿರುತಲೆ ಮನದಿಂದ ನಿಯಂತ್ರಣ
ಫಲ ತೊರೆದು ಕರ್ಮಯೋಗದಲುದ್ಯುಕ್ತ
ವ್ಯಕ್ತಿಯೇ ಉತ್ತಮನು ಎನ್ನಲು ಸೂಕ್ತ

8.

ನಿಯತಂ ಕುರು ಕರ್ಮ ತ್ವಂ ಕರ್ಮ ಜ್ಯಾಯೋ ಹ್ಯಕರ್ಮಣಃ ।
ಶರೀರಯಾತ್ರಾಪಿ ಚ ತೇ ನ ಪ್ರಸಿದ್ಧ್ಯೇದಕರ್ಮಣಃ ॥

ನೀ ಮಾಡುತಲಿರು ನಿನ್ನ ನಿಯತ ಕರ್ಮ
ನಿಷ್ಕ್ರಿಯತೆಗಿಂತ ಕರ್ಮವೇ ಉತ್ತಮ
ಕಾಯಕವನ್ನು ಕೈಗೊಳದೆಯೇ ಇರುತ
ಆಗದು ಕಾಯವ ಕಾಪಾಡಲು ಸಹಿತ

9.

ಯಜ್ಞಾರ್ಥಾತ್ ಕರ್ಮಣೋಽನ್ಯತ್ರ ಲೋಕೋಽಯಂ ಕರ್ಮಬಂಧನಃ ।
ತದರ್ಥಂ ಕರ್ಮ ಕೌಂತೇಯ ಮುಕ್ತಸಙ್ಗಃ ಸಮಾಚರ ॥

ಯಜ್ಞವೆಂದೆಸಗುವ ಕರ್ಮಗಳ ವಿನಾ
ಅನ್ಯವುಗಳಿಂದುಂಟು ಕರ್ಮಬಂಧನ
ಯಜ್ಞವೆಂದೆನುತೆಸಗು ಕರ್ಮಾಚರಣೆ
ಫಲದಾಸೆಯ ತೊರೆದು, ಹೇ ಕೌಂತೇಯನೆ

10.

ಸಹಯಜ್ಞಾಃ ಪ್ರಜಾಃ ಸೃಷ್ಟ್ವಾ ಪುರೋವಾಚ ಪ್ರಜಾಪತಿಃ ।
ಅನೇನ ಪ್ರಸವಿಷ್ಯಧ್ವಮೇಷ ವೋಽಸ್ತ್ವಿಷ್ಟಕಾಮಧುಕ್ ॥

ಪ್ರಜೆಗಳ ಸಹಿತ ಯಜ್ಞಗಳ ಪೂರ್ವದಲಿ
ಸೃಜಿಸಿದನು ಪ್ರಜಾಪತಿ ಇಂತೆನುತಲಿ
“ಇದರಿಂದ ಹೊಂದಿರಿ ಸಮೃದ್ಧಿಯನೇ
ಪೂರೈಸುವುದಿದು ನಿಮ್ಮ ಇಷ್ಟಕಾಮನೆ-

11.

ದೇವಾನ್ ಭಾವಯತಾನೇನ ತೇ ದೇವಾ ಭಾವಯಂತು ವಃ ।
ಪರಸ್ಪರಂ ಭಾವಯಂತಃ ಶ್ರೇಯಃ ಪರಮವಾಪ್ಸ್ಯಥ ॥

-ಇವನು ನೀವಾಚರಿಸಲು ದೇವತೆಗಳು
ತೃಪ್ತಿಯನು ತಳೆದು ಒಲಿಯುತ ಕರುಣಿಸಲು
ಪರಸ್ಪರರಿಗಿಂತು ಸಂತಸವ ಕೊಡುತ
ಬಾಳಿರಿ ಪರಮ ಶ್ರೇಯವನು ಹೊಂದುತ

12.

ಇಷ್ಟಾನ್ ಭೋಗಾನ್ ಹಿ ವೋ ದೇವಾ ದಾಸ್ಯಂತೇ ಯಜ್ಞಭಾವಿತಾಃ ।
ತೈರ್ದತ್ತಾನಪ್ರದಾಯೈಭ್ಯೋ ಯೋ ಭುಙ್ಕ್ತೇ ಸ್ತೇನ ಏವ ಸಃ ॥

ಯಜ್ಞಗಳ ಮಾಡಲು ಆಗಿ ಸುಪ್ರೀತ
ದೇವತೆಗಳು ಇಷ್ಟ ಭೋಗಗಳ ಸಹಿತ
ನೀಡುವರು, ಅವರಿಂದ ತಾ ಬಂದುದನು
ಅರ್ಪಿಸದವರಿಗೆ ತಿಂಬುವನು ಕಳ್ಳನು”

13.

ಯಜ್ಞಶಿಷ್ಟಾಶಿನಃ ಸಂತೋ ಮುಚ್ಯಂತೇ ಸರ್ವಕಿಲ್ಬಿಷೈಃ ।
ಭುಂಜತೇ ತೇ ತ್ವಘಂ ಪಾಪಾ ಯೇ ಪಚಂತ್ಯಾತ್ಮಕಾರಣಾತ್ ॥

ಯಜ್ಞಶಿಷ್ಟವನು ಉಣ್ಣುತಲಿ ಸಂತರು
ಎಲ್ಲ ಪಾಪಗಳಿಂದ ಪಾರಾಗುವರು
ಪಾಪಿಗಳು ಯಾರು ತಮಗಷ್ಟೇ ಪಾಕ
ಮಾಡುವರೋ ಅವರುಣ್ಣುವರು ಪಾತಕ

14.

ಅನ್ನಾದ್ ಭವಂತಿ ಭೂತಾನಿ ಪರ್ಜನ್ಯಾದನ್ನಸಂಭವಃ ।
ಯಜ್ಞಾದ್ ಭವತಿ ಪರ್ಜನ್ಯೋ ಯಜ್ಞಃ ಕರ್ಮಸಮುದ್ಭವಃ ॥

ಅನ್ನದಿಂದಲೆ ಒಡಮೂಡುವುವು ಜೀವ
ಆಹಾರದ ಬೆಳೆ ಮಳೆಯಿಂದ ಸಂಭವ
ಯಜ್ಞವ ಮಾಡಲು ಉಂಟಾಗುವುದು ಮಳೆ
ಯಜ್ಞವ ನಿರ್ವಹಿಸುವುದು ಕರ್ಮಗಳೇ

15.

ಕರ್ಮ ಬ್ರಹ್ಮೋದ್ಭವಂ ವಿದ್ಧಿ ಬ್ರಹ್ಮಾಕ್ಷರಸಮುದ್ಭವಮ್ ।
ತಸ್ಮಾತ್ಸರ್ವಗತಂ ಬ್ರಹ್ಮ ನಿತ್ಯಂ ಯಜ್ಞೇ ಪ್ರತಿಷ್ಠಿತಮ್ ॥

ಕರ್ಮಗಳ ಉದ್ಭವವು ವೇದಗಳಿಂದ
ವೇದಗಳೋ ಅಕ್ಷರತತ್ವದ ಕಂದ
ಸರ್ವವ್ಯಾಪಿ ಬ್ರಹ್ಮವೇ ಶಾಶ್ವತ
ನೆಲೆಸುತ, ಯಜ್ಞಗಳಲ್ಲಿ ಪ್ರತಿಷ್ಠಿತ

16.

ಏವಂ ಪ್ರವರ್ತಿತಂ ಚಕ್ರಂ ನಾನುವರ್ತಯತೀಹ ಯಃ ।
ಅಘಾಯುರಿಂದ್ರಿಯಾರಾಮೋ ಮೋಘಂ ಪಾರ್ಥ ಸ ಜೀವತಿ ॥

ಇಂತು ಸುತ್ತುತಿರುವ ಚಕ್ರದ ಚಲನೆಗೆ
ಅನುವರ್ತಿಸಿ ನಡೆಯುತ ಬಾಳುವೀ ಬಗೆ
ತೊರೆಯುತ್ತ, ಇಂದ್ರಿಯ ಸುಖದಲೇ, ಪಾರ್ಥ,
ವಿರಮಿಸುವ ಪಾಪಿಯ ಜೀವನ ವ್ಯರ್ಥ

17.

ಯಸ್ತ್ವಾತ್ಮರತಿರೇವ ಸ್ಯಾದಾತ್ಮತೃಪ್ತಶ್ಚ ಮಾನವಃ ।
ಆತ್ಮನ್ಯೇವ ಚ ಸಂತುಷ್ಟಸ್ತಸ್ಯ ಕಾರ್ಯಂ ನ ವಿದ್ಯತೇ ॥

ಪರಂತು ಮಾನವ ಆತ್ಮತೃಪ್ತಿಯಲಿ
ಆತ್ಮದ ಅರಿವಿನಲಿ ಆತ್ಮರತಿಯಲ್ಲಿ
ಆತ್ಮದಲಿಯೇ ಆಗಿ ಆನಂದಮಯ
ನೆಲೆಸಿರಲು, ಅವನಿಗೆ ಇರದಾವ ಕಾರ್ಯ

18.

ನೈವ ತಸ್ಯ ಕೃತೇನಾರ್ಥೋ ನಾಕೃತೇನೇಹ ಕಶ್ಚನ ।
ನ ಚಾಸ್ಯ ಸರ್ವಭೂತೇಷು ಕಶ್ಚಿದರ್ಥವ್ಯಪಾಶ್ರಯಃ ॥

ಅವಗಿಲ್ಲ ಕೆಲಸದಲಿ ಸ್ವಂತ ಇಷ್ಟ
ಮಾಡದಿರಲೂ ಇರದಾವುದೇ ಕಷ್ಟ
ಯಾವ ಜೀವಿಗಳಲೂ ಸಹಾ ಅವಶ್ಯ
ಎಂದೂ ಅವಗಿರದು ಪಡೆಯಲು ಆಶ್ರಯ

19.

ತಸ್ಮಾದಸಕ್ತಃ ಸತತಂ ಕಾರ್ಯಂ ಕರ್ಮ ಸಮಾಚರ ।
ಅಸಕ್ತೋ ಹ್ಯಾಚರನ್ ಕರ್ಮ ಪರಮಾಪ್ನೋತಿ ಪೂರುಷಃ ॥

ಹೀಗಿರಲು ತಾನು ತೊರೆಯುತ ಫಲದಾಶೆ
ಕರ್ತವ್ಯವೆನುತ ಕರ್ಮವ ಆಚರಿಸೆ,
ಪುರುಷನು ಪಡೆಯುವಾ ಪದವಿಹುದು ಪರಮ
ಫಲದ ನಂಟಿಗಂಟದೇ ಮಾಡಿ ಕರ್ಮ

20.

ಕರ್ಮಣೈವ ಹಿ ಸಂಸಿದ್ಧಿಮಾಸ್ಥಿತಾ ಜನಕಾದಯಃ ।
ಲೋಕಸಂಗ್ರಹಮೇವಾಪಿ ಸಂಪಶ್ಯನ್ ಕರ್ತುಮರ್ಹಸಿ ॥

ಕರ್ಮದ ಹಾದಿಯ ಹಿಡಿದೇ ಜನಕಾದಿ
ಗಣ್ಯರೂ ಕೂಡ ಪಡೆದರು ಸಂಸಿದ್ಧಿ
ಲೋಕದ ಜನರಿಗೆ ದಾರಿ ತೋರಲು ಸಹ
ಕಾರ್ಯವೆಸಗಲು ನೀನು ಆಗುವೆ ಅರ್ಹ

21.

ಯದ್ಯದಾಚರತಿ ಶ್ರೇಷ್ಠಸ್ತತ್ತದೇವೇತರೋ ಜನಃ ।
ಸ ಯತ್ ಪ್ರಮಾಣಂ ಕುರುತೇ ಲೋಕಸ್ತದನುವರ್ತತೇ ॥

ಯಾವುದೆಲ್ಲ ಆಚರಿಪರೋ ಶ್ರೇಷ್ಠರು
ತಾವದನು ಕೈಗೊಳುವರು ಸಾಮಾನ್ಯರು
ಉತ್ತಮ ಮಾಡುವ ಕಾರ್ಯವು ನಿದರ್ಶನ
ಎಂದೇ ಲೋಕ ಗೈಯುವುದು ಅನುಸರಣ

22.

ನ ಮೇ ಪಾರ್ಥಾಸ್ತಿ ಕರ್ತವ್ಯಂ ತ್ರಿಷು ಲೋಕೇಷು ಕಿಞ್ಚನ ।
ನಾನವಾಪ್ತಮವಾಪ್ತವ್ಯಂ ವರ್ತ ಏವ ಚ ಕರ್ಮಣಿ ॥

ಮೂರು ಲೋಕದೊಳಗಾವ ರೀತಿಯಲೂ
ಇರದು ಎನಗಾವ ಕರ್ತವ್ಯ ಮಾಡಲು
ಇರದುದು ಪಡೆಯುವುದು ಇರದೆನಗೇನೂ
ಆದರೂ ಕರ್ಮದಲಿ ತೊಡಗಿಹೆ ನಾನು

23.

ಯದಿ ಹ್ಯಹಂ ನ ವರ್ತೇಯಂ ಜಾತು ಕರ್ಮಣ್ಯತಂದ್ರಿತಃ ।
ಮಮ ವರ್ತ್ಮಾನುವರ್ತಂತೇ ಮನುಷ್ಯಾಃ ಪಾರ್ಥ ಸರ್ವಶಃ ॥

ಆದರೆ ನಾನೇ ಎಚ್ಚರದಿಂದಲಿ
ಕರ್ಮವನು ನಿರತವೂ ಆಚರಿಸುತಲಿ
ಇರದಿರಲು ನನ್ನ ದಾರಿಯನೇ ಪೂರ್ತ
ಅನುಸರಿಸುವರು ಮನುಷ್ಯರು, ಹೇ ಪಾರ್ಥ

24.

ಉತ್ಸೀದೇಯುರಿಮೇ ಲೋಕಾ ನ ಕುರ್ಯಾಂ ಕರ್ಮ ಚೇದಹಮ್ ।
ಸಂಕರಸ್ಯ ಚ ಕರ್ತಾ ಸ್ಯಾಮುಪಹನ್ಯಾಮಿಮಾಃ ಪ್ರಜಾಃ ॥

ಕರ್ಮಗಳನು ನಾನು ಮಾಡದಿರಲಾಗ
ವಿನಾಶವಾಗುವುದು ಈ ಎಲ್ಲಾ ಜಗ
ಸಂಕರಕರ್ತ ಕೂಡ ನಾನಾಗುವೆನು
ಈ ಜೀವಿಗಳೆಡವಲು ಎಡೆಯಾಗುವೆನು

25.

ಸಕ್ತಾಃ ಕರ್ಮಣ್ಯವಿದ್ವಾಂಸೋ ಯಥಾ ಕುರ್ವಂತಿ ಭಾರತ ।
ಕುರ್ಯಾದ್ ವಿದ್ವಾಂಸ್ತಥಾಸಕ್ತಶ್ಚಿಕೀರ್ಷುರ್ಲೋಕಸಙ್ಗ್ರಹಮ್ ॥

ಅಜ್ಞಾನಿಗಳು ಫಲಾಸಕ್ತಿಯ ಸಹಿತ
ಎಂತು ಕರ್ಮನಿರತರೋ, ಹೇ ಭಾರತ,
ಅಂತೇ ಜ್ಞಾನಿಗಳು ಅನಾಸಕ್ತಿಯಲಿ
ಲೋಕವನು ತಿದ್ದಲು ಆಚರಿಸುತಿರಲಿ

26.

ನ ಬುದ್ಧಿಭೇದಂ ಜನಯೇದಜ್ಞಾನಾಂ ಕರ್ಮಸಙ್ಗಿನಾಮ್ ।
ಜೋಷಯೇತ್ ಸರ್ವಕರ್ಮಾಣಿ ವಿದ್ವಾನ್ ಯುಕ್ತಃ ಸಮಾಚರನ್ ॥

ಅಂಟಿಕೊಂಡಿರುತ ಫಲಕೆಂದು ಕರ್ಮಕೆ
ಆಚರಿಸುವ ಅಜ್ಞಾನಿಗಳ ನಂಬಿಕೆ
ನಲುಗಿಸದೆ ಸರ್ವಕರ್ಮಗಳಲಿ ನಿರತ
ಇರಬೇಕು, ಜ್ಞಾನಿ ಪ್ರೇರಣೆ ಕೊಡುತ

27.

ಪ್ರಕೃತೇಃ ಕ್ರಿಯಮಾಣಾನಿ ಗುಣೈಃ ಕರ್ಮಾಣಿ ಸರ್ವಶಃ ।
ಅಹಂಕಾರವಿಮೂಢಾತ್ಮಾ ಕರ್ತಾಹಮಿತಿ ಮನ್ಯತೇ ॥

ಪ್ರಕೃತಿಯ ಗುಣಗಳಿಂದ ಎಲ್ಲ ತರಹ
ಕರ್ಮಗಳೂ ಮಾಡಲ್ಪಡುವುವು ಸಹಾ
ಹಮ್ಮನು ಭ್ರಮೆಯನು ಹೊದ್ದ ಚೇತನಕೆ
ತಾನೇ ಕರ್ತನೆಂದೆಂಬ ಕನವರಿಕೆ

28.

ತತ್ತ್ವವಿತ್ತು ಮಹಾಬಾಹೋ ಗುಣಕರ್ಮವಿಭಾಗಯೋಃ ।
ಗುಣಾ ಗುಣೇಷು ವರ್ತಂತ ಇತಿ ಮತ್ವಾ ನ ಸಜ್ಜತೇ ॥

ಆದರೆ ಮಹಾಬಾಹುವೇ, ಗುಣಕರ್ಮ
ವಿಭಾಗದ ಸತ್ಯವ ಅರಿತವನು, ತಮ್ಮ
ಗುಣಗಳೇ ಗುಣಗಳಲಿ ತೊಡಗುವವೆನುತ
ತಿಳಿದು ಅವುಗಳಲಿ ಆಗನು ಅನುರಕ್ತ

29.

ಪ್ರಕೃತೇರ್ಗುಣಸಂಮೂಢಾಃ ಸಜ್ಜಂತೇ ಗುಣಕರ್ಮಸು ।
ತಾನಕೃತ್ಸ್ನವಿದೋ ಮಂದಾನ್ ಕೃತ್ಸ್ನವಿನ್ನ ವಿಚಾಲಯೇತ್ ॥

ಪ್ರಕೃತಿಯ ಗುಣಗಳಿಂದ ಮೂಢನಿರಲು
ನಿರತನು ಮಂದಮತಿಯು ಗುಣಕರ್ಮದೊಳು
ಹೊಂದಿರಲು ವಿವೇಕಿ ನಿಜಜ್ಞಾನವನು
ವಿಚಲಿಸಕೂಡದಾ ಅಜ್ಞಾನಿಗಳನು

30.

ಮಯಿ ಸರ್ವಾಣಿ ಕರ್ಮಾಣಿ ಸಂನ್ಯಸ್ಯಾಧ್ಯಾತ್ಮಚೇತಸಾ ।
ನಿರಾಶೀರ್ನಿರ್ಮಮೋ ಭೂತ್ವಾ ಯುಧ್ಯಸ್ವ ವಿಗತಜ್ವರಃ ॥

ಸರ್ವಕರ್ಮಗಳನು ಅರ್ಪಿಸುತಲೆನಗೆ
ನಿಲುತ ಹಂಬಲ ಮಮಕಾರಗಳಾಚೆಗೆ
ಆತ್ಮಜ್ಞಾನದ ಪ್ರಜ್ಞೆಯಲಿ ತೊಡಗು
ತೊರೆದು ಜಡತೆಯನ್ನು ಹೋರಲನುವಾಗು

31.

ಯೇ ಮೇ ಮತಮಿದಂ ನಿತ್ಯಮನುತಿಷ್ಠಂತಿ ಮಾನವಾಃ ।
ಶ್ರದ್ಧಾವಂತೋಽನಸೂಯಂತೋ ಮುಚ್ಯಂತೇ ತೇಽಪಿ ಕರ್ಮಭಿಃ ॥

ನಿತ್ಯವೂ ಮನುಜರು ನನ್ನೀ ಬೋಧನೆ
ಸೂಕ್ತವೆಂದರಿತು ತಪ್ಪದೇ ಪಾಲನೆ
ಭಕ್ತಿಯಲಿ ಮಾಡಲು ಅವರೆಲ್ಲ ಸಹಿತ
ಕರ್ಮಬಂಧನದಿಂದಾಗುವರು ಮುಕ್ತ

32.

ಯೇ ತ್ವೇತದಭ್ಯಸೂಯಂತೋ ನಾನುತಿಷ್ಠಂತಿ ಮೇ ಮತಮ್ ।
ಸರ್ವಜ್ಞಾನವಿಮೂಢಾಂಸ್ತಾನ್ ವಿದ್ಧಿ ನಷ್ಟಾನಚೇತಸಃ ॥

ಆಕ್ಷೇಪವ ಈ ಬೋಧನೆಯಲರಸುತ
ಉಪೇಕ್ಷಿಸಿ ಕ್ರಮದಲನುಸರಿಸದಾತ
ಎಲ್ಲ ತಿಳಿವಿಗೆರವಾದವನೆಂದು ತಿಳಿ
ವಿನಾಶವದಷ್ಟೇ ಉಳಿವುದವನ ಬಳಿ

33.

ಸದೃಶಂ ಚೇಷ್ಟತೇ ಸ್ವಸ್ಯಾಃ ಪ್ರಕೃತೇರ್ಜ್ಞಾನವಾನಪಿ ।
ಪ್ರಕೃತಿಂ ಯಾನ್ತಿ ಭೂತಾನಿ ನಿಗ್ರಹಃ ಕಿಂ ಕರಿಷ್ಯತಿ ॥

ಸಂತ ಸಹ ಸ್ವಂತ ಪ್ರಕೃತಿಯ ಪರಿ
ನಡೆಯುವನು ಆಚರಿಸಿ ಕಾರ್ಯವೈಖರಿ
ಪ್ರಕೃತಿಯಂತೇ ಇರೆ ಜೀವಿಗಳೆಲ್ಲ
ಬರಿದೇ ನಿಗ್ರಹದಿಂದ ಅದಾವ ಫಲ?

34.

ಇಂದ್ರಿಯಸ್ಯೇಂದ್ರಿಯಸ್ಯಾರ್ಥೇ ರಾಗದ್ವೇಷೌ ವ್ಯವಸ್ಥಿತೌ ।
ತಯೋರ್ನ ವಶಮಾಗಚ್ಛೇತ್ ತೌ ಹ್ಯಸ್ಯ ಪರಿಪಂಥಿನೌ ॥

ಇಂದ್ರಿಯಗಳು ಇಂದ್ರಿಯವಿಷಯಗಳಲ್ಲಿ
ಸಹಜದಲಿವೆ ರಾಗದ್ವೇಷ ವಶದಲಿ
ಬಲಿಯಾಗಬಾರದು ಅವುಗಳಿಗೆ ಸಿಕ್ಕಿ
ಅವು ನಿಲುವುವು ದಾರಿಗೆ ಅಡ್ಡವಿಕ್ಕಿ

35.

ಶ್ರೇಯಾನ್ ಸ್ವಧರ್ಮೋ ವಿಗುಣಃ ಪರಧರ್ಮಾತ್ ಸ್ವನುಷ್ಠಿತಾತ್ ।
ಸ್ವಧರ್ಮೇ ನಿಧನಂ ಶ್ರೇಯಃ ಪರಧರ್ಮೋ ಭಯಾವಹಃ ॥

ಸ್ವಧರ್ಮವು ಪಾಲನೆಯಲಿ ಕುಂದಿರಲೂ
ಸರಿ ಪಾಲಿಸಿದ ಪರಧರ್ಮಕೂ ಮಿಗಿಲು
ಸ್ವಧರ್ಮದಲೇ ಸಾವಾದರೂ ಮೇಲು
ಪರಧರ್ಮಕೆಳಸಲು ಭಯವಿಹುದು ಬಾಳು

36.

ಅರ್ಜುನ ಉವಾಚ ।
ಅಥ ಕೇನ ಪ್ರಯುಕ್ತೋಽಯಂ ಪಾಪಂ ಚರತಿ ಪೂರುಷಃ ।
ಅನಿಚ್ಛನ್ನಪಿ ವಾರ್ಷ್ಣೇಯ ಬಲಾದಿವ ನಿಯೋಜಿತಃ ॥

ಅರ್ಜುನ ಉವಾಚ:
ಪಾಪವನು ಮಾಡುವುದಾವ ಪ್ರಯುಕ್ತ?
ಇಚ್ಛೆ ಇರದೆಯೂ ಮನುಜ ಪ್ರಚೋದಿತ
ಎಂಬಂತೆ ಎಸಗುವನು ಸಲ್ಲದ ಕಾರ್ಯ
ಯಾವುದರಿಂದ ಹೀಗಿಹುದು ವಾರ್ಷ್ಣೇಯ?

37.

ಶ್ರೀಭಗವಾನುವಾಚ ।
ಕಾಮ ಏಷ ಕ್ರೋಧ ಏಷ ರಜೋಗುಣಸಮುದ್ಭವಃ ।
ಮಹಾಶನೋ ಮಹಾಪಾಪ್ಮಾ ವಿದ್ಧ್ಯೇನಮಿಹ ವೈರಿಣಮ್ ॥

ಶ್ರೀ ಭಗವಾನುವಾಚ:
ಕಾಮವದು, ರಜೋಗುಣದಲದರ ಹುಟ್ಟು
ಮತ್ತದರದೇ ರೂಪಾಂತರವು ಸಿಟ್ಟು
ತಿಂದಷ್ಟೂ ತೀರದು ಬಯಕೆಯ ಹಸಿವು
ಇಹದಲಿದು ವೈರಿ, ಪಾಪಕೆ ಇದು ತಾವು

38.

ಧೂಮೇನಾವ್ರಿಯತೇ ವಹ್ನಿರ್ಯಥಾದರ್ಶೋ ಮಲೇನ ಚ ।
ಯಥೋಲ್ಬೇನಾವೃತೋ ಗರ್ಭಸ್ತಥಾ ತೇನೇದಮಾವೃತಮ್ ॥

ಹೊಗೆಯು ಅಗ್ನಿಯನು ಆವರಿಸುವ ಹಾಗೆ
ಕೊಳೆಯು ಕನ್ನಡಿಯನು ಕವಿದಿರುವ ಹಾಗೆ
ಗರ್ಭವು ಭ್ರೂಣವನು ಮುಚ್ಚುವ ಹಾಗೆ
ಜೀವಿಯು ಕಾಮದಲಿ ಆವೃತನಿಹ ಬಗೆ

39.

ಆವೃತಂ ಜ್ಞಾನಮೇತೇನ ಜ್ಞಾನಿನೋ ನಿತ್ಯವೈರಿಣಾ ।
ಕಾಮರೂಪೇಣ ಕೌಂತೇಯ ದುಷ್ಪೂರೇಣಾನಲೇನ ಚ ॥

ಜ್ಞಾನಿಯ ಜ್ಞಾನವನಾವರಿಸುತಲಿದು
ಕಾಮದ ರೂಪದ ನಿತ್ಯಶತ್ರುವಿಹುದು
ದಾಹದ ಕೊನೆಯನೇ ಕಾಣದ ದಳ್ಳುರಿ
ಎಂದು ಇದನು ಕೌಂತೇಯನೇ ನೀನರಿ

40.

ಇಂದ್ರಿಯಾಣಿ ಮನೋ ಬುದ್ಧಿರಸ್ಯಾಧಿಷ್ಠಾನಮುಚ್ಯತೇ ।
ಏತೈರ್ವಿಮೋಹಯತ್ಯೇಷ ಜ್ಞಾನಮಾವೃತ್ಯ ದೇಹಿನಮ್ ॥

ಇಂದ್ರಿಯ, ಬುದ್ಧಿ, ಮನಸು – ಇವು ನೆಲೆದಾಣ
-ಎಂದೆನುವರು, ಕಾಮನೆಗೆ ಅವೇ ಸ್ಥಾನ
ತನ್ಮೂಲಕ ದೇಹಿಯ ಅರಿವನು ಮುಸುಕಿ
ಕಂಗೆಡಿಸುವವು ಅವು ಭ್ರಮೆಯಲಿ ನೂಕಿ

41.

ತಸ್ಮಾತ್ ತ್ವಮಿಂದ್ರಿಯಾಣ್ಯಾದೌ ನಿಯಮ್ಯ ಭರತರ್ಷಭ ।
ಪಾಪ್ಮಾನಂ ಪ್ರಜಹಿ ಹ್ಯೇನಂ ಜ್ಞಾನವಿಜ್ಞಾನನಾಶನಮ್ ॥

ಅದರಿಂದಾಗಿ ನೀ, ಹೇ ಭರತರ್ಷಭ,
ಮಾಡು ಇಂದ್ರಿಯ ನಿಯಂತ್ರಣದಾರಂಭ
ಒದ್ದೋಡಿಸುತ ಈ ಪಾಪದಾಯಕನ
ಜ್ಞಾನ-ವಿಜ್ಞಾನದ ನಾಶಕಾರಕನ

42.

ಇಂದ್ರಿಯಾಣಿ ಪರಾಣ್ಯಾಹುರಿಂದ್ರಿಯೇಭ್ಯಃ ಪರಂ ಮನಃ ।
ಮನಸಸ್ತು ಪರಾ ಬುದ್ಧಿರ್ಯೋ ಬುದ್ಧೇಃ ಪರತಸ್ತು ಸಃ

ಹೇಳುತಿಹರು ಇಂದ್ರಿಯಗಳೇ ವಿಶಿಷ್ಟ
ಮನಸು ಇಂದ್ರಿಯಗಳಿಗಿಂತಲೂ ಶ್ರೇಷ್ಠ
ಮನಸಿಗಿಂತಲೂ ಬುದ್ಧಿಗೆ ಬಲು ಗರಿಮೆ
ಬುದ್ಧಿಯನು ಮೀರಿ ಆತ್ಮನಿಗೇ ಹಿರಿಮೆ

43.

ಏವಂ ಬುದ್ಧೇಃ ಪರಂ ಬುದ್ಧ್ವಾ ಸಂಸ್ತಭ್ಯಾತ್ಮಾನಮಾತ್ಮನಾ ।
ಜಹಿ ಶತ್ರುಂ ಮಹಾಬಾಹೋ ಕಾಮರೂಪಂ ದುರಾಸದಮ್ ॥

ಇಂತು ಬುದ್ದಿಗೂ ಹಿರಿದಿರುವುದಕೆಳಸಿ
ಅರಿತು ಅದರಲೇ ಮನವ ಸ್ಥಿರಗೊಳಿಸಿ
ಜಯಿಸು ಈ ಕಾಮರೂಪದಲಿರುವ ಬಹು
ದುರ್ದಮ ವೈರಿಯನು, ಹೇ ಮಹಾಬಾಹು

ಓಂ ತತ್ಸದಿತಿ ಶ್ರೀಮದ್ಭಗವದ್ಗೀತಾಸೂಪನಿಷತ್ಸು
ಬ್ರಹ್ಮವಿದ್ಯಾಯಾಂ ಯೋಗಶಾಸ್ತ್ರೇ ಶ್ರೀಕೃಷ್ಣಾರ್ಜುನಸಂವಾದೇ
ಕರ್ಮಯೋಗೋ ನಾಮ ತೃತೀಯೋಧ್ಯಾಯಃ ॥

ಚತುರ್ಥಾಧ್ಯಾಯ:

ಜ್ಞಾನಕರ್ಮಸನ್ಯಾಸಯೋಗ

1.

ಶ್ರೀಭಗವಾನುವಾಚ ।
ಇಮಂ ವಿವಸ್ವತೇ ಯೋಗಂ ಪ್ರೋಕ್ತವಾನಹಮವ್ಯಯಮ್ ।
ವಿವಸ್ವಾನ್ ಮನವೇ ಪ್ರಾಹ ಮನುರಿಕ್ಷ್ವಾಕವೇಬ್ರವೀತ್ ॥

ಶ್ರೀಭಗವಾನುವಾಚ :
ಅವ್ಯಯವೀ ಯೋಗವನ್ನು ನನ್ನಿಂದ
ವಿವಸ್ವಾನನು ಉಪದೇಶವನು ಪಡೆದ
ವಿವಸ್ವಾನನಿದನು ಮನುವಿಗೆ ಹೇಳಿದ
ಇಕ್ಷ್ವಾಕುವಿಗೆ ಮನುವು ಉಪದೇಶಿಸಿದ

2.

ಏವಂ ಪರಂಪರಾಪ್ರಾಪ್ತಮಿಮಂ ರಾಜರ್ಷಯೋ ವಿದುಃ ।
ಸ ಕಾಲೇನೇಹ ಮಹತಾ ಯೋಗೋ ನಷ್ಟಃ ಪರಂತಪ ॥

ಹೀಗೆ ಪ್ರಾಪ್ತವಿರಲು ಪರಂಪರೆಯಲಿ
ರಾಜರ್ಷಿಗಳೀ ಜ್ಞಾನ ಗ್ರಹಿಸುತಲಿ
ಕಾಲಕ್ರಮದಲ್ಲಿ ಇಹೆಯಿಂದ ಲೋಪ
ಆಯಿತೀ ಮಹಾಯೋಗವು, ಪರಂತಪ

3.

ಸ ಏವಾಯಂ ಮಯಾ ತೇದ್ಯ ಯೋಗಃ ಪ್ರೋಕ್ತಃ ಪುರಾತನಃ ।
ಭಕ್ತೋಽಸಿ ಮೇ ಸಖಾ ಚೇತಿ ರಹಸ್ಯಂ ಹ್ಯೇತದುತ್ತಮಮ್ ॥

ಮತ್ತದೇ ಪುರಾತನಯೋಗವೆ ಇಂದು
ನೀನೆನ್ನ ಭಕ್ತ, ಸ್ನೇಹಿತನು ಎಂದು

ನನ್ನಿಂದ ನಿನಗೆ ಹೇಳಲ್ಪಡುತಲಿದೆ

ಉತ್ತಮವಾದ ರಹಸ್ಯವು ಇದಾಗಿದೆ

4.

ಅರ್ಜುನ ಉವಾಚ ।

ಅಪರಂ ಭವತೋ ಜನ್ಮ ಪರಂ ಜನ್ಮ ವಿವಸ್ವತಃ ।

ಕಥಮೇತದ್ವಿಜಾನೀಯಾಂ ತ್ವಮಾದೌ ಪ್ರೋಕ್ತವಾನಿತಿ ॥

ಅರ್ಜುನ ಉವಾಚ :

ವಿವಸ್ವತನ ಜನ್ಮವಾದುದು ಮೊದಲಲಿ

ನಿನ್ನ ಜನ್ಮವಾಯಿತು ಅನಂತರದಲಿ

ನೀನವನಿಗೆ ನುಡಿದೆಯೆನಲು ಆದಿಯಲಿ

ನಾನು ಅದರ ಅರ್ಥವದೆಂತು ತಿಳಿಯಲಿ

5.

ಶ್ರೀಭಗವಾನುವಾಚ ।

ಬಹೂನಿ ಮೇ ವ್ಯತೀತಾನಿ ಜನ್ಮಾನಿ ತವ ಚಾರ್ಜುನ ।

ತಾನ್ಯಹಂ ವೇದ ಸರ್ವಾಣಿ ನ ತ್ವಂ ವೇತ್ಥ ಪರಂತಪ ॥

ಶ್ರೀ ಭಗವಾನುವಾಚ :

ಬಹುವಾಗಿ ಕಳೆದಾಯ್ತು ನನ್ನಯ ಜನನ

ನಿನಗೂ ಅಂತೆಯೇ ಗತಿಸಿವೆ ಅರ್ಜುನ

ಅವೆಲ್ಲವೂ ಸಹ ನನಗಿರುವುದು ವೇದ್ಯ

ಪರಂತಪನೇ ನೀ ಅರಿತಿರಲಸಾಧ್ಯ

6.

ಅಜೋಪಿ ಸನ್ನವ್ಯಯಾತ್ಮಾ ಭೂತಾನಾಮೀಶ್ವರೋಪಿ ಸನ್ ।

ಪ್ರಕೃತಿಂ ಸ್ವಾಮಧಿಷ್ಠಾಯ ಸಂಭವಾಮ್ಯಾತ್ಮಮಾಯಯಾ ॥

ನಾನು ಅಜನೂ ಅವ್ಯಯನೂ ಇರಲೂ

ಜೀವಿಗಳ ಈಶ್ವರನೂ ಆಗಿರಲೂ

ನನ್ನಂಕೆಯ ಪ್ರಕೃತಿಯ ಬಲದಿಂದ
ಅವತರಿಸುವೆ ನನ್ನದೇ ಮಾಯೆಯಿಂದ

7.

ಯದಾ ಯದಾ ಹಿ ಧರ್ಮಸ್ಯ ಗ್ಲಾನಿರ್ಭವತಿ ಭಾರತ ।
ಅಭ್ಯುತ್ಥಾನಮಧರ್ಮಸ್ಯ ತದಾತ್ಮಾನಂ ಸೃಜಾಮ್ಯಹಮ್ ॥

ಎಂದು ತೋರುವುದೋ ಧರ್ಮದ ಅವನತಿ
ಎಂದು ಪಡೆವುದೋ ಅಧರ್ಮವು ಉನ್ನತಿ
ಆ ಕಾಲದಲಿ ನಾನೇ, ಹೇ ಭಾರತ
ಅವತಾರವನು ತಳೆದಾಗುವೆ ವ್ಯಕ್ತ

8.

ಪರಿತ್ರಾಣಾಯ ಸಾಧೂನಾಂ ವಿನಾಶಾಯ ಚ ದುಷ್ಕೃತಾಮ್ ।
ಧರ್ಮಸಂಸ್ಥಾಪನಾರ್ಥಾಯ ಸಂಭವಾಮಿ ಯುಗೇ ಯುಗೇ ॥

ಸಾಧು-ಸಜ್ಜನರನು ಮಾಡಲುದ್ಧಾರ
ವಿನಾಶಗೊಳಿಸಲೆಂದೆಣಿಸಿ ದುರ್ಜನರ
ಧರ್ಮವನು ಸ್ಥಾಪಿಸಲೋಸುಗ ಮರಳಿ
ಅವತರಿಸುತ ತೋರುವೆ ಯುಗಯುಗಗಳಲಿ

9.

ಜನ್ಮ ಕರ್ಮ ಚ ಮೇ ದಿವ್ಯಮೇವಂ ಯೋ ವೇತ್ತಿ ತತ್ತ್ವತಃ ।
ತ್ಯಕ್ತ್ವಾ ದೇಹಂ ಪುನರ್ಜನ್ಮ ನೈತಿ ಮಾಮೇತಿ ಸೋಽರ್ಜುನ ॥

ನನ್ನೀ ಅಲೌಕಿಕ ಜನ್ಮವ, ಕಾರ್ಯವ
ಇಂತು ಯಥಾರ್ಥದಲ್ಲಿ ತಿಳಿದಾತನವ
ತೊರೆಯಲು ದೇಹ ಇರದವಗೆ ಮರು ಜನನ
ನನ್ನನ್ನೇ ಹೊಂದುವನು, ತಿಳಿ ಅರ್ಜುನ

10.

ವೀತರಾಗಭಯಕ್ರೋಧಾ ಮನ್ಮಯಾ ಮಾಮುಪಾಶ್ರಿತಾಃ ।
ಬಹವೋ ಜ್ಞಾನತಪಸಾ ಪೂತಾ ಮದ್ಭಾವಮಾಗತಾಃ ॥

ಕೆಲವರು ರಾಗಭಯಕ್ರೋಧವ ಬಿಟ್ಟು
ಶರಣಾಗಿ ನನ್ನಲ್ಲಿಯೇ ಮನವಿಟ್ಟು
ಜ್ಞಾನದ ತಪಸಿನಲಿ ಪರಿಶುದ್ಧರಾಗಿ
ನನ್ನ ಭಾವವ ಹೊಂದಿದರು ಒಂದಾಗಿ

11.

ಯೇ ಯಥಾ ಮಾಂ ಪ್ರಪದ್ಯಂತೇ ತಾಂಸ್ತಥೈವ ಭಜಾಮ್ಯಹಮ್ ।
ಮಮ ವರ್ತ್ಮಾನುವರ್ತಂತೇ ಮನುಷ್ಯಾಃ ಪಾರ್ಥ ಸರ್ವಶಃ ॥

ಯಾರು ಎಂತೆಲ್ಲ ಸೇವಿಸುವರೊ ಎನ್ನ
ಅಂತೇ ನಾ ಅನುಗ್ರಹಿಸುವೆನು ಅವನ
ನಡೆಯುವ ಸರ್ವ ದಾರಿಗಳಲೂ, ಪಾರ್ಥ
ಎಲ್ಲ ಮನುಜರೂ ಬರುವರು ನನ್ನತ್ತ

12.

ಕಾಂಕ್ಷಂತಃ ಕರ್ಮಣಾಂ ಸಿದ್ಧಿಂ ಯಜಂತ ಇಹ ದೇವತಾಃ ।
ಕ್ಷಿಪ್ರಂ ಹಿ ಮಾನುಷೇ ಲೋಕೇ ಸಿದ್ಧಿರ್ಭವತಿ ಕರ್ಮಜಾ ॥

ಅಪೇಕ್ಷಿಸುತ ಸಿದ್ಧಿಯನು ಕರ್ಮಗಳಲಿ
ದೇವತೆಗಳನು ಪೂಜಿಸುವರು ಇಳೆಯಲಿ
ಮನುಜಲೋಕದಲಿ ಬಲುಬೇಗನೆ ಫಸಲು
ಕೈಗೂಡುತ್ತದೆ ಕರ್ಮವನು ಕೈಗೊಳಲು

13.

ಚಾತುರ್ವರ್ಣ್ಯಂ ಮಯಾ ಸೃಷ್ಟಂ ಗುಣಕರ್ಮವಿಭಾಗಶಃ ।
ತಸ್ಯ ಕರ್ತಾರಮಪಿ ಮಾಂ ವಿದ್ಧ್ಯಕರ್ತಾರಮವ್ಯಯಮ್ ॥

ಗುಣ-ಕರ್ಮಗಳ ವಿಭಾಗದಲಿ ದೃಷ್ಟಿ
ಇಟ್ಟು ನಾ ಗೈದೆ ಚತುರ್ವರ್ಣ ಸೃಷ್ಟಿ
ಅದರ ಕರ್ತಾರನಾದರೂ, ನಿಜದಲಿ
ಅವ್ಯಯ ನಾನು, ಮಾಡದವನೆಂದು ತಿಳಿ

14.

ನ ಮಾಂ ಕರ್ಮಾಣಿ ಲಿಂಪಂತಿ ನ ಮೇ ಕರ್ಮಫಲೇ ಸ್ಪೃಹಾ ।
ಇತಿ ಮಾಂ ಯೋಭಿಜಾನಾತಿ ಕರ್ಮಭಿರ್ನ ಸ ಬಧ್ಯತೇ ॥

ಕರ್ಮಗಳು ನನ್ನನ್ನು ಅಂಟುವುದಿಲ್ಲ
ಕರ್ಮಫಲಗಳ ಬಯಕೆಯೂ ನನಗಿಲ್ಲ
ಇಂತೆಂದು ಎನ್ನ ಅರಿತಿರುವವ ತಾನು
ಕರ್ಮದ ಸೆರೆಯಲ್ಲಿ ಸಿಲುಕಿಸಿಕೊಳ್ಳನು

15.

ಏವಂ ಜ್ಞಾತ್ವಾ ಕೃತಂ ಕರ್ಮ ಪೂರ್ವೈರಪಿ ಮುಮುಕ್ಷುಭಿಃ ।
ಕುರು ಕರ್ಮೈವ ತಸ್ಮಾತ್ ತ್ವಂ ಪೂರ್ವೈಃ ಪೂರ್ವತರಂ ಕೃತಮ್ ॥

ಹೀಗೆ ಪೂರ್ವದಲೇ ಮುಮುಕ್ಷುಗಳಿಂದ
ತಿಳಿಯಲುಪಡುತ್ತ ಆಚರಣೆಗೆ ಬಂದ
ಪುರಾತನ ಪೂರ್ವಜರು ನಡೆಸಿದ ತರಹ
ಕರ್ಮಗಳನು ಆಚರಿಸು ನೀನೂ ಸಹ

16.

ಕಿಂ ಕರ್ಮ ಕಿಮಕರ್ಮೇತಿ ಕವಯೋಪ್ಯತ್ರ ಮೋಹಿತಾಃ ।
ತತ್ತೇ ಕರ್ಮ ಪ್ರವಕ್ಷ್ಯಾಮಿ ಯಜ್ ಜ್ಞಾತ್ವಾ ಮೋಕ್ಷ್ಯಸೇಶುಭಾತ್ ॥

ಯಾವುದು ಅಕರ್ಮವು ಯಾವುದು ಕರ್ಮವು
ಬಲ್ಲವರೂ ಈ ಗೊಂದಲದಲಿ ತಾವು
ಇರುತಿರಲು ಕರ್ಮವನು ವಿವರಿಸಿ ಅರುಹುವೆ
ತಿಳಿದು ನೀನು ಕೇಡಿಂದ ಪಾರಾಗುವೆ

17.
ಕರ್ಮಣೋ ಹ್ಯಪಿ ಬೋದ್ಧವ್ಯಂ ಬೋದ್ಧವ್ಯಂ ಚ ವಿಕರ್ಮಣಃ ।
ಅಕರ್ಮಣಶ್ಚ ಬೋದ್ಧವ್ಯಂ ಗಹನಾ ಕರ್ಮಣೋ ಗತಿಃ ॥

ಅರಿಯುವುದು ಬಹಳ ಕಠಿಣ ಕರ್ಮದ ಬಗೆ
ತಿಳಿಯಬೇಕು ಸಹಿತ ವಿಕರ್ಮದ ಬಗ್ಗೆ
ಮತ್ತು ಅರಿತು ಪಡೆ ಅಕರ್ಮದ ಜ್ಞಾನ
ಇಂತು ಕರ್ಮದ ನಡೆ ಇದೆ ಬಹಳ ಗಹನ

18.
ಕರ್ಮಣ್ಯಕರ್ಮ ಯಃ ಪಶ್ಯೇದಕರ್ಮಣಿ ಚ ಕರ್ಮ ಯಃ ।
ಸ ಬುದ್ಧಿಮಾನ್ ಮನುಷ್ಯೇಷು ಸ ಯುಕ್ತಃ ಕೃತ್ಸ್ನ ಕರ್ಮಕೃತ್ ॥

ಯಾರು ಕರ್ಮದಲಿ ಅಕರ್ಮವ ಕಾಣುವ
ಅಕರ್ಮದಲ್ಲಿಯೂ ಕರ್ಮವ ಕಾಣುವ
ಇಹನೋ ಅಂತಹ ಮನುಜ ಬುದ್ಧಿವಂತ
ಆತನು ಕರ್ಮಫಲವೆಲ್ಲ ಪಡೆವಾತ

19.
ಯಸ್ಯ ಸರ್ವೇ ಸಮಾರಂಭಾಃ ಕಾಮಸಂಕಲ್ಪವರ್ಜಿತಾಃ ।
ಜ್ಞಾನಾಗ್ನಿದಗ್ಧಕರ್ಮಾಣಂ ತಮಾಹುಃ ಪಂಡಿತಂ ಬುಧಾಃ ॥

ಯಾರ ಸರ್ವ ಪ್ರಯತ್ನಗಳೂ ಸಹಿತ
ಇರುವವೋ ಕಾಮಸಂಕಲ್ಪ ವರ್ಜಿತ
ಜ್ಞಾನಾಗ್ನಿಯ ಧಗೆಯಲಿ ಕರ್ಮವು ದಗ್ಧ
ಇರಲು ಬುಧರು ಕರೆವರವನನು 'ಬಲ್ಲಿದ'

20.
ತ್ಯಕ್ತ್ವಾ ಕರ್ಮಫಲಾಸಂಗಂ ನಿತ್ಯತೃಪ್ತೋ ನಿರಾಶ್ರಯಃ ।
ಕರ್ಮಣ್ಯಭಿಪ್ರವೃತ್ತೋಽಪಿ ನೈವ ಕಿಂಚಿತ್ ಕರೋತಿ ಸಃ ॥

ಕರ್ಮಫಲಗಳಲಾಸಕ್ತಿಯನು ಬಿಡುತ
ನಿತ್ಯತೃಪ್ತ ನಿರಾಶ್ರಯನಾಗಿರುತ
ಆತನು ಕರ್ಮದಲ್ಲಿ ಪೂರಾ ನಿರತ
ಇರುವಲೂ ಮಾಡಿರನೇನೂ ಖಂಡಿತ

21.

ನಿರಾಶೀರ್ಯತಚಿತ್ತಾತ್ಮಾ ತ್ಯಕ್ತಸರ್ವಪರಿಗ್ರಹಃ ।
ಶಾರೀರಂ ಕೇವಲಂ ಕರ್ಮ ಕುರ್ವನ್ ನಾಪ್ನೋತಿ ಕಿಲ್ಬಿಷಮ್ ॥

ಚಿತ್ತವನು ಆತ್ಮದ ಹಿಡಿತದಲಿ ಇರಿಸಿ
ಎಲ್ಲ ಪರಿಗ್ರಹಭಾವವನು ತ್ಯಜಿಸಿ
ಬಿಟ್ಟಾಶೆ, ಕಾಯ ಕಾಯಲಿಷ್ಟು ಕೆಲಸ
ಕೈಗೊಂಬವನು ಹೊಂದನು ಇಷ್ಟೂ ದೋಷ

22.

ಯದೃಚ್ಛಾಲಾಭಸಂತುಷ್ಟೋ ದ್ವಂದ್ವಾತೀತೋ ವಿಮತ್ಸರಃ ।
ಸಮಃ ಸಿದ್ಧಾವಸಿದ್ಧೌ ಚ ಕೃತ್ವಾಪಿ ನ ನಿಬಧ್ಯತೇ ॥

ತಾನಾಗಿ ಒದಗಿದ ಲಾಭಕೇ ತೃಪ್ತ
ಮತ್ಸರ ಮೀರಿರುವ ದ್ವಂದ್ವಾತೀತ
ಸಿದ್ಧಿ-ಅಸಿದ್ಧಿಗಳಲಿರಲು ಸಮಚಿತ್ತ
ಆಗನು ಕರ್ಮಗಳಲಿದ್ದೂ ಬಾಧಿತ

23.

ಗತಸಂಗಸ್ಯ ಮುಕ್ತಸ್ಯ ಜ್ಞಾನಾವಸ್ಥಿತಚೇತಸಃ ।
ಯಜ್ಞಾಯಾಚರತಃ ಕರ್ಮ ಸಮಗ್ರಂ ಪ್ರವಿಲೀಯತೇ ॥

ಸಂಗದಲಾಸ್ಥೆಯನು ತೋರದ ಮುಕ್ತನು
ದಿವ್ಯಜ್ಞಾನದಲಿ ಸ್ಥಿತ ಚೇತನನು
ಯಜ್ಞದವೊಲು ಕರ್ಮವನು ಆಚರಿಸಲು
ಲಯಗೊಳ್ಳುತ್ತವೆ ಎಲ್ಲಾ ಕರ್ಮಗಳು

24.

ಬ್ರಹ್ಮಾರ್ಪಣಂ ಬ್ರಹ್ಮ ಹವಿರ್ಬ್ರಹ್ಮಾಗ್ನೌ ಬ್ರಹ್ಮಣಾ ಹುತಮ್ ।
ಬ್ರಹ್ಮೈವ ತೇನ ಗಂತವ್ಯಂ ಬ್ರಹ್ಮಕರ್ಮಸಮಾಧಿನಾ ॥

ಅರ್ಪಣೆಯೂ ಬ್ರಹ್ಮ ಆಜ್ಯವೂ ಬ್ರಹ್ಮ
ಅಗ್ನಿ ಬ್ರಹ್ಮ ಅರ್ಪಿಸುವವ ಬ್ರಹ್ಮ
ಬ್ರಹ್ಮದಲ್ಲಿಯೇ ಮಗ್ನನಾಗಿ ಕರ್ಮ
ಕೈಗೊಂಡವನು ಹೊಂದುವ ನೆಲೆಯು ಬ್ರಹ್ಮ

25.

ದೈವಮೇವಾಪರೇ ಯಜ್ಞಂ ಯೋಗಿನಃ ಪರ್ಯುಪಾಸತೇ ।
ಬ್ರಹ್ಮಾಗ್ನಾವಪರೇ ಯಜ್ಞಂ ಯಜ್ಞೇನೈವೋಪಜುಹ್ವತಿ ॥

ಇಂತು ಯಜ್ಞವಗೈದು ಕೆಲ ಸಾಧಕರು
ದೇವತೆಗಳನು ಪರಿಪರಿ ಪೂಜಿಸುವರು
ಬ್ರಹ್ಮಾಗ್ನಿಯಲ್ಲಿ ತಮ್ಮನೇ ಅರ್ಪಿಸಿ
ಇನ್ನು ಕೆಲರಿರುವರು ಯಜ್ಞವನು ನಡೆಸಿ

26.

ಶ್ರೋತ್ರಾದೀನೀಂದ್ರಿಯಾಣ್ಯನ್ಯೇ ಸಂಯಮಾಗ್ನಿಷು ಜುಹ್ವತಿ ।
ಶಬ್ದಾದೀನ್ವಿಷಯಾನನ್ಯ ಇಂದ್ರಿಯಾಗ್ನಿಷು ಜುಹ್ವತಿ ॥

ಶ್ರವಣಾದಿ ಇಂದ್ರಿಯಗಳನ್ನು ಹಲವರು
ಸಂಯಮದಗ್ನಿಗಳಲಾಹುತಿ ಗೈವರು
ಶಬ್ದಾದಿ ವಿಷಯಗಳನು ಇನ್ನಿತರರು
ಇಂದ್ರಿಯಗಳಗ್ನಿಯಲಿ ಅರ್ಪಿಸುತಿಹರು

27.

ಸರ್ವಾಣೀಂದ್ರಿಯಕರ್ಮಾಣಿ ಪ್ರಾಣಕರ್ಮಾಣಿ ಚಾಪರೇ ।
ಆತ್ಮಸಂಯಮಯೋಗಾಗ್ನೌ ಜುಹ್ವತಿ ಜ್ಞಾನದೀಪಿತೇ ॥

ಸರ್ವ ಇಂದ್ರಿಯಂಗಳ ಕರ್ಮಗಳನೂ

ಅಲ್ಲದೇ ಪ್ರಾಣವಾಯು ಕ್ರಿಯೆಗಳನು

ಜ್ಞಾನವು ಬೆಳಗಿರುವ ಆತ್ಮಸಂಯಮದ

ಯೋಗಾಗ್ನಿಯಲರ್ಪಿಸುವುದು ಕೆಲರ ವಿಧ

28.

ದ್ರವ್ಯಯಜ್ಞಾಸ್ತಪೋಯಜ್ಞಾ ಯೋಗಯಜ್ಞಾಸ್ತಥಾಪರೇ ।
ಸ್ವಾಧ್ಯಾಯಜ್ಞಾನಯಜ್ಞಾಶ್ಚ ಯತಯಃ ಸಂಶಿತವ್ರತಾಃ ॥

ದ್ರವ್ಯದ ಯಜ್ಞದಲಿ ತಪದ ಯಜ್ಞದಲಿ

ಕೆಲರಿರಲು, ಇತರರು ಯೋಗಯಜ್ಞದಲಿ,

ಕಠಿಣ ವ್ರತದಲಿಹ ಯತಿಗಳೆಂಬುವರು

ಸ್ವಾಧ್ಯಾಯದ ಜ್ಞಾನಯಜ್ಞ ಗೈವರು

29.

ಅಪಾನೇ ಜುಹ್ವತಿ ಪ್ರಾಣಂ ಪ್ರಾಣೇಪಾನಂ ತಥಾಪರೇ ।
ಪ್ರಾಣಾಪಾನಗತೀ ರುದ್ಧ್ವಾ ಪ್ರಾಣಾಯಾಮಪರಾಯಣಾಃ ॥

ಪ್ರಾಣಾಯಾಮ ಪರಾಯಣರಾದವರು

ಅಪಾನದಲಿ ಪ್ರಾಣವನರ್ಪಿಸುತಲಿ

ಪ್ರಾಣವನು ಅಪಾನದಲಿ ಹೋಮಿಸುತಲಿ

ಪ್ರಾಣ ಅಪಾನಗಳ ನಡೆಯ ತಡೆಯುವರು

30.

ಅಪರೇ ನಿಯತಾಹಾರಾಃ ಪ್ರಾಣಾನ್ಪ್ರಾಣೇಷು ಜುಹ್ವತಿ ।
ಸರ್ವೇಪ್ಯೇತೇ ಯಜ್ಞವಿದೋ ಯಜ್ಞಕ್ಷಪಿತಕಲ್ಮಷಾಃ ॥

ನಿಯತ ಆಹಾರದಲಿರುತಲಿ ಹಲವರು

ಪ್ರಾಣದಲಿ ಪ್ರಾಣವನರ್ಪಿಸುತಿಹುರು

ಯಜ್ಞವಿದರೆ ಸರಿ ಈ ವಿಧರೆಲ್ಲರೂ

ಯಜ್ಞವಾಚರಿಸಿ ಕಲ್ಮಷವ ಕಳೆವರು

31.

ಯಜ್ಞಶಿಷ್ಟಾಮೃತಭುಜೋ ಯಾಂತಿ ಬ್ರಹ್ಮ ಸನಾತನಮ್ ।
ನಾಯಂ ಲೋಕೋಸ್ತ್ಯಯಜ್ಞಸ್ಯ ಕುತೋನ್ಯಃ ಕುರುಸತ್ತಮ ॥

ಯಜ್ಞಶಿಷ್ಟ ಅಮೃತವನು ಭುಜಿಸುತಲಿ
ಸೇರುವರು ಸನಾತನ ಬ್ರಹ್ಮದಲ್ಲಿ
ಕುರುಶ್ರೇಷ್ಠನೇ, ಯಜಿಸದವಗಂತೂ
ಲೋಕವಿದೇ ಇರದು, ಅನ್ಯ ಜಗವೆಂತು?

32.

ಏವಂ ಬಹುವಿಧಾ ಯಜ್ಞಾ ವಿತತಾ ಬ್ರಹ್ಮಣೋ ಮುಖೇ ।
ಕರ್ಮಜಾನ್ವಿದ್ಧಿ ತಾನ್ ಸರ್ವಾನೇವಂ ಜ್ಞಾತ್ವಾ ವಿಮೋಕ್ಷ್ಯಸೇ ॥

ಹರಡಿವೆ ಬಹುವಿಧದ ಯಜ್ಞಗಳು ಇಂತು
ವೇದಗಳಲಿ, ಬೊಮ್ಮನ ಬಾಯಲಿ ನಿಂತು
ಕರ್ಮಗಳಿಂದಲಾಗುವುವು ಇವು ಸರ್ವ
ಎಂದು ಅರಿಯುತ ನೀ ಪಡೆಯುವೆ ಮೋಕ್ಷವ

33.

ಶ್ರೇಯಾನ್ ದ್ರವ್ಯಮಯಾದ್ ಯಜ್ಞಾಜ್ ಜ್ಞಾನಯಜ್ಞಃ ಪರಂತಪ ।
ಸರ್ವಂ ಕರ್ಮಾಖಿಲಂ ಪಾರ್ಥ ಜ್ಞಾನೇ ಪರಿಸಮಾಪ್ಯತೇ ॥

ದ್ರವ್ಯಮಯವಾದ ಯಜ್ಞಕ್ಕಿಂತಲೂ,
ಪರಂತಪನೆ, ಜ್ಞಾನಯಜ್ಞವೆ ಮಿಗಿಲು
ಸರ್ವಕರ್ಮಗಳಾ ಸಮಗ್ರ ವ್ಯಾಪ್ತಿ-
ಅದೆಲ್ಲಕೂ ಜ್ಞಾನದಲಿ ಪರಿಸಮಾಪ್ತಿ

34.

ತದ್ವಿದ್ಧಿ ಪ್ರಣಿಪಾತೇನ ಪರಿಪ್ರಶ್ನೇನ ಸೇವಯಾ ।
ಉಪದೇಕ್ಷ್ಯಂತಿ ತೇ ಜ್ಞಾನಂ ಜ್ಞಾನಿನಸ್ತತ್ತ್ವದರ್ಶಿನಃ ॥

ಇದ ತಿಳಿ ಜ್ಞಾನಿಗಳನ್ನು ಸಮೀಪಿಸಿ
ಸೇವೆಯ ಸಲ್ಲಿಸಿ ಪರಿಪರಿ ಪ್ರಶ್ನಿಸಿ

ಸತ್ಯದರ್ಶನವ ಪಡೆದ ಜ್ಞಾನಿಗಳು
ಉಪದೇಶಗೈಯುವರು ನಿಜತಿಳಿವಿನೊಳು

35.

ಯಜ್ ಜ್ಞಾತ್ವಾ ನ ಪುನರ್ಮೋಹಮೇವಂ ಯಾಸ್ಯಸಿ ಪಾಂಡವ ।
ಯೇನ ಭೂತಾನ್ಯಶೇಷೇಣ ದ್ರಕ್ಷ್ಯಸ್ಯಾತ್ಮನ್ಯಥೋ ಮಯಿ ॥

ಯಾವುದನು ತಿಳಿದು ನಂತರ ಮತ್ತಾವ
ಮೋಹಕೂ ಬಲಿಯು ಆಗೆಯೋ ಪಾಂಡವ
ಆ ತಿಳಿವ ಬೆಳಕಲಿ ಜೀವಿಗಳೆಲ್ಲವು
ನನ್ನೊಳೂ ನಿನ್ನೊಳೂ ಕಾಣುತಿರುವುವು

36.

ಅಪಿ ಚೇದಸಿ ಪಾಪೇಭ್ಯಃ ಸರ್ವೇಭ್ಯಃ ಪಾಪಕೃತ್ತಮಃ ।
ಸರ್ವಂ ಜ್ಞಾನಪ್ಲವೇನೈವ ವೃಜಿನಂ ಸಂತರಿಷ್ಯಸಿ ॥

ಪಾಪಿಗಳಲೇ ಮಹಾಪಾಪಿ ಇರಲೂ
ಸುತ್ತಲು ಮುತ್ತಿದರೂ ಪಾಪದ ಕಡಲು
ದಿವ್ಯಜ್ಞಾನದ ನೌಕೆಯನ್ನು ಏರಿ
ದಾಟುವೆ ನೀನದರ ಎಲ್ಲೆಯನು ಮೀರಿ

37.

ಯಥೈಧಾಂಸಿ ಸಮಿದ್ಧೋಗ್ನಿರ್ಭಸ್ಮಸಾತ್ ಕುರುತೇರ್ಜುನ ।
ಜ್ಞಾನಾಗ್ನಿಃ ಸರ್ವಕರ್ಮಾಣಿ ಭಸ್ಮಸಾತ್ ಕುರುತೇ ತಥಾ ॥

ಉರಿಯುತಿರುವ ಬೆಂಕಿ ಉರುವಲನು ಸೋಂಕಿ
ಬೂದಿಯಗೈಯುವುದು ಉಳಿಸದೇ ಬಾಕಿ
ಜ್ಞಾನದ ಅಗ್ನಿಯನು ತಾಗಿರುವ ಕರ್ಮ
ಅರ್ಜುನನೆ, ಅಂತೆಯೇ ಕಡೆಗದು ಭಸ್ಮ

38.

ನ ಹಿ ಜ್ಞಾನೇನ ಸದೃಶಂ ಪವಿತ್ರಮಿಹ ವಿದ್ಯತೇ ।
ತತ್ ಸ್ವಯಂ ಯೋಗಸಂಸಿದ್ಧಃ ಕಾಲೇನಾತ್ಮನಿ ವಿಂದತಿ ॥

ಜ್ಞಾನವೆ ಖಂಡಿತವೂ ಪರಮ ಪಾವನ
ಇಹದಲ್ಲಿ ಅದಕೆ ಎಲ್ಲಿಹುದು ಸಮಾನ
ಇದನು ಯೋಗದಲಿ ಸ್ವಯಂ ಸಂಸಿದ್ಧ
ತನ್ನಲಿಯೇ ತಿಳಿವನು ಅನುಭವದಿಂದ

39.

ಶ್ರದ್ಧಾವಾನ್ ಲಭತೇ ಜ್ಞಾನಂ ತತ್ಪರಃ ಸಂಯತೇಂದ್ರಿಯಃ ।
ಜ್ಞಾನಂ ಲಬ್ಧ್ವಾ ಪರಾಂ ಶಾಂತಿಮಚಿರೇಣಾಧಿಗಚ್ಛತಿ ॥

ಶ್ರದ್ಧಾವಂತನು ಇರುತಿರಲು ತತ್ಪರ
ನಿಗ್ರಹದಲಿ ಇರಿಸಿ ಇಂದ್ರಿಯ ಪೂರಾ
ಬಿಡದೇ ಪಡೆಯುವನಂಥ ಜ್ಞಾನವನು
ಒಡನೆ ತಡವಿರದೆ ಪರಮ ಶಾಂತಿಯನೂ

40.

ಅಜ್ಞಶ್ಚಾಶ್ರದ್ದಧಾನಶ್ಚ ಸಂಶಯಾತ್ಮಾ ವಿನಶ್ಯತಿ ।
ನಾಯಂ ಲೋಕೋಸ್ತಿ ನ ಪರೋ ನ ಸುಖಂ ಸಂಶಯಾತ್ಮನಃ ॥

ಅಜ್ಞನೂ ನಂಬಿಕೆಯೇ ಇರದವನೂ
ಸಂಶಯಾತ್ಮನೂ ಪತನವ ಹೊಂದುವನು
ಸಂಶಯಗಳ ಸುಳಿಗಳಲ್ಲಿ ಸಿಲುಕಿದವ
ಇಹಕು ಪರಕು ಸುಖಕೂ ಎರವಾಗುವ

41.

ಯೋಗಸಂನ್ಯಸ್ತಕರ್ಮಾಣಂ ಜ್ಞಾನಸಂಛಿನ್ನಸಂಶಯಮ್ ।
ಆತ್ಮವಂತಂ ನ ಕರ್ಮಾಣಿ ನಿಬಧ್ನಂತಿ ಧನಂಜಯ ॥

ಯೋಗದಲಿ ತೊಡಗಿ ಕರ್ಮವ ತ್ಯಜಿಸಿದ
ಜ್ಞಾನದಿಂದ ಸಂಶಯವ ಕತ್ತರಿಸಿದ
ಆತ್ಮಸ್ಥಿತಗೆಂದೂ ಕರ್ಮಗಳಿಂದ
ಹೇ ಧನಂಜಯನೆ, ಉಂಟಾಗದು ಬಂಧ

42.

ತಸ್ಮಾದಜ್ಞಾನಸಂಭೂತಂ ಹೃತ್ ಸ್ಥಂ ಜ್ಞಾನಾಸಿನಾತ್ಮನಃ ।
ಛಿತ್ತ್ವೈನಂ ಸಂಶಯಂ ಯೋಗಮಾತಿಷ್ಠೋತ್ತಿಷ್ಠ ಭಾರತ ॥

ಅಜ್ಞಾನಸಂಭೂತವು ಸಂಶಯ ಸಸಿ
ಹೃದಯವ ಹೊಕ್ಕಿರಲು ನೀ ಜ್ಞಾನದ ಅಸಿ
ಧರಿಸಿ ಕತ್ತರಿಸಿ, ಯೋಗದಲಿ ನೆಲೆಸುತ
ನೀನು ಉತ್ತಿಷ್ಟಿತಗೊಳು, ಹೇ ಭಾರತ

ಓಂ ತತ್ಸದಿತಿ ಶ್ರೀಮದ್ಭಗವದ್ಗೀತಾಸೂಪನಿಷತ್ಸು
ಬ್ರಹ್ಮವಿದ್ಯಾಯಾಂ ಯೋಗಶಾಸ್ತ್ರೇ ಶ್ರೀಕೃಷ್ಣಾರ್ಜುನಸಂವಾದೇ
ಜ್ಞಾನಕರ್ಮಸಂನ್ಯಾಸಯೋಗೋ ನಾಮ ಚತುರ್ಥೋಽಧ್ಯಾಯಃ॥

ಪಂಚಮಾಧ್ಯಾಯ: ಕರ್ಮ-ಸನ್ಯಾಸಯೋಗ

1.

ಅರ್ಜುನ ಉವಾಚ ।

ಸಂನ್ಯಾಸಂ ಕರ್ಮಣಾಂ ಕೃಷ್ಣ ಪುನರ್ಯೋಗಂ ಚ ಶಂಸಸಿ ।

ಯಚ್ಛ್ರೇಯ ಏತಯೋರೇಕಂ ತನ್ಮೇ ಬ್ರೂಹಿ ಸುನಿಶ್ಚಿತಮ್ ॥

ಅರ್ಜುನ ಉವಾಚ :

ಕರ್ಮಸನ್ಯಾಸಕೂ ಕೊಡುತ ಸ್ಥಾನ

ಕರ್ಮಯೋಗವನು ಹೊಗಳುತಿಹೆ ಕೃಷ್ಣ

ಎರಡಿವುಗಳಲಿ ಎನಗಾವುದು ಶ್ರೇಯ?

ಪರಿ ನಿಶ್ಚಯಿಸಿ ದಯದಿಂದ ಹೇಳುವೆಯ?

2.

ಶ್ರೀಭಗವಾನುವಾಚ ।

ಸಂನ್ಯಾಸಃ ಕರ್ಮಯೋಗಶ್ಚ ನಿಃಶ್ರೇಯಸಕರಾವುಭೌ ।

ತಯೋಸ್ತು ಕರ್ಮಸಂನ್ಯಾಸಾತ್ ಕರ್ಮಯೋಗೋ ವಿಶಿಷ್ಯತೇ ॥

ಶ್ರೀ ಭಗವಾನುವಾಚ :

ಸನ್ಯಾಸ, ಕರ್ಮಯೋಗಗಳೂ ಉಭಯ

ಸೂಕ್ತ ಮಾರ್ಗಗಳೇ ಗಳಿಸಲು ಶ್ರೇಯ

ಪರಂತು ಕರ್ಮಸನ್ಯಾಸವನು ಮೀರಿ

ಕರ್ಮಯೋಗವು ಉತ್ತಮವಾದ ದಾರಿ

3.

ಜ್ಞೇಯಃ ಸ ನಿತ್ಯಸಂನ್ಯಾಸೀ ಯೋ ನ ದ್ವೇಷ್ಟಿ ನ ಕಾಂಕ್ಷತಿ ।

ನಿರ್ದ್ವಂದ್ವೋ ಹಿ ಮಹಾಬಾಹೋ ಸುಖಂ ಬಂಧಾತ್ ಪ್ರಮುಚ್ಯತೇ ॥

ಆಶಿಸದೇ ದ್ವೇಷಿಸದೇ ಇರುವವನು

ದ್ವಂದ್ವವ ಮೀರುತಲಿ ಇರುತಿರುವವನೂ

ನಿತ್ಯಸನ್ಯಾಸಿಯವ, ಹೇ ಮಹಶಕ್ತ,
ಸುಲಭವಾಗಿ ಬಂಧನದಿಂದ ವಿಮುಕ್ತ

4.

ಸಾಂಖ್ಯಯೋಗೌ ಪೃಥಗ್ ಬಾಲಾಃ ಪ್ರವದಂತಿ ನ ಪಂಡಿತಾಃ ।
ಏಕಮಪ್ಯಾಸ್ಥಿತಃ ಸಮ್ಯಗುಭಯೋರ್ವಿಂದತೇ ಫಲಮ್ ॥

ಸಾಂಖ್ಯ ಮತ್ತು ಯೋಗ ವಿಭಿನ್ನವೆಂಬರು
ಮಂದಮತಿ ಮಂದಿಯು, ಪಂಡಿತರೆನ್ನರು
ಒಂದಾಗಲು ಪೂರ್ಣ ಆವುದೊಂದರಲು
ಉಂಬರು ಉಭಯ ಮಾರ್ಗಗಳದೂ ಫಸಲು

5.

ಯತ್ಸಾಂಖ್ಯೈಃ ಪ್ರಾಪ್ಯತೇ ಸ್ಥಾನಂ ತದ್ಯೋಗೈರಪಿ ಗಮ್ಯತೇ ।
ಏಕಂ ಸಾಂಖ್ಯಂ ಚ ಯೋಗಂ ಚ ಯಃ ಪಶ್ಯತಿ ಸ ಪಶ್ಯತಿ ॥

ಸಾಂಖ್ಯದಿಂದಾವ ಸ್ಥಾನವೋ ಪ್ರಾಪ್ತ
ಹೊಂದುವೆ ಅದನ್ನು ಯೋಗದಿಂದ ಸಹಿತ
ಸಾಂಖ್ಯ-ಯೋಗಗಳನು ಒಂದೇ ಎನ್ನುತ
ಅಂದುಕೊಂಡವನು ವಾಸ್ತವ ತಿಳಿದಾತ

6.

ಸಂನ್ಯಾಸಸ್ತು ಮಹಾಬಾಹೋ ದುಃಖಮಾಪ್ತುಮಯೋಗತಃ ।
ಯೋಗಯುಕ್ತೋ ಮುನಿರ್ಬ್ರಹ್ಮ ನಚಿರೇಣಾಧಿಗಚ್ಛತಿ ॥

ಮಹಾಬಾಹುವೆ, ಆದರೋ ಸನ್ಯಾಸ-
ಸಹಿತ ಇರದೇ ಯೋಗವು, ಬಹು ಕ್ಲೇಶ
ಮಹಾಮುನಿಯು ಯೋಗದಲಿರಲು ನೋಡಾ
ಬ್ರಹ್ಮನ ಹೊಂದುವನು ಅದಕಿಲ್ಲವು ತಡ

7.

ಯೋಗಯುಕ್ತೋ ವಿಶುದ್ಧಾತ್ಮಾ ವಿಜಿತಾತ್ಮಾ ಜಿತೇಂದ್ರಿಯಃ ।
ಸರ್ವಭೂತಾತ್ಮಭೂತಾತ್ಮಾ ಕುರ್ವನ್ನಪಿ ನ ಲಿಪ್ಯತೇ ॥

ಯೋಗಯುಕ್ತನಾದ ಪರಿಶುದ್ಧಾತ್ಮನು
ನಿಗ್ರಹಿಸಿರಲು ಅಹಂ ಇಂದ್ರಿಯಗಳನು
ಬಗೆಯುತ ಸರ್ವಭೂತಾತ್ಮ ತಾನೆಂದು
ಮಗ್ನನಾಗಿರಲೂ ಕರ್ಮವು ಅಂಟದು

8.

ನೈವ ಕಿಞ್ಚಿತ್ ಕರೋಮೀತಿ ಯುಕ್ತೋ ಮನ್ಯೇತ ತತ್ತ್ವವಿತ್ ।
ಪಶ್ಯನ್ ಶೃಣ್ವನ್ ಸ್ಪೃಶನ್ ಜಿಘ್ರನ್ನಶ್ನನ್ ಗಚ್ಛನ್ ಸ್ವಪನ್ ಶ್ವಸನ್ ॥

ದೈವೀಪ್ರಜ್ಞೆಯಲಿಹ ಸತ್ಯಸಾಧಕನು
ಸವಿಯೆ, ನಡೆಯೆ, ಕನಸೆ, ಉಸಿರಾಡೆ ತಾನು
ಕಿವಿಗೊಡುತ, ಮುಟ್ಟುತ, ಮೂಸುತ, ನೋಡುತ
ಭಾವಿಸ ಕಿಂಚಿತ್ತೂ ಮಾಡಿದೆನೆನುತ

9.

ಪ್ರಲಪನ್ ವಿಸೃಜನ್ ಗೃಹ್ಣನ್ನುನ್ಮಿಷನ್ ನಿಮಿಷನ್ನಪಿ ।
ಇಂದ್ರಿಯಾಣೀಂದ್ರಿಯಾರ್ಥೇಷು ವರ್ತಂತ ಇತಿ ಧಾರಯನ್ ॥

ತೊರೆಯಲು, ಪಡೆಯಲು, ಒರೆಯುವಲು ನುಡಿಗಳ
ತೆರೆಯಲು, ಮುಚ್ಚಲು, ನಯನಗಳ ಎವೆಗಳ
ಕರಣಗಳು ನಿರತ ಕಾರ್ಯಗಳಲಿ ಎಂದು
ಪರಿಗಣಿಸುತಿರುವನು ಅರಿವಿನಲಿ ನಿಂದು

10.

ಬ್ರಹ್ಮಣ್ಯಾಧಾಯ ಕರ್ಮಾಣಿ ಸಂಗಂ ತ್ಯಕ್ತ್ವಾ ಕರೋತಿ ಯಃ ।
ಲಿಪ್ಯತೇ ನ ಸ ಪಾಪೇನ ಪದ್ಮಪತ್ರಮಿವಾಂಭಸಾ ॥

ಕರ್ಮಗಳನೆಲ್ಲ ಬ್ರಹ್ಮನಿಗರ್ಪಿಸಿ
ನಿರತನಾಗಿರಲು ಸಂಗವನು ತ್ಯಜಿಸಿ
ಪರಿಪರಿ ಪಾಪಗಳ ತಾಪವು ತಾಕದು-
ನೀರು ನೀರಜದ ಎಲೆ ಮೇಲೆ ನಿಲ್ಲದು

11.

ಕಾಯೇನ ಮನಸಾ ಬುದ್ಧ್ಯಾ ಕೇವಲೈರಿಂದ್ರಿಯೈರಪಿ ।
ಯೋಗಿನಃ ಕರ್ಮ ಕುರ್ವಂತಿ ಸಂಗಂ ತ್ಯಕ್ತ್ವಾತ್ಮಶುದ್ಧಯೇ ॥

ಮನಸ್ಸು ಬುದ್ಧಿಗಳಿಂದ, ಕಾಯದಿಂದ
ಅಂತೆಯೇ ಕೇವಲ ಇಂದ್ರಿಯಗಳಿಂದ
ಅನವರತ ಕರ್ಮನಿರತನಿಹನು ಯೋಗಿ
ಸಂಗವ ತ್ಯಜಿಸಿ ಆತ್ಮಶುದ್ಧಿಗಾಗಿ

12.

ಯುಕ್ತಃ ಕರ್ಮಫಲಂ ತ್ಯಕ್ತ್ವಾ ಶಾಂತಿಮಾಪ್ನೋತಿ ನೈಷ್ಠಿಕೀಮ್ ।
ಅಯುಕ್ತಃ ಕಾಮಕಾರೇಣ ಫಲೇ ಸಕ್ತೋ ನಿಬಧ್ಯತೇ ॥

ಶ್ರದ್ಧಾಯುಕ್ತನು ತ್ಯಜಿಸಿ ಕರ್ಮಫಲ
ಹೊಂದುವನವನು ದೃಢಶಾಂತಿಯ ಫಸಲ
ಅಂತಿರದವನು ಕಾಮದ ಕಾರಣದಲಿ
ಬಂಧನಗೊಳ್ಳುವನು ಫಲಾಸಕ್ತಿಯಲಿ

13.

ಸರ್ವಕರ್ಮಾಣಿ ಮನಸಾ ಸಂನ್ಯಸ್ಯಾಸ್ತೇ ಸುಖಂ ವಶೀ ।
ನವದ್ವಾರೇ ಪುರೇ ದೇಹೀ ನೈವ ಕುರ್ವನ್ ನ ಕಾರಯನ್ ॥

ಸರ್ವ ಕಾರ್ಯಗಳನು ಮನದಿಂದ ತೊರೆದು,
ಅವಿರತ ಸುಖಿಯು ಜಿತೇಂದ್ರಿಯನು ಎಂದೂ
ಜೀವಿಯವ ನವದ್ವಾರಪುರದಲಿರುತ
ಯಾವುದೂ ಮಾಡನು, ಮಾಡಿಸನು ಸಹಿತ

14.

ನ ಕರ್ತೃತ್ವಂ ನ ಕರ್ಮಾಣಿ ಲೋಕಸ್ಯ ಸೃಜತಿ ಪ್ರಭುಃ ।
ನ ಕರ್ಮಫಲಸಂಯೋಗಂ ಸ್ವಭಾವಸ್ತು ಪ್ರವರ್ತತೇ ॥

ಕರ್ತೃತ್ವವನ್ನೂ, ಕರ್ಮಗಳನ್ನೂ
ಮರ್ತ್ಯದ ಜನರಲ್ಲಿ ಪ್ರಭು ಸೃಜಿಸನು
ಅರ್ತಿಯನು ಕೊಡನು ಕರ್ಮಫಲದಲ್ಲೂ
ವರ್ತಿಸುವುದು ಪ್ರಕೃತಿ ಅನಿತರಲೂ

15.

ನಾದತ್ತೇ ಕಸ್ಯಚಿತ್ ಪಾಪಂ ನ ಚ ಏವ ಸುಕೃತಂ ವಿಭುಃ ।
ಅಜ್ಞಾನೇನಾವೃತಂ ಜ್ಞಾನಂ ತೇನ ಮುಹ್ಯಂತಿ ಜಂತವಃ ॥

ಯಾರ ಪಾಪವನು ಸಹ ವಿಭುವು ಮುಟ್ಟನು
ಯಾರ ಸುಕೃತವನು ನಿಜಕೂ ತಟ್ಟನು
ಅರಿವು ಅಜ್ಞಾನದಿಂದಿಹುದು ಆವೃತ
ನರರಿರುವರು ಹಾಗಾಗಿ ಭ್ರಮೆಗೊಳುತ

16.

ಜ್ಞಾನೇನ ತು ತದಜ್ಞಾನಂ ಯೇಷಾಂ ನಾಶಿತಮಾತ್ಮನಃ ।
ತೇಷಾಮಾದಿತ್ಯವಜ್ ಜ್ಞಾನಂ ಪ್ರಕಾಶಯತಿ ತತ್ಪರಮ್ ॥

ಆದರೆ ಯಾರಿಗಾ ಆತ್ಮದ ಜ್ಞಾನ
ಉದಿಸಲಾಗಿ ನಶಿಸುವುದೋ ಅಜ್ಞಾನ
ಆದಿತ್ಯನು ಬೆಳಗುವವೊಲು ಜ್ಞಾನವು
ಉದ್ದೀಪಿಸುವುದು ಪರತತ್ತ್ವದ ಅರಿವು

17.

ತದ್ಬುದ್ಧಯಸ್ತದಾತ್ಮಾನಸ್ತನ್ನಿಷ್ಠಾಸ್ತತ್ ಪರಾಯಣಾಃ ।
ಗಚ್ಛಂತ್ಯಪುನರಾವೃತ್ತಿಂ ಜ್ಞಾನನಿರ್ಧೂತಕಲ್ಮಷಾಃ ॥

ಬುದ್ಧಿ-ಆತ್ಮಗಳ ಪರತತ್ತ್ವದಲಿರಿಸೆ
ಬದ್ಧ ನಿಷ್ಠೆಯಲ್ಲಿ ಪರಾಯಣಗೊಳಿಸೆ
ಶುದ್ಧ ಜ್ಞಾನದಿಂ ಕಲ್ಮಷವ ನೀಗಿ
ಸಿದ್ಧಿ ಪಡೆವನವನು ಮೋಕ್ಷದೆಡೆ ಸಾಗಿ

18.

ವಿದ್ಯಾವಿನಯಸಂಪನ್ನೇ ಬ್ರಾಹ್ಮಣೇ ಗವಿ ಹಸ್ತಿನಿ ।
ಶುನಿ ಚೈವ ಶ್ವಪಾಕೇ ಚ ಪಂಡಿತಾಃ ಸಮದರ್ಶಿನಃ ॥

ವಿದ್ಯಾವಿನಯವಿರುವ ಬ್ರಾಹ್ಮಣನಲಿ
ಮದ್ದಾನೆಗಳಲಿ ಹಾಗೂ ದನಗಳಲಿ
ಅದರಂತೆಯೇ ಶ್ವಾನ, ಶ್ವಪಚರಲ್ಲಿ
ಭೇದ ತೋರ - ಪಂಡಿತನಿಹ ಸಮತೆಯಲಿ

19.

ಇಹೈವ ತೈರ್ಜಿತಃ ಸರ್ಗೋ ಯೇಷಾಂ ಸಾಮ್ಯೇ ಸ್ಥಿತಂ ಮನಃ ।
ನಿರ್ದೋಷಂ ಹಿ ಸಮಂ ಬ್ರಹ್ಮ ತಸ್ಮಾದ್ಬ್ರಹ್ಮಣಿ ತೇ ಸ್ಥಿತಾಃ ॥

ಯಾರದೇ ಮನ ಸಮಭಾವ ತಳೆದಿರಲು
ಮರಣ-ಜನನ ಗೆಲುವರವರೀ ಇಹದಲು
ತೋರಿ ಬ್ರಹ್ಮನಂತೇ ದೋಷರಹಿತ
ಇರುವರವರು ಬ್ರಹ್ಮನೊಳೊಂದಾಗುತ

20.

ನ ಪ್ರಹೃಷ್ಯೇತ್ ಪ್ರಿಯಂ ಪ್ರಾಪ್ಯ ನೋದ್ವಿಜೇತ್ ಪ್ರಾಪ್ಯ ಚಾಪ್ರಿಯಮ್ ।
ಸ್ಥಿರಬುದ್ಧಿರಸಂಮೂಢೋ ಬ್ರಹ್ಮವಿದ್ ಬ್ರಹ್ಮಣಿ ಸ್ಥಿತಃ ॥

ಒದಗಲು ಪ್ರಿಯವಾದುದು ಹರ್ಷಿಸನವ
ಉದ್ವಿಗ್ನಗೊಳ್ಳನು ಪಡೆದು ಅಪ್ರಿಯವ
ಬುದ್ಧಿಯು ಸ್ಥಿರ - ಭ್ರಮೆಗೊಳಗಾಗನವ
ಇದ್ದು ಬ್ರಹ್ಮನಲೇ ಬ್ರಹ್ಮವರಿತವ

21.

ಬಾಹ್ಯಸ್ಪರ್ಶೇಷ್ವಸಕ್ತಾತ್ಮಾ ವಿಂದತ್ಯಾತ್ಮನಿ ಯತ್ ಸುಖಮ್ ।
ಸ ಬ್ರಹ್ಮಯೋಗಯುಕ್ತಾತ್ಮಾ ಸುಖಮಕ್ಷಯಮಶ್ನುತೇ ॥

ಬಾಹ್ಯ ಇಂದ್ರಿಯಸುಖದಲಿ ಅನಾಸಕ್ತ
ಇಹನು ಆತ್ಮಸುಖವನು ಆನಂದಿಸುತ
ಬ್ರಹ್ಮಯೋಗದಲ್ಲಿ ಯುಕ್ತನಾಗಿರುತ
ವಿಹರಿಸುವನವನು ಸುಖದಲಿ ಅಪರಿಮಿತ

22.

ಯೇ ಹಿ ಸಂಸ್ಪರ್ಶಜಾ ಭೋಗಾ ದುಃಖಯೋನಯ ಏವ ತೇ ।
ಆದ್ಯಂತವಂತಃ ಕೌಂತೇಯ ನ ತೇಷು ರಮತೇ ಬುಧಃ ॥

ಸಂಸ್ಪರ್ಶ ವಿಷಯದಲಾದ ಭೋಗಗಳು
ಖಂಡಿತವೂ ದುಃಖಗಳ ಆಕರಗಳು
ಅಮಿತವಲ್ಲವು, ಆದ್ಯಂತ ಅನಿವಾರ್ಯ
ರಮಿಸನದರಲಿ ಬುಧನು, ಹೇ ಕೌಂತೇಯ

23.

ಶಕ್ನೋತೀಹೈವ ಯಃ ಸೋಢುಂ ಪ್ರಾಕ್ ಶರೀರವಿಮೋಕ್ಷಣಾತ್ ।
ಕಾಮಕ್ರೋಧೋದ್ಭವಂ ವೇಗಂ ಸ ಯುಕ್ತಃ ಸ ಸುಖೀ ನರಃ ॥

ತೊರೆವ ತುದಿವರೆಗೂ ಶರೀರವಿದರಲಿ
ಯಾರು ಕಾಮಕ್ರೋಧಗಳ ಒಡಲಿನಲಿ
ತೋರುವಾವೇಗ ತಡೆಹಿಡಿಯುವ ಶಕ್ತ-
ನರನವನೇ ಸುಖಿ ಮತ್ತು ಯೋಗಯುಕ್ತ

24.

ಯೋಂತಃಸುಖೋಂತರಾರಾಮಸ್ತಥಾಂತರ್ಜ್ಯೋತಿರೇವ ಯಃ ।
ಸ ಯೋಗೀ ಬ್ರಹ್ಮನಿರ್ವಾಣಂ ಬ್ರಹ್ಮಭೂತೋಧಿಗಚ್ಛತಿ ॥

ಯಾರು ಆಂತರ್ಯದಾರಾಮ ಸುಖದಲಿ
ವಿರಮಿಸಿ ಅಂತರ್ಜ್ಯೋತಿಯಲಿ ಮುದದಲಿ
ಇರುವಂತ ಯೋಗಿ ಬ್ರಹ್ಮನಿರ್ವಾಣ
ಪರಿ ಹೊಂದಿ ಸೇರುವನು ಬ್ರಹ್ಮತಾಣ

25.

ಲಭಂತೇ ಬ್ರಹ್ಮನಿರ್ವಾಣಮೃಷಯಃ ಕ್ಷೀಣಕಲ್ಮಷಾಃ ।
ಛಿನ್ನದ್ವೈಧಾ ಯತಾತ್ಮಾನಃ ಸರ್ವಭೂತಹಿತೇ ರತಾಃ ॥

ಕಲ್ಮಷಗಳ ಕೊಳೆಯನೆಲ್ಲ ಕೊನೆಗೊಳಿಸಿ
ಅಳಿಸಿ ದ್ವಂದ್ವವ, ಚಿತ್ತವನು ಪಳಗಿಸಿ
ಒಳಿತನ್ನು ಸರ್ವಭೂತಗಳಿಗೆ ಗಣಿಸಿ
ಗಳಿಸುವ ಬ್ರಹ್ಮನಿರ್ವಾಣವನು ಋಷಿ

26.

ಕಾಮಕ್ರೋಧವಿಯುಕ್ತಾನಾಂ ಯತೀನಾಂ ಯತಚೇತಸಾಮ್ ।
ಅಭಿತೋ ಬ್ರಹ್ಮನಿರ್ವಾಣಂ ವರ್ತತೇ ವಿದಿತಾತ್ಮನಾಮ್ ॥

ಪಡೆದು ಕಾಮಕ್ರೋಧಗಳಿಂದ ಮುಕ್ತಿ
ತಡೆಹಿಡಿಯುತ ಮನವ ನಿಗ್ರಹಿಸಿದ ಯತಿ
ತಡೆಯಿರದೆ ಆತ್ಮಸಾಕ್ಷಾತ್ಕಾರದೆಡೆ
ನಡೆದು ಹೊಂದುವ ಬ್ರಹ್ಮನನೆಲ್ಲ ಕಡೆ

27.

ಸ್ಪರ್ಶಾನ್ ಕೃತ್ವಾ ಬಹಿರ್ಬಾಹ್ಯಾಂಶ್ಚಕ್ಷುಶ್ಚೈವಾಂತರೇ ಭ್ರುವೋಃ ।
ಪ್ರಾಣಾಪಾನೌ ಸಮೌ ಕೃತ್ವಾ ನಾಸಾಭ್ಯಂತರಚಾರಿಣೌ ॥

ಹೊರಗಣ ಸಂಪರ್ಕಗಳನು ಹೊರಗಿಡುತ
ಇರಿಸಿ ಚಕ್ಷುಗಳ ಭ್ರೂ ನಡುವಲಾತ
ಹೊರಳೆಗಳೊಳಗೆ ಹರಿದಾಡುವ ಉಸಿರಲಿ
ಪ್ರಾಣಾಪಾನಗಳನು ಸಮಗೊಳಿಸುತಲಿ

28.

ಯತೇಂದ್ರಿಯಮನೋಬುದ್ಧಿರ್ಮುನಿರ್ಮೋಕ್ಷಪರಾಯಣಃ ।
ವಿಗತೇಚ್ಛಾಭಯಕ್ರೋಧೋ ಯಃ ಸದಾ ಮುಕ್ತ ಏವ ಸಃ ॥

ನಿಯತದಲ್ಲಿರಿಸಿ ಇಂದ್ರಿಯ, ಬುದ್ಧಿ, ಮನ
ಗೆಯ್ಯುವನೆಲ್ಲ ಮುನಿ- ಮೋಕ್ಷಪರಾಯಣ
ಭಯ, ಕ್ರೋಧ, ಇಚ್ಛೆಗಳನು ದೂರಿಡುತ
ಆ ಯತಿ ಸದಾ ಮುಕ್ತನವನು ಖಂಡಿತ

29.

ಭೋಕ್ತಾರಂ ಯಜ್ಞತಪಸಾಂ ಸರ್ವಲೋಕಮಹೇಶ್ವರಮ್ ।
ಸುಹೃದಂ ಸರ್ವಭೂತಾನಾಂ ಜ್ಞಾತ್ವಾ ಮಾಂ ಶಾಂತಿಮೃಚ್ಛತಿ ॥

ಅರಿಯಲು ಯಜ್ಞ-ತಪ ಭೋಕ್ತಾರನೆಂದು
ಸರ್ವ ಲೋಕ ಮಹೇಶ್ವರನು ನಾನೆಂದು
ಸರ್ವ ಭೂತಗಳ ಸುಸ್ನೇಹಿತನೆಂದು,
ಪರಮ ಶಾಂತಿಯನ್ನು ಹೊಂದುವನು ಅಂದು

ಓಂ ತತ್ಸದಿತಿ ಶ್ರೀಮದ್ಭಗವದ್ಗೀತಾಸೂಪನಿಷತ್ಸು
ಬ್ರಹ್ಮವಿದ್ಯಾಯಾಂ ಯೋಗಶಾಸ್ತ್ರೇ ಶ್ರೀಕೃಷ್ಣಾರ್ಜುನಸಂವಾದೇ
ಕರ್ಮಸಂನ್ಯಾಸಯೋಗೋ ನಾಮ ಪಂಚಮೋಧ್ಯಾಯಃ ॥

ಷಷ್ಠೋಽಧ್ಯಾಯ: ಧ್ಯಾನಯೋಗ

1.

ಶ್ರೀಭಗವಾನುವಾಚ ।
ಅನಾಶ್ರಿತಃ ಕರ್ಮಫಲಂ ಕಾರ್ಯಂ ಕರ್ಮ ಕರೋತಿ ಯಃ ।
ಸ ಸಂನ್ಯಾಸೀ ಚ ಯೋಗೀ ಚ ನ ನಿರಗ್ನಿರ್ನ ಚಾಕ್ರಿಯಃ ॥

ಶ್ರೀ ಭಗವಾನುವಾಚ:
ಯಾರು ತೊರೆಯುತ್ತ ಕರ್ಮಫಲದಾಶ್ರಯ
ಇರುತಿಹನೋ ಆಚರಿಸಿ ಕರ್ಮ-ಕಾರ್ಯ
ನರನಾತನು ಯೋಗಿ-ಸನ್ಯಾಸಿ ಹೊರತು,
ಬರಿ ಅಗ್ನಿಯ, ಕ್ರಿಯೆಯ ತೊರೆದವನೆಂತು?

2.

ಯಂ ಸಂನ್ಯಾಸಮಿತಿ ಪ್ರಾಹುರ್ಯೋಗಂ ತಂ ವಿದ್ಧಿ ಪಾಂಡವ ।
ನ ಹ್ಯಸಂನ್ಯಸ್ತಸಂಕಲ್ಪೋ ಯೋಗೀ ಭವತಿ ಕಶ್ಚನ ॥

ಯಾವುದ ಕರೆವರೋ ಸನ್ಯಾಸವೆಂದು
ಭಾವಿಸು, ಪಾಂಡವನೇ, ಯೋಗವದೆಂದು
ಭವದಲಿ ಸಂಕಲ್ಪವನ್ನು ಬಿಡದಾತ
ಅವನಾಗನು ಯೋಗಿಯು, ಇದು ಖಂಡಿತ

3.

ಆರುರುಕ್ಷೋರ್ಮುನೇರ್ಯೋಗಂ ಕರ್ಮ ಕಾರಣಮುಚ್ಯತೇ ।
ಯೋಗಾರೂಢಸ್ಯ ತಸ್ಯೈವ ಶಮಃ ಕಾರಣಮುಚ್ಯತೇ ॥

ಮುನಿಯು ಯೋಗದ ಮಾರ್ಗದಲಿ ಅಡಿಯಿಡಲು
ಎನ್ನುವರು ಕರ್ಮವು ಸಾಧನ ಸಾಗಲು
ಉನ್ನತಿಯು ಯೋಗದಲಾಗಿ ಮುನ್ನಡೆಯೆ
ಅನ್ಯಕರ್ಮಗಳ ಬಿಡುವುದೂ ಸರಿಯೇ

4.

ಯದಾ ಹಿ ನೇಂದ್ರಿಯಾರ್ಥೇಷು ನ ಕರ್ಮಸ್ವನುಷಜ್ಜತೇ ।
ಸರ್ವಸಂಕಲ್ಪಸಂನ್ಯಾಸೀ ಯೋಗಾರೂಢಸ್ತದೋಚ್ಯತೇ ॥

ಎಂದು ನಿಜದಲಿ ಇಂದ್ರಿಯಕಂಟಿರದೇ
ಅಂತೆಯೇ ಕರ್ಮಗಳಲಿ ನಂಟಿರದೇ
ಇಂತಿರೆ ಸರ್ವಸಂಕಲ್ಪಸನ್ಯಾಸಿ
ಅಂದು ಎನಿಸುವನು ಯೋಗಾರೂಢ ಋಷಿ

5.

ಉದ್ಧರೇದಾತ್ಮನಾತ್ಮಾನಂ ನಾತ್ಮಾನಮವಸಾದಯೇತ್ ।
ಆತ್ಮೈವ ಹ್ಯಾತ್ಮನೋ ಬಂಧುರಾತ್ಮೈವ ರಿಪುರಾತ್ಮನಃ ॥

ತನ್ನಿಂದಲೆ ಇಹುದು ತನ್ನ ಉದ್ಧಾರ
ತಾನೆ ಹೊಗದಿರಲಿ ಅವನತಿಯ ದ್ವಾರ
ತನಗೆ ತಾನೇ ವಾಸ್ತವದಲ್ಲಿ ಬಂಧು
ತನಗೆ ತಾನೇ ರಿಪುವೂ ಕೂಡ ಹೌದು

6.

ಬಂಧುರಾತ್ಮಾತ್ಮನಸ್ತಸ್ಯ ಯೇನಾತ್ಮೈವಾತ್ಮನಾ ಜಿತಃ ।
ಅನಾತ್ಮನಸ್ತು ಶತ್ರುತ್ವೇ ವರ್ತೇತಾತ್ಮೈವ ಶತ್ರುವತ್ ॥

ಗೆಲ್ಲುತಿರಲು ತನ್ನನೇ ತಾನು ಅಂದು
ಸಲ್ಲುವನು ತಾನಾಗಿ ತನಗೇ ಬಂಧು
ಪಳಗಿಸಲು ಆಗದಿರಲಾಗ ತಾ ವೈರ
ತಳೆದು, ವರ್ತಿಸುವನು ತನಗೇ ಶತ್ರು ತರ

7.

ಜಿತಾತ್ಮನಃ ಪ್ರಶಾಂತಸ್ಯ ಪರಮಾತ್ಮಾ ಸಮಾಹಿತಃ ।
ಶೀತೋಷ್ಣಸುಖದುಃಖೇಷು ತಥಾ ಮಾನಾಪಮಾನಯೋಃ ॥

ಶೀತೋಷ್ಣಗಳಲ್ಲಿ, ಸುಖದುಃಖಗಳಲಿ
ಅಂತೆ ಮನದ ಮಾನಾಪಮಾನಗಳಲಿ
ಜಿತಾತ್ಮನು ಇರುವನು ಪ್ರಶಾಂತನಾಗಿ
ಮತ್ತು ಪರಮಾತ್ಮದಿ ಸಮಾಹಿತನಾಗಿ

8.

ಜ್ಞಾನವಿಜ್ಞಾನತೃಪ್ತಾತ್ಮಾ ಕೂಟಸ್ಥೋ ವಿಜಿತೇಂದ್ರಿಯಃ ।
ಯುಕ್ತ ಇತ್ಯುಚ್ಯತೇ ಯೋಗೀ ಸಮಲೋಷ್ಟಾಶ್ಮಕಾಂಚನಃ ॥

ಜ್ಞಾನ-ವಿಜ್ಞಾನದಲಿ ತೃಪ್ತನಾಗಿ
ಇಂದ್ರಿಯಗಳ ಜಯಿಸಿ ಕೂಟಸ್ಥ ಯೋಗಿ
ಮಣ್ಣು, ಚಿನ್ನ, ಕಲ್ಲುಗಳಲಿ ಸಮವೆಣಿಸಿ,
ಎನುವರು, ಇರುವನು ಬ್ರಹ್ಮನಲಿ ನೆಲೆಸಿ

9.

ಸುಹೃನ್ಮಿತ್ರಾರ್ಯುದಾಸೀನಮಧ್ಯಸ್ಥದ್ವೇಷ್ಯಬಂಧುಷು ।
ಸಾಧುಷ್ವಪಿ ಚ ಪಾಪೇಷು ಸಮಬುದ್ಧಿರ್ವಿಶಿಷ್ಯತೇ ॥

ಹಿತೈಷಿ, ಶತ್ರು-ಮಿತ್ರರು, ಉದಾಸೀನ,
ಮತ್ತು ಮಧ್ಯಸ್ಥ, ದ್ವೇಷಿ, ಬಂಧುಜನ,
ಸತ್ಪುರುಷ ಸಂತ, ಪಾಪಿಗಳಲಿ - ಸಮತೆ
ಮತಿಯಲಿರುವವ ಹೊಂದಿಹನು ವಿಶಿಷ್ಟತೆ

10.

ಯೋಗೀ ಯುಂಜೀತ ಸತತಮಾತ್ಮಾನಂ ರಹಸಿ ಸ್ಥಿತಃ ।
ಏಕಾಕೀ ಯತಚಿತ್ತಾತ್ಮಾ ನಿರಾಶೀರಪರಿಗ್ರಹಃ ॥

ಏಕಾಂತದಲಿ ಸತತ ತಾ ಸ್ಥಿತನಾಗಿ
ಐಕ್ಯಗೊಳಿಸಲಾತ್ಮನನು ನಿರತ ಯೋಗಿ
ಆಕಾಂಕ್ಷೆ ತೊರೆದು ಅಪರಿಗ್ರಹನಾಗಿ
ಏಕಾಕಿಯಿರಲಿ ಚಿತ್ತಾತ್ಮಜಿತನಾಗಿ

11.

ಶುಚೌ ದೇಶೇ ಪ್ರತಿಷ್ಠಾಪ್ಯ ಸ್ಥಿರಮಾಸನಮಾತ್ಮನಃ ।
ನಾತ್ಯುಚ್ಛ್ರಿತಂ ನಾತಿನೀಚಂ ಚೈಲಾಜಿನಕುಶೋತ್ತರಮ್ ॥

ಅತಿ ಎತ್ತರವೂ, ಅತಿ ತಗ್ಗೂ ಇರದ
ಪಾತಳಿಯಲಿ, ಶುಚಿಯಿರುವ, ಸ್ಥಿರವಾದ
ಸ್ಥಿತಿಯಲಿ ಆಸನವನು ಅಣಿಗೊಳಿಸಿರಿಸಿ
ಮೆತ್ತನೆ ಅರಿವೆ, ಕುಶ, ಅಜಿನಗಳ ಹೊದಿಸಿ-

12.

ತತ್ರೈಕಾಗ್ರಂ ಮನಃ ಕೃತ್ವಾ ಯತಚಿತ್ತೇಂದ್ರಿಯಕ್ರಿಯಃ ।
ಉಪವಿಶ್ಯಾಸನೇ ಯುಞ್ಜ್ಯಾದ್ಯೋಗಮಾತ್ಮವಿಶುದ್ಧಯೇ ॥

-ಅದರ ಮೇಲೆ ಆಸೀನನಾಗಿ ಇರುತ
ವಿಧಿಸುತ ಚಿತ್ತೇಂದ್ರಿಯ ಕ್ರಿಯೆಗೆ ಹಿಡಿತ
ಬದ್ಧಗೊಳಿಸಿ ಮನವ ಏಕಾಗ್ರತೆಯಲಿ
ಹೃದಯಶುದ್ಧಿಗಾಗಿ ನೆಲೆಸಿ ಯೋಗದಲಿ

13.

ಸಮಂ ಕಾಯಶಿರೋಗ್ರೀವಂ ಧಾರಯನ್ನಚಲಂ ಸ್ಥಿರಃ ।
ಸಂಪ್ರೇಕ್ಷ್ಯ ನಾಸಿಕಾಗ್ರಂ ಸ್ವಂ ದಿಶಶ್ಚಾನವಲೋಕಯನ್ ॥

ಶಿರಸು, ಗ್ರೀವ, ಶರೀರಗಳನು ನೇರ
ಇರಿಸಿ ಅಚಲವಾಗಿ, ಇರುತಲಿ ತಾ ಸ್ಥಿರ
ಪರಿವೆಯಲಿ ನಾಸಿಕಾಗ್ರವನು ನೋಡುತ
ಪರಿಪರಿ ದಿಶೆಗಳೆಡೆಗೆ ಈಕ್ಷಿಸದಿರುತ-

14.

ಪ್ರಶಾಂತಾತ್ಮಾ ವಿಗತಭೀರ್ಬ್ರಹ್ಮಚಾರಿವ್ರತೇ ಸ್ಥಿತಃ ।
ಮನಃ ಸಂಯಮ್ಯ ಮಚ್ಚಿತ್ತೋ ಯುಕ್ತ ಆಸೀತ ಮತ್ಪರಃ ॥

-ಭೀತಿರಹಿತವಿಹ ಪ್ರಶಾಂತ ಮನದಲಿ
ಸ್ಥಿತನಿರಲಿ ಬ್ರಹ್ಮಚಾರಿವ್ರತದಲಿ
ಚಿತ್ತವ ನನ್ನಲಿರಿಸಿ ಮನ ನಿಗ್ರಹಿಸಿ
ಅತ್ಯಂತ ಪರಮನೆಂದೆನ್ನ ಭಾವಿಸಿ

15.

ಯುಞ್ಜನ್ನೇವಂ ಸದಾತ್ಮಾನಂ ಯೋಗೀ ನಿಯತಮಾನಸಃ ।
ಶಾಂತಿಂ ನಿರ್ವಾಣಪರಮಾಂ ಮತ್ ಸಂಸ್ಥಾಮಧಿಗಚ್ಛತಿ ॥

ಸದಾ ಈ ತೆರ ತಾ ಪ್ರವೃತ್ತನಾಗಿ
ಹದದಲಿ ಮನ ನಿಯತಗೊಳಿಸಿರಲು ಯೋಗಿ
ಸಾಧಿಸುವ ಶಾಂತಿಯ ಸೇರುತಲಿ ನನ್ನ
ಒದಗುವುದು ಆಗಲೆ ಪರಮನಿರ್ವಾಣ

16.

ನಾತ್ಯಶ್ನತಸ್ತು ಯೋಗೋಸ್ತಿ ನ ಚೈಕಾಂತಮನಶ್ನತಃ ।
ನ ಚಾತಿಸ್ವಪ್ನಶೀಲಸ್ಯ ಜಾಗ್ರತೋ ನೈವ ಚಾರ್ಜುನ ॥

ಅತಿ ತಿಂಬವಗೂ ತುಸುವೆ ತಿಂಬವಗೂ
ಮಿತಿ ಮೀರಿ ನಿದ್ದೆಯನು ಮಾಡುವವಗೂ
ಅತಿ ಜಾಗರಣೆಯ ಗೈಯುವಂತವಗೂ
ಗತಿಸದು ಯೋಗ, ಕೇಳರ್ಜುನ, ಹೇಗೂ

17.

ಯುಕ್ತಾಹಾರವಿಹಾರಸ್ಯ ಯುಕ್ತಚೇಷ್ಟಸ್ಯ ಕರ್ಮಸು ।
ಯುಕ್ತಸ್ವಪ್ನಾವಬೋಧಸ್ಯ ಯೋಗೋ ಭವತಿ ದುಃಖಹಾ ॥

ಯುಕ್ತ ಆಹಾರ ವಿಹಾರಗಳಲಿರುತ
ತಕ್ಕಷ್ಟು ಕೆಲಸ-ಕಾರ್ಯವ ಕೈಗೊಳುತ
ಯುಕ್ತ ನಿದ್ರೆಯ, ಎಚ್ಚರವ ಪಾಲಿಸುವ
ವ್ಯಕ್ತಿಗೋ ಯೋಗವು ನೀಗುವುದು ನೋವ

18.

ಯದಾ ವಿನಿಯತಂ ಚಿತ್ತಮಾತ್ಮನ್ಯೇವಾವತಿಷ್ಠತೇ ।
ನಿಃಸ್ಪೃಹಃ ಸರ್ವಕಾಮೇಭ್ಯೋ ಯುಕ್ತ ಇತ್ಯುಚ್ಯತೇ ತದಾ ॥

ಯಾವಾಗ ನಿಯತಿಗೊಳಗಾಗಿಹ ಚಿತ್ತ
ದಿವ್ಯಾತ್ಮನಲಿ ನೆಲೆಸುವುದೋ- ಖಂಡಿತ
ಆವಾಗ ಸರ್ವ ಕಾಮನೆಗಳು ಸವೆದು-
ಅವನಿಗೆನ್ನುವರು ಯೋಗಯುಕ್ತನೆಂದು

19.

ಯಥಾ ದೀಪೋ ನಿವಾತಸ್ಥೋ ನೇಂಗತೇ ಸೋಪಮಾ ಸ್ಮೃತಾ ।
ಯೋಗಿನೋ ಯತಚಿತ್ತಸ್ಯ ಯುಞ್ಜತೋ ಯೋಗಮಾತ್ಮನಃ ॥

ಗಾಳಿಯಿರದ ಜಾಗದ ದೀಪವು ಹೇಗೆ
ಅಲ್ಲಾಡದಿರದೊ ಆ ಉಪಮೆಯ ಹಾಗೆ
ನಿಲಿಸಿ ಯೋಗಿಯು ಚಿತ್ತವನು ನಿಯತದಲಿ
ನೆಲೆಗೊಳ್ಳುವನು ಆತ್ಮದ ಧ್ಯಾನದಲಿ

20.

ಯತ್ರೋಪರಮತೇ ಚಿತ್ತಂ ನಿರುದ್ಧಂ ಯೋಗಸೇವಯಾ ।
ಯತ್ರ ಚೈವಾತ್ಮನಾತ್ಮಾನಂ ಪಶ್ಯನ್ನಾತ್ಮನಿ ತುಷ್ಯತಿ ॥

ನಿಗ್ರಹಿಸಿರಲು, ಯೋಗದ ಮಾರ್ಗದಲ್ಲಿ
ಸಾಗಿ, ಚಿತ್ತವು ನೆಲೆಸಲು ಶಾಂತಿಯಲ್ಲಿ
ಆಗ ಆತ್ಮನು ನಿಜದಾತ್ಮನಸ್ತಿತ್ವ
ಬಗೆಯನರಿತು ಆತ್ಮತೃಪ್ತಿಯಲಿರುವ

21.

ಸುಖಮಾತ್ಯಂತಿಕಂ ಯತ್ತದ್ ಬುದ್ಧಿಗ್ರಾಹ್ಯಮತೀಂದ್ರಿಯಮ್ ।
ವೇತ್ತಿ ಯತ್ರ ನ ಚೈವಾಯಂ ಸ್ಥಿತಶ್ಚಲತಿ ತತ್ತ್ವತಃ ॥

ಅತೀಂದ್ರಿಯ ಬುದ್ಧಿಗ್ರಾಹ್ಯವಾದಂಥ
ಆತ್ಯಂತಿಕ ಸುಖವದಾವುದೋ ಅಂಥ
ಸ್ಥಿತಿಯನು ತಳೆದಿರಲು ಖಂಡಿತ ಎಂದೂ
ಚ್ಯುತಿಯಿರದೇ ಚಲಿಸದೆಯೇ ನೆಲೆ ನಿಂದು-

22.

ಯಂ ಲಬ್ಧ್ವಾ ಚಾಪರಂ ಲಾಭಂ ಮನ್ಯತೇ ನಾಧಿಕಂ ತತಃ ।
ಯಸ್ಮಿನ್ ಸ್ಥಿತೋ ನ ದುಃಖೇನ ಗುರುಣಾಪಿ ವಿಚಾಲ್ಯತೇ ॥

ಯಾವುದು ಲಭಿಸಿರಲು, ಇತರೆ ಲಾಭಗಳ-
ಅವು ಅಧಿಕವೆನುತ ಭಾವಿಸಲು ಅಸದಳ
ಯಾವುದರಲಿ ಸ್ಥಿತನಿರಲು ಬಹು ದುಗುಡ,
ನೋವು ಕೂಡ ವಿಚಲಿತಗೊಳಿಸದು ನೋಡ-

23.

ತಂ ವಿದ್ಯಾದ್ ದುಃಖಸಂಯೋಗವಿಯೋಗಂ ಯೋಗಸಂಜ್ಞಿತಮ್ ।
ಸ ನಿಶ್ಚಯೇನ ಯೋಕ್ತವ್ಯೋ ಯೋಗೋಽನಿರ್ವಿಣ್ಣಚೇತಸಾ ॥

ಅದುವೇ ದುಃಖಸಂಯೋಗದ ವಿಯೋಗ
ಅದನು ತಿಳಿಯಿಂತು - ಆ ಸ್ಥಿತಿಯೇ ಯೋಗ
ಹೃದಯದಲನಿರ್ವಿಣ್ಣನಾಗದೆ ಸತತ
ನಿರ್ಧರಿಸಿ ಯೋಗದಲಿರಬೇಕು ನಿರತ

24.

ಸಂಕಲ್ಪಪ್ರಭವಾನ್ ಕಾಮಾಂಸ್ತ್ಯಕ್ತ್ವಾ ಸರ್ವಾನಶೇಷತಃ ।
ಮನಸೈವೇಂದ್ರಿಯಗ್ರಾಮಂ ವಿನಿಯಮ್ಯ ಸಮಂತತಃ ॥

ಸಂಕಲ್ಪದಿಂದುದ್ಭವಿಪ ಕಾಮಗಳ
ಸಂಕುಲವ ನಿಶ್ಶೇಷ ತ್ಯಜಿಸುತೆಲ್ಲ
ಇಂದ್ರಿಯ ಸಮೂಹವ ಸರ್ವ ಕಡೆಯಿಂದ
ಖಂಡಿತವೂ ನಿಯಂತ್ರಿಸುತ ಮನದಿಂದ

25.

ಶನೈಃ ಶನೈರುಪರಮೇದ್ಬುದ್ಧ್ಯಾ ಧೃತಿಗೃಹೀತಯಾ ।
ಆತ್ಮಸಂಸ್ಥಂ ಮನಃ ಕೃತ್ವಾ ನ ಕಿಂಚಿದಪಿ ಚಿಂತಯೇತ್ ॥

ಬಲಿತ ನಿಶ್ಚಯದಲಿ ಬುದ್ಧಿಯನು ಬಳಸಿ
ಅಲೆಯುತಿಹ ಮನವನು ಮೆಲಮೆಲನೆ ಒಲಿಸಿ
ಸಲ್ಲದೆಲ್ಲ ಚಿಂತೆಗಳ ಇಲ್ಲಗೊಳಿಸಿ
ಅಲೆಯ ಶಾಂತಗೊಳಿಸಿ ಆತ್ಮದಲಿ ನಿಲಿಸಿ

26.

ಯತೋ ಯತೋ ನಿಶ್ಚರತಿ ಮನಶ್ಚಂಚಲಮಸ್ಥಿರಮ್ ।
ತತಸ್ತತೋ ನಿಯಮ್ಯೈತದಾತ್ಮನ್ಯೇವ ವಶಂ ನಯೇತ್ ॥

ಅಸ್ಥಿರವಾದಂತಹ ಚಂಚಲ ಮನವು
ಎತ್ತೆತ್ತಲೋ ಸುತ್ತಲು ಅದರ ಹರಿವು
ಮತ್ತೆ ಹಿಡಿದು ಅತ್ತಲಿಂದಲು ಹೊರಳಿಸಿ
ಆತ್ಮನ ನಿಯಂತ್ರಣಕೆ ಮಾತ್ರ ಮರಳಿಸಿ

27.

ಪ್ರಶಾಂತಮನಸಂ ಹ್ಯೇನಂ ಯೋಗಿನಂ ಸುಖಮುತ್ತಮಮ್ ।
ಉಪೈತಿ ಶಾಂತರಜಸಂ ಬ್ರಹ್ಮಭೂತಮಕಲ್ಮಷಮ್ ॥

ಮನವು ಪ್ರಶಾಂತವಾಗುತ, ರಜೋಗುಣ
ಶಾಂತಿಯ ತಳೆದು, ಕಲ್ಮಶವೆಲ್ಲ ಹರಣ
ಹೊಂದಿ, ಬ್ರಹ್ಮನಲಿ ನೆಲೆಸಿದ ಯೋಗಿಯು-
ಖಂಡಿತವು ಆತನೇ ಉತ್ತಮ ಸುಖಿಯು

28.

ಯುಞ್ಜನ್ ಏವಂ ಸದಾತ್ಮಾನಂ ಯೋಗೀ ವಿಗತಕಲ್ಮಷಃ ।
ಸುಖೇನ ಬ್ರಹ್ಮಸಂಸ್ಪರ್ಶಮತ್ಯಂತಂ ಸುಖಮಶ್ನುತೇ ॥

ಹೀಗೆ ಸದಾ ಯೋಗದಲ್ಲಿ ತೊಡಗಿರಲು
ಯೋಗಿಯ ಭೌತಿಕ ಕಲ್ಮಷವು ಕಳೆಯಲು
ಸಿಗುತ ಸುಲಭದಲಿ ಬ್ರಹ್ಮ ಸಂಸ್ಪರ್ಶ
ಮಿಗೆ ಹೊಂದುವನು ಅತ್ಯುನ್ನತ ಹರ್ಷ

29.

ಸರ್ವಭೂತಸ್ಥಮಾತ್ಮಾನಂ ಸರ್ವಭೂತಾನಿ ಚಾತ್ಮನಿ ।
ಈಕ್ಷತೇ ಯೋಗಯುಕ್ತಾತ್ಮಾ ಸರ್ವತ್ರ ಸಮದರ್ಶನಃ ॥

ಆತ್ಮನನು ಯೋಗದಲಿ ನೆಲೆಗೊಳಿಸಿರಲು
ಸಮದೃಷ್ಟಿಯನು ಹೊಂದುತ ಸರ್ವರಲು
ಆತ್ಮನಲಿ ಸರ್ವಭೂತಗಳವನರಿವು
ಭೂತವೆಲ್ಲದರಲಿ ಆತ್ಮನದೆ ತಾವು

30.

ಯೋ ಮಾಂ ಪಶ್ಯತಿ ಸರ್ವತ್ರ ಸರ್ವಂ ಚ ಮಯಿ ಪಶ್ಯತಿ ।
ತಸ್ಯಾಹಂ ನ ಪ್ರಣಶ್ಯಾಮಿ ಸ ಚ ಮೇ ನ ಪ್ರಣಶ್ಯತಿ ॥

ಯಾರು ನನ್ನ ಸರ್ವತ್ರ ನೋಡುವನೋ
ಯಾರು ಮತ್ತೆನ್ನಲೆಲ್ಲವ ಕಾಂಬನೊ
ಎರವಾಗೆನು ನಾನು ಅವನಿಗೆ ಎಂದೂ
ಎರವಾಗನು ಅವನೆನಗೆ ಮತ್ತೆಂದೂ

31.

ಸರ್ವಭೂತಸ್ಥಿತಂ ಯೋ ಮಾಂ ಭಜತ್ಯೇಕತ್ವಮಾಸ್ಥಿತಃ ।
ಸರ್ವಥಾ ವರ್ತಮಾನೋಽಪಿ ಸ ಯೋಗೀ ಮಯಿ ವರ್ತತೇ ॥

ಯಾರು ಇರುವಂತೆ ಸರ್ವಭೂತಗಳಲಿ
ಸ್ಮರಿಸುತೆನ್ನ ಸ್ಥಿತನಾಗಿ ಐಕ್ಯದಲಿ
ಸರ್ವಥಾ ಸಕಲ ಸ್ಥಿತಿಗಳಲೂ ಸಹ
ಇರುವಾಗಾ ಯೋಗಿ ಎನ್ನಲಿ ನೆಲೆಸಿಹ

32.

ಆತ್ಮೌಪಮ್ಯೇನ ಸರ್ವತ್ರ ಸಮಂ ಪಶ್ಯತಿ ಯೋಽರ್ಜುನ ।
ಸುಖಂ ವಾ ಯದಿ ವಾ ದುಃಖಂ ಸ ಯೋಗೀ ಪರಮೋ ಮತಃ ॥

ಎಲ್ಲರಲ್ಲಿಯ ಸುಖ ಅಲ್ಲದೇ ದುಃಖ
ಎಲ್ಲವನೂ ತನ್ನದೆಂಬಂತೆ ಏಕ
ತುಲನೆಯಲಿ ತಿಳಿಯುವಂಥ ಯೋಗಿಯಾತ-
ತಿಳಿ ಅರ್ಜುನ - ಪರಮನೆಂಬುದೆನ್ನ ಮತ

33.

ಅರ್ಜುನ ಉವಾಚ ।
ಯೋಽಯಂ ಯೋಗಸ್ತ್ವಯಾ ಪ್ರೋಕ್ತಃ ಸಾಮ್ಯೇನ ಮಧುಸೂದನ ।
ಏತಸ್ಯಾಹಂ ನ ಪಶ್ಯಾಮಿ ಚಂಚಲತ್ವಾತ್ ಸ್ಥಿತಿಂ ಸ್ಥಿರಾಮ್ ॥

ಅರ್ಜುನ ಉವಾಚ:
ನೀನೊರೆದ ಸಮದೃಷ್ಟಿ ಯೋಗವ ನಾ
ಕಾಣೆನು ಕ್ರಮದಲಿ, ಹೇ ಮಧುಸೂದನ
ಅನುಗಾಲವು ಚಂಚಲವಿರಲು ಈ ಮತಿ
ಎಣಿಕೆಗೆ ತೋರದಲ್ಲ ಆ ಸ್ಥಿರಸ್ಥಿತಿ!

34.

ಚಂಚಲಂ ಹಿ ಮನಃ ಕೃಷ್ಣ ಪ್ರಮಾಥಿ ಬಲವದ್ದೃಢಮ್ ।
ತಸ್ಯಾಹಂ ನಿಗ್ರಹಂ ಮನ್ಯೇ ವಾಯೋರಿವ ಸುದುಷ್ಕರಮ್ ॥

ಕೃಷ್ಣನೇ, ಮನಸ್ಸು ನಿಜಕೂ ಚಂಚಲ
ಪ್ರಕ್ಷುಬ್ಧ, ಹಠಮಾರಿ, ಮತ್ತಿಹುದು ಬಲ-
ಲಕ್ಷಣವಿದರದು ಗಾಳಿಯ ತರವಿರುತ
ದುಷ್ಕರವಿದು ಎಂಬುದೇ ಎನ್ನಯ ಮತ

35.

ಶ್ರೀಭಗವಾನುವಾಚ ।

ಅಸಂಶಯಂ ಮಹಾಬಾಹೋ ಮನೋ ದುರ್ನಿಗ್ರಹಂ ಚಲಮ್ ।

ಅಭ್ಯಾಸೇನ ತು ಕೌಂತೇಯ ವೈರಾಗ್ಯೇಣ ಚ ಗೃಹ್ಯತೇ ॥

ಶ್ರೀ ಭಗವಾನುವಾಚ:

ಅನುಮಾನವಿರದು, ಹೇ ಮಹಾಬಾಹುವೆ

ಮನವು ದುರ್ನಿಗ್ರಹವೇ, ಚಂಚಲವೇ

ಕೌಂತೇಯ, ಆದರೆ ಅಭ್ಯಾಸದಿಂದ,

ಅಂತೆಯೇ ಪಳಗಿಸು ವೈರಾಗ್ಯದಿಂದ

36.

ಅಸಂಯತಾತ್ಮನಾ ಯೋಗೋ ದುಷ್ಪ್ರಾಪ ಇತಿ ಮೇ ಮತಿಃ ।

ವಶ್ಯಾತ್ಮನಾ ತು ಯತತಾ ಶಕ್ಯೋಽವಾಪ್ತುಮುಪಾಯತಃ ॥

ಕಡಿವಾಣ ಹಾಕದೇ ಮನಕೆ, ಖಂಡಿತ

ಕಡಿಪು ಯೋಗದ ಪಥವೆಂಬುದೆನ್ನ ಮತ

ತಡೆಹಿಡಿದು ಮನವನು ಪಡಲು ಪ್ರಯತ್ನ

ಪಡೆಯಲು ಶಕ್ಯ ಹಿಡಿಯಲು ಸರಿ ವಿಧಾನ

37.

ಅರ್ಜುನ ಉವಾಚ ।

ಅಯತಿಃ ಶ್ರದ್ಧಯೋಪೇತೋ ಯೋಗಾಚ್ಚಲಿತಮಾನಸಃ ।

ಅಪ್ರಾಪ್ಯ ಯೋಗಸಂಸಿದ್ಧಿಂ ಕಾಂ ಗತಿಂ ಕೃಷ್ಣ ಗಚ್ಛತಿ ॥

ಅರ್ಜುನ ಉವಾಚ:

ಶ್ರದ್ಧೆಯಿಂದಲೆ ತೊಡಗಿದರೂ ಯೋಗದಿ

ಚದುರುತ ಮಾನಸ, ನಿಯತವಿರದೆ ಬುದ್ಧಿ

ಸಿದ್ಧಿ ಪ್ರಾಪ್ತವಿರದಿರೆ ಯಾವ ಸ್ಥಿತಿ

ಒದಗುವುದವನಿಗೆ, ಕೃಷ್ಣ , ಏನು ಗತಿ?

38.

ಕಚ್ಚಿನ್ನೋಭಯವಿಭ್ರಷ್ಟಶ್ಛಿನ್ನಾಭ್ರಮಿವ ನಶ್ಯತಿ ।
ಅಪ್ರತಿಷ್ಠೋ ಮಹಾಬಾಹೋ ವಿಮೂಢೋ ಬ್ರಹ್ಮಣಃ ಪಥಿ ॥

ಒಂದೊಮ್ಮೆ ಉಭಯ ಪಥಗಳಿಂದ ಕೂಡ
ಹೊಂದುತ ಭ್ರಷ್ಟತೆ, ಹರಿದಂತೆ ಮೋಡ
ಅಂದು, ಹೇ ಮಹಾಬಾಹು, ನೆಲೆಯಿರದೇ
ಭ್ರಾಂತಿಯಲಿ ನಶಿಸನೆ, ಬೊಮ್ಮಪಥ ಸಿಗದೆ?

39.

ಏತನ್ಮೇ ಸಂಶಯಂ ಕೃಷ್ಣ ಛೇತ್ತುಮರ್ಹಸ್ಯಶೇಷತಃ ।
ತ್ವದನ್ಯಃ ಸಂಶಯಸ್ಯಾಸ್ಯ ಛೇತ್ತಾ ನ ಹ್ಯುಪಪದ್ಯತೇ ॥

ನನ್ನ ಈ ಸಂದೇಹವನು, ಹೇ ಕೃಷ್ಣ
ನಿನ್ನ ಬೇಡುವೆ, ನಿವಾರಿಸು ಸಂಪೂರ್ಣ
ನಿನಗಿಂತ ಈ ಸಂಶಯ ಪರಿಹರಿಸಲು
ಅನ್ಯರಾರೂ ಸಾಧ್ಯವಾಗದು ಸಿಗಲು

40.

ಶ್ರೀಭಗವಾನುವಾಚ ।
ಪಾರ್ಥ ನೈವೇಹ ನಾಮುತ್ರ ವಿನಾಶಸ್ತಸ್ಯ ವಿದ್ಯತೇ ।
ನ ಹಿ ಕಲ್ಯಾಣಕೃತ್ ಕಶ್ಚಿದ್ದುರ್ಗತಿಂ ತಾತ ಗಚ್ಛತಿ ॥

ಶ್ರೀ ಭಗವಾನುವಾಚ:
ಪಾರ್ಥ, ಹೇ ಮಿತ್ರನೇ , ಇಹಪರಗಳಲಿ
ಆತನ ವಿನಾಶ ಎಂದೂ ಇರದು, ತಿಳಿ
ಸತ್ಕಾರ್ಯವ ಗೈಯುವ ಯಾರೂ ಸಹಿತ
ಪತನವಾಗರು ದುರ್ಗತಿಗಿದು ಖಂಡಿತ

41.

ಪ್ರಾಪ್ಯ ಪುಣ್ಯಕೃತಾಂ ಲೋಕಾನುಷಿತ್ವಾ ಶಾಶ್ವತೀಃ ಸಮಾಃ ।
ಶುಚೀನಾಂ ಶ್ರೀಮತಾಂ ಗೇಹೇ ಯೋಗಭ್ರಷ್ಟೋಽಭಿಜಾಯತೇ ॥

ಪುಣ್ಯಕೃತರ ಲೋಕಗಳನ್ನು ಪಡೆದು
ಅನಂತ ವರುಷಗಳನಲ್ಲಿಯೇ ಕಳೆದು
ನಂತರ ಪವಿತ್ರ, ಸಿರಿವಂತವಾಗಿಹ
ಮನೆಯಲಿ ಯೋಗಭ್ರಷ್ಟ ತಳೆವ ದೇಹ

42.

ಅಥವಾ ಯೋಗಿನಾಮೇವ ಕುಲೇ ಭವತಿ ಧೀಮತಾಮ್ ।
ಏತದ್ಧಿ ದುರ್ಲಭತರಂ ಲೋಕೇ ಜನ್ಮ ಯದೀದೃಶಮ್ ॥

ಅಥವಾ ಧೀಮಂತ ಯೋಗಿ ಕುಲದಲ್ಲಿ
ಜಾತನಾಗಿ ಮರಳುವನು ಖಂಡಿತದಲಿ
ಈ ತರಹದ ಜನ್ಮವು ಈ ಲೋಕದಲಿ
ಅತ್ಯಂತ ದುರ್ಲಭತರವು ಸಿಗುವಲ್ಲಿ

43.

ತತ್ರ ತಂ ಬುದ್ಧಿಸಂಯೋಗಂ ಲಭತೇ ಪೌರ್ವದೇಹಿಕಮ್ ।
ಯತತೇ ಚ ತತೋ ಭೂಯಃ ಸಂಸಿದ್ಧೌ ಕುರುನಂದನ ॥

ನಂತರದಲಾತನು ಪೂರ್ವದೇಹದಲಿ
ಹೊಂದಿದ್ದ ಬುದ್ಧಿಸಂಯೋಗವು ಮರಳಿ
ಅಂತೆಯೇ ಮಾಡುವನು ಪುನ: ಪ್ರಯತ್ನ
ಸಂಸಿದ್ಧಿ ಪಡೆಯಲು, ಹೇ ಕುರುನಂದನ

44.

ಪೂರ್ವಾಭ್ಯಾಸೇನ ತೇನೈವ ಹ್ರಿಯತೇ ಹ್ಯವಶೋಽಪಿ ಸಃ ।
ಜಿಜ್ಞಾಸುರಪಿ ಯೋಗಸ್ಯ ಶಬ್ದಬ್ರಹ್ಮಾತಿವರ್ತತೇ ॥

ಹಿಂದಿನ ಅಭ್ಯಾಸದಿಂದಾಕರ್ಷಿತ
ಖಂಡಿತದಲಿ ತಾನಾಗಿಯೇ ಆಗುತ
ಅಂತೇ ಯೋಗಜಿಜ್ಞಾಸುವೂ ಬರೀ,
ಮುಂದೆ ನಡೆವ ಶಬ್ದಬ್ರಹ್ಮವ ಮೀರಿ

45.

ಪ್ರಯತ್ನಾದ್ಯತಮಾನಸ್ತು ಯೋಗೀ ಸಂಶುದ್ಧಕಿಲ್ಬಿಷಃ ।
ಅನೇಕಜನ್ಮಸಂಸಿದ್ಧಸ್ತತೋ ಯಾತಿ ಪರಾಂ ಗತಿಮ್ ॥

ಬಿಗು ಅಭ್ಯಾಸ ಜತೆ ಪ್ರಯತ್ನದಿಂದ
ಯೋಗಿಯು ಕಿಲುಬು ಕಳೆದಾಗುವನು ಶುದ್ಧ
ಬಗೆಬಗೆ ಜನ್ಮಸಂಸಿದ್ಧಿಯ ನಂತರ
ಸಿಗುವುದಾತನಿಗೆ ಪರಮಗತಿಯ ತೀರ

46.

ತಪಸ್ವಿಭ್ಯೋಽಧಿಕೋ ಯೋಗೀ ಜ್ಞಾನಿಭ್ಯೋಽಪಿ ಮತೋಽಧಿಕಃ ।
ಕರ್ಮಿಭ್ಯಶ್ಚಾಧಿಕೋ ಯೋಗೀ ತಸ್ಮಾದ್ಯೋಗೀ ಭವಾರ್ಜುನ ॥

ಅಧಿಕವೋ ತಪಸ್ವಿಗಳಿಗಿಂತ ಯೋಗಿ
ಅದಲ್ಲದೇ ಜ್ಞಾನಿಗಿಂತ ಮೇಲಾಗಿ
ಅಧಿಕನು ಕರ್ಮಿಗಿಂತ ತಿಳಿಯಲು ತೂಗಿ
ಅದರಿಂದ ಅರ್ಜುನ ನೀನಾಗು ಯೋಗಿ

47.

ಯೋಗಿನಾಮಪಿ ಸರ್ವೇಷಾಂ ಮದ್ಗತೇನಾಂತರಾತ್ಮನಾ ।
ಶ್ರದ್ಧಾವಾನ್ ಭಜತೇ ಯೋ ಮಾಂ ಸ ಮೇ ಯುಕ್ತತಮೋ ಮತಃ ॥

ಎಲ್ಲ ಬಗೆಯ ಯೋಗಿಗಳಲೂ ನೋಡಲು,
ನೆಲೆಸಿ ನನ್ನಲಿ ಇರುತಂತರಂಗದೊಳು
ಸಲಿಸುತ ಭಕುತಿ ಶ್ರದ್ಧೆಯಲಿರುವಾತ
ಬಲು ಉತ್ತಮ ಯೋಗಿಯೆಂದೆನ್ನ ಮತ

ಓಂ ತತ್ಸದಿತಿ ಶ್ರೀಮದ್ಭಗವದ್ಗೀತಾಸೂಪನಿಷತ್ಸು
ಬ್ರಹ್ಮವಿದ್ಯಾಯಾಂ ಯೋಗಶಾಸ್ತ್ರೇ ಶ್ರೀಕೃಷ್ಣಾರ್ಜುನಸಂವಾದೇ
ಆತ್ಮಸಂಯಮಯೋಗೋ ನಾಮ ಷಷ್ಠೋಽಧ್ಯಾಯಃ ॥

ಸಪ್ತಮೋಧ್ಯಾಯ: ಜ್ಞಾನವಿಜ್ಞಾನಯೋಗ

1.

ಶ್ರೀಭಗವಾನುವಾಚ ।
ಮಯ್ಯಾಸಕ್ತಮನಾಃ ಪಾರ್ಥ ಯೋಗಂ ಯುಂಜನ್ ಮದಾಶ್ರಯಃ ।
ಅಸಂಶಯಂ ಸಮಗ್ರಂ ಮಾಂ ಯಥಾ ಜ್ಞಾಸ್ಯಸಿ ತಚ್ಛೃಣು ॥

ಶ್ರೀಭಗವಾನುವಾಚ:
ನನ್ನಲ್ಲಿ ಮನವನು ಆಸಕ್ತಗೊಳಿಸಿ
ನನ್ನನಾಶ್ರಯಿಸಿ, ಯೋಗವ ಅಭ್ಯಸಿಸಿ
ಸಂಶಯವಿರದಂತೆ, ಪಾರ್ಥ, ಎನ್ನರಿವು
ಎಂತು ದೊರೆವುದೆಂದಾಲಿಸು ಸಮಗ್ರವು

2.

ಜ್ಞಾನಂ ತೇಹಂ ಸವಿಜ್ಞಾನಮಿದಂ ವಕ್ಷ್ಯಾಮ್ಯಶೇಷತಃ ।
ಯಜ್ ಜ್ಞಾತ್ವಾ ನೇಹ ಭೂಯೋನ್ಯಜ್ ಜ್ಞಾತವ್ಯಮವಶಿಷ್ಯತೇ ॥

ನಿನಗೆ ಜ್ಞಾನವನು ವಿಜ್ಞಾನದ ಜೊತೆ
ನಾನು ತಿಳಿಸುವೆನಿದ ಶೇಷವಿರದಂತೆ
ನೀನಿದನರಿತಾಗ ಇಹದಲ್ಲಿ ಮತ್ತೆ
ಅನ್ಯವಾವುದೂ ತಿಳಿಯಲುಳಿಯದಂತೆ

3.

ಮನುಷ್ಯಾಣಾಂ ಸಹಸ್ರೇಷು ಕಶ್ಚಿದ್ಯತತಿ ಸಿದ್ಧಯೇ ।
ಯತತಾಮಪಿ ಸಿದ್ಧಾನಾಂ ಕಶ್ಚಿನ್ಮಾಂ ವೇತ್ತಿ ತತ್ತ್ವತಃ ॥

ಯಾರೋ- ಸಹಸ್ರ ಮನುಜರಲ್ಲಿ ಒಬ್ಬ
ಅರಿವ ಸಿದ್ಧಿಗಾಗಿ ಪ್ರಯತ್ನಗೊಂಬ
ಸರಿ ಯತ್ನಿಸಿ ಸಿದ್ಧಿಯನು ಪಡೆದವರಲಿ
ಬರಿ ಓರ್ವ ಅರಿವನೆನ್ನ ವಾಸ್ತವದಲಿ

4.

ಭೂಮಿರಾಪೋನಲೋ ವಾಯುಃ ಖಂ ಮನೋ ಬುದ್ಧಿರೇವ ಚ ।
ಅಹಂಕಾರ ಇತೀಯಂ ಮೇ ಭಿನ್ನಾ ಪ್ರಕೃತಿರಷ್ಟಧಾ ॥

ಭೂಮಿಯು, ನೀರು, ಅನಲವು ಮತ್ತು ವಾಯು,
ಅಂಬರವು, ಮನಸ್ಸು, ಹಾಗೂ ಬುದ್ಧಿಯು,
ಅಂತೇ ಅಹಂಕಾರ - ಇವೆಲ್ಲ ಭಿನ್ನ
ಎಂಟು ವಿಧದಲಿಹ ಪ್ರಕೃತಿಯು – ನನ್ನ

5.

ಅಪರೇಯಮಿತಸ್ತ್ವನ್ಯಾಂ ಪ್ರಕೃತಿಂ ವಿದ್ಧಿ ಮೇ ಪರಾಮ್ ।
ಜೀವಭೂತಾಂ ಮಹಾಬಾಹೋ ಯಯೇದಂ ಧಾರ್ಯತೇ ಜಗತ್ ॥

ಎನ್ನೀ ಅಪರಾಭಿವ್ಯಕ್ತಿಯನುಳಿದು
ಭಿನ್ನ ಪರಾ ಪ್ರಕೃತಿಯನು ತಿಳಿ ಇಂದು
ಇನಿತು ಜೀವಭೂತ ಸಹಿತೀ ಜಗವೇ
ತಾನಿರಲದಾಧಾರ, ಮಹಾಬಾಹುವೆ

6.

ಏತದ್ಯೋನೀನಿ ಭೂತಾನಿ ಸರ್ವಾಣೀತ್ಯುಪಧಾರಯ ।
ಅಹಂ ಕೃತ್ಸ್ನಸ್ಯ ಜಗತಃ ಪ್ರಭವಃ ಪ್ರಲಯಸ್ತಥಾ ॥

ಸಕಲ ಭೂತಗಳಿಗೆ ಈ ಎರಡು ತಾವು
ಆಕರವು ಹುಟ್ಟಿಗೆ ಎಂದಿರಲಿ ತಿಳಿವು
ಅಖಿಲ ಜಗವೆಲ್ಲದರ ಪ್ರಭವ ನಾನು
ಸಕಲಕೂ ಹಾಗೇ ಪ್ರಲಯನೂ ನಾನು

7.

ಮತ್ತಃ ಪರತರಂ ನಾನ್ಯತ್ ಕಿಂಚಿದಸ್ತಿ ಧನಂಜಯ ।
ಮಯಿ ಸರ್ವಮಿದಂ ಪ್ರೋತಂ ಸೂತ್ರೇ ಮಣಿಗಣಾ ಇವ ॥

ನನಗಿಂತ ಶ್ರೇಷ್ಠತರವಾಗಿರುವುದು
ಧನಂಜಯನೆ, ಅನ್ಯ ಯಾವುದೂ ಇರದು
ಮಣಿಗಣವು ಸೂತ್ರದಲ್ಲಿರುವ ತರದಲಿ
ಪೋಣಿಸಲ್ಪಟ್ಟಿವೆ ಇವೆಲ್ಲ ನನ್ನಲಿ

8.

ರಸೋಹಮಪ್ಸು ಕೌಂತೇಯ ಪ್ರಭಾಸ್ಮಿ ಶಶಿಸೂರ್ಯಯೋಃ ।
ಪ್ರಣವಃ ಸರ್ವವೇದೇಷು ಶಬ್ದಃ ಖೇ ಪೌರುಷಂ ನೃಷು ॥

ನಾನು ರಸವು ನೀರಿನಲಿ, ಕೌಂತೇಯನೆ,
ಭಾನು-ಶಶಿಯರಲ್ಲಿ ಪ್ರಭೆಯು ನಾನೇ
ಪ್ರಣವ ನಾನಿಹೆನು ಸರ್ವ ವೇದಗಳಲಿ
ಬಾನಲಿ ಶಬ್ದ, ಪೌರುಷ ಮಾನವರಲಿ

9.

ಪುಣ್ಯೋ ಗಂಧಃ ಪೃಥಿವ್ಯಾಂ ಚ ತೇಜಶ್ಚಾಸ್ಮಿ ವಿಭಾವಸೌ ।
ಜೀವನಂ ಸರ್ವಭೂತೇಷು ತಪಶ್ಚಾಸ್ಮಿ ತಪಸ್ವಿಷು ॥

ಪುಣ್ಯ ಗಂಧವು ನಾನು ಪೃಥಿವಿಯಲ್ಲಿ
ಅಂತೆಯೇ ತೇಜವು ನಾನಗ್ನಿಯಲ್ಲಿ
ನಾನು ಜೀವನವು ಸರ್ವ ಭೂತಗಳಲಿ
ಇನ್ನು ತಪವಾಗಿರುವೆ ತಾಪಸಿಗಳಲಿ

10.

ಬೀಜಂ ಮಾಂ ಸರ್ವಭೂತಾನಾಂ ವಿದ್ಧಿ ಪಾರ್ಥ ಸನಾತನಮ್ ।
ಬುದ್ಧಿರ್ಬುದ್ಧಿಮತಾಮಸ್ಮಿ ತೇಜಸ್ತೇಜಸ್ವಿನಾಮಹಮ್ ॥

ನನ್ನನು ಸರ್ವ ಭೂತಗಳ ಅತ್ಯಂತ
ಸನಾತನ ಬೀಜವೆಂದರಿತುಕೊ ಪಾರ್ಥ
ನಾನೇ ಬುದ್ಧಿಯೂ ಬುದ್ಧಿವಂತರಲಿ
ಇನ್ನು ತೇಜವು ನಾ ತೇಜಸ್ವಿಗಳಲಿ

11.

ಬಲಂ ಬಲವತಾಂ ಚಾಹಂ ಕಾಮರಾಗವಿವರ್ಜಿತಮ್ ।
ಧರ್ಮಾವಿರುದ್ಧೋ ಭೂತೇಷು ಕಾಮೋಽಸ್ಮಿ ಭರತರ್ಷಭ ॥

ಅಲ್ಲದೇ ನಾನು ಕಾಮರಾಗರಹಿತ
ಬಲುಹು ಆಗಿ ಬಲವಂತರಲ್ಲಿ ಇರುತ
ಎಲ್ಲ ಭೂತಗಳ ಧರ್ಮವಿಹಿತ ಕಾಮ-
ವೆಲ್ಲ ನಾನಾಗಿಹೆ, ಹೇ ಭರತೋತ್ತಮ

12.

ಯೇ ಚೈವ ಸಾತ್ತ್ವಿಕಾ ಭಾವಾ ರಾಜಸಾಸ್ತಾಮಸಾಶ್ಚ ಯೇ ।
ಮತ್ತ ಏವೇತಿ ತಾನ್ ವಿದ್ಧಿ ನ ತ್ವಹಂ ತೇಷು ತೇ ಮಯಿ ॥

ಸಾತ್ತ್ವಿಕ, ರಾಜಸ, ತಾಮಸ ಎಂಬೆಲ್ಲ
ಸ್ಥಿತಿಗಳ - ನಿಜದಲಿ ನೀ ತಿಳಿ - ಅವು ಸಕಲ
ಉತ್ಪನ್ನವಿಹವು ನನ್ನಿಂದ, ಆದರೆ
ಅತೀತ ನಾನವಕೆ - ನಾನಿಹೆನಾಸರೆ

13.

ತ್ರಿಭಿರ್ಗುಣಮಯೈರ್ಭಾವೈರೇಭಿಃ ಸರ್ವಮಿದಂ ಜಗತ್ ।
ಮೋಹಿತಂ ನಾಭಿಜಾನಾತಿ ಮಾಮೇಭ್ಯಃ ಪರಮವ್ಯಯಮ್ ॥

ತ್ರಿಗುಣಮಯವಿದೀ ಸ್ಥಿತಿಗಳಿಂದ ಕೂಡಿ
ಜಗವಿದು, ಸರ್ವಕೂ ಕವಿದಿಹುದು ಮೋಡಿ
ಬಗೆಗೆ ಸಿಗದೆ ನಾ, ಜಗ ತಿಳಿಯದೆನ್ನನು
ಮಿಗಿಲಿಹೆ ನಾನಿವುಗಳಾಚೆ, ಅವ್ಯಯನು

14.

ದೈವೀ ಹ್ಯೇಷಾ ಗುಣಮಯೀ ಮಮ ಮಾಯಾ ದುರತ್ಯಯಾ ।
ಮಾಮೇವ ಯೇ ಪ್ರಪದ್ಯಂತೇ ಮಾಯಾಮೇತಾಂ ತರಂತಿ ತೇ ॥

ನನ್ನಯ ದೈವೀ ಮಾಯೆಯಿದು ಗುಣಮಯಿ
ಖಂಡಿತವೂ ಮೀರಲು ದುಷ್ಕರವೇ ಸೈ
ನನ್ನಲ್ಲಿಯೇ ನಿಜ ಶರಣಾಗುವವರು
ಬನ್ನಪಡದೇ ಮಾಯೆಯನು ದಾಟುವರು

15.

ನ ಮಾಂ ದುಷ್ಕೃತಿನೋ ಮೂಢಾಃ ಪ್ರಪದ್ಯಂತೇ ನರಾಧಮಾಃ ।
ಮಾಯಯಾಪಹೃತಜ್ಞಾನಾ ಆಸುರಂ ಭಾವಮಾಶ್ರಿತಾಃ ॥

ದುಷ್ಕರ್ಮಿಗಳು, ನರಾಧಮ, ಮೂಢ ಜನ
ವಶವಾಗಿರಲು ಮಾಯೆಗವರ ಜ್ಞಾನ
ಆಸುರೀ ಭಾವದಲಿ ಆಶ್ರಿತರಾಗಿ
ಎಷ್ಟೂ ಬಾರರು ನನಗೆ ಶರಣಾಗಿ

16.

ಚತುರ್ವಿಧಾ ಭಜಂತೇ ಮಾಂ ಜನಾಃ ಸುಕೃತಿನೋಽರ್ಜುನ ।
ಆರ್ತೋರ್ ಜಿಜ್ಞಾಸುರರ್ಥಾರ್ಥೀ ಜ್ಞಾನೀ ಚ ಭರತರ್ಷಭ ॥

ನನ್ನ ಸೇವಿಸಲೆಳಸುವ ಸುಕೃತ ಜನ
ಇಂತು ಚತುರ್ವಿಧದವರು, ಕೇಳರ್ಜುನ-
ಬನ್ನ ಪಡುವ ಜನ, ಜಿಜ್ಞಾಸು ಸ್ತೋಮ,
ಜ್ಞಾನಿ, ಅರ್ಥಾರ್ಥೀ - ತಿಳಿ ಭರತೋತ್ತಮ

17.

ತೇಷಾಂ ಜ್ಞಾನೀ ನಿತ್ಯಯುಕ್ತ ಏಕಭಕ್ತಿರ್ವಿಶಿಷ್ಯತೇ ।
ಪ್ರಿಯೋ ಹಿ ಜ್ಞಾನಿನೋತ್ಯರ್ಥಮಹಂ ಸ ಚ ಮಮ ಪ್ರಿಯಃ ॥

ಅದರಲ್ಲಿಯೂ ಒಮ್ಮನದ ಭಕುತಿಯೊಳು
ಸದಾ ನಿರತನಿಹ ಜ್ಞಾನಿಯೇ ಮಿಗಿಲು
ಅದೋ ಆ ಜ್ಞಾನಿಗೆ ನಾನು ಅತಿಪ್ರಿಯ
ಅದರಂತೆಯೇ ಅವನೂ ನನಗೆ ಪ್ರಿಯ

18.

ಉದಾರಾಃ ಸರ್ವ ಏವೈತೇ ಜ್ಞಾನೀ ತ್ವಾತ್ಮೈವ ಮೇ ಮತಮ್ ।
ಆಸ್ಥಿತಃ ಸ ಹಿ ಯುಕ್ತಾತ್ಮಾ ಮಾಮೇವಾನುತ್ತಮಾಂ ಗತಿಮ್ ॥

ಉದಾತ್ತರೇ ಈ ಸರ್ವರೂ ಖಂಡಿತ
ಆದರರಿವೆ ಜ್ಞಾನಿಯ – 'ನಾನೆ' ಎನುತ
ಸದಾ ನನ್ನಲ್ಲಿ ಸ್ಥಿತನಿರುವನಾತ
ಉದ್ದಾಮ ಗತಿಯು ನಾನೇ ಎಂದೆನುತ

19.

ಬಹೂನಾಂ ಜನ್ಮನಾಮಂತೇ ಜ್ಞಾನವಾನ್ಮಾಂ ಪ್ರಪದ್ಯತೇ ।
ವಾಸುದೇವಃ ಸರ್ವಮಿತಿ ಸ ಮಹಾತ್ಮಾ ಸುದುರ್ಲಭಃ ॥

ಜನ್ಮಗಳ ಬಹುವಾಗಿ ತಳೆಯುತ ಕೊನೆಗೆ
ನೀನೆ ಎಲ್ಲ ವಾಸುದೇವ, ಎನುತೆನಗೆ
ಎನ್ನಡಿಗೆ ಜ್ಞಾನಿಯು ಶರಣಾಗುವನು
ಅಂತಹ ಮಹಾತ್ಮ ಕಾಣಲು ದುರ್ಲಭನು

20.

ಕಾಮೈಸ್ತೈಸ್ತೈರ್ಹೃತಜ್ಞಾನಾಃ ಪ್ರಪದ್ಯಂತೇನ್ಯದೇವತಾಃ ।
ತಂ ತಂ ನಿಯಮಮಾಸ್ಥಾಯ ಪ್ರಕೃತ್ಯಾ ನಿಯತಾಃ ಸ್ವಯಾ ॥

ಬರಿದೇ ತಮ್ಮ ಪ್ರಕೃತಿಯನುಸರಿಸಿ
ಪರಿಪರಿ ಕಾಮನೆಗಳರಿವನಪಹರಿಸಿ
ಮೊರೆಹೋಗುವರನ್ಯ ದೇವರಲಿ ಕೆಲರು
ಪರಿನೇಮಗಳಾಚರಿಸುವಲಿ ಮಗ್ನರು

21.

ಯೋ ಯೋ ಯಾಂ ಯಾಂ ತನುಂ ಭಕ್ತಃ ಶ್ರದ್ಧಯಾರ್ಚಿತುಮಿಚ್ಛತಿ ।
ತಸ್ಯ ತಸ್ಯಾಚಲಾಂ ಶ್ರದ್ಧಾಂ ತಾಮೇವ ವಿದಧಾಮ್ಯಹಮ್ ॥

ಅದಾವ ದೇವತಾ ರೂಪವನು ಭಕ್ತ
ಶ್ರದ್ಧೆಯಲಿ ಅರ್ಚಿಸಲು ಪಡಲಾಸಕ್ತ
ಒದಗಿಸುವೆನು ಖಂಡಿತ ನಾನವರವರ
ಅದೇ ಶ್ರದ್ಧೆ ಅಚಲವಾಗಿ ನಿಲುವ ತೆರ

22.

ಸ ತಯಾ ಶ್ರದ್ಧಯಾ ಯುಕ್ತಸ್ತಸ್ಯಾರಾಧನಮೀಹತೇ ।
ಲಭತೇ ಚ ತತಃ ಕಾಮಾ ಕಾಮಾನ್ ಮಯ್ಯೈವ ವಿಹಿತಾನ್ ಹಿ ತಾನ್॥

ಅವನು ಆ ಶ್ರದ್ಧೆಯಿಂದೊಡಗೂಡಿರಲು
ದೇವತೆಯದನು ಆರಾಧಿಸತೊಡಗಲು
ಅವನೆಲ್ಲ ಅಭೀಷ್ಟಗಳನು ಪಡೆಯುವನು
ಆ ವ್ಯವಸ್ಥೆಯನು ನಾನೇ ಮಾಡುವೆನು

23.

ಅಂತವತ್ತು ಫಲಂ ತೇಷಾಂ ತದ್ಭವತ್ಯಲ್ಪಮೇಧಸಾಮ್ ।
ದೇವಾಂದೇವಯಜೋ ಯಾಂತಿ ಮದ್ಭಕ್ತಾ ಯಾಂತಿ ಮಾಮಪಿ ॥

ಆದರಾ ತೆರದ ಅಲ್ಪ ಬುದ್ಧಿಗಳಿಗೆ
ಒದಗುವಂತಹ ಫಲವಿಹುದು ಮಿತಿಯೊಳಗೆ
ವಿಧವಿಧ ದೇವ ಭಜಕರು ನಡೆದವರೆಡೆ
ಅದೋ ನನ್ನ ಭಕುತರು ಬರುವರೆನ್ನೆಡೆ

24.

ಅವ್ಯಕ್ತಂ ವ್ಯಕ್ತಿಮಾಪನ್ನಂ ಮನ್ಯಂತೇ ಮಾಮಬುದ್ಧಯಃ ।
ಪರಂ ಭಾವಮಜಾನಂತೋ ಮಮಾವ್ಯಯಮನುತ್ತಮಮ್ ॥

ಅವ್ಯಕ್ತ ನನ್ನ - ವ್ಯಕ್ತನಿಹನೆಂದು
ಭಾವಿಸುತಿಹರು ಬುದ್ಧಿಹೀನರೆಂದೂ
ಅವರು ಅರಿಯರು ಎನ್ನ ಪರಮ ಭಾವವ-
-ಅವ್ಯಯ ಅತ್ಯುತ್ತಮವದರಸ್ತಿತ್ವ

25.

ನಾಹಂ ಪ್ರಕಾಶಃ ಸರ್ವಸ್ಯ ಯೋಗಮಾಯಾಸಮಾವೃತಃ ।
ಮೂಢೋಯಂ ನಾಭಿಜಾನಾತಿ ಲೋಕೋ ಮಾಮಜಮವ್ಯಯಂ ॥

ಯೋಗ ಮಾಯೆಯಿಂದಿರುತ ನಾ ಆವೃತ
ಆಗೆನು ನಾನು ಸರ್ವರಿಗೂ ಪ್ರಕಟಿತ
ಜಗದ ಮೂಢರಿಗಿರದೆನ್ನೀ ಅರಿವು
ಬಗೆಗೆ ಸಿಗದೇ ಅಜ, ಅವ್ಯಯನ ಇರವು

26.

ವೇದಾಹಂ ಸಮತೀತಾನಿ ವರ್ತಮಾನಾನಿ ಚಾರ್ಜುನ ।
ಭವಿಷ್ಯಾಣಿ ಚ ಭೂತಾನಿ ಮಾಂ ತು ವೇದ ನ ಕಶ್ಚನ ॥

ತಿಳಿದಿರುವೆನು ನಾನು ಇಂದಿನ, ಮುಂದಿನ,
ಅಳಿದಿಹ ಸಮಯದೆಲ್ಲವ, ಹೇ ಅರ್ಜುನ
ಬಲ್ಲೆನೆಲ್ಲ ಕಾಲದ ಜೀವಿಗಳನೂ
ಇಲ್ಲವು ಆದರೂ ಎನ್ನ ಅರಿತವನು

27.

ಇಚ್ಛಾದ್ವೇಷಸಮುತ್ಥೇನ ದ್ವಂದ್ವಮೋಹೇನ ಭಾರತ ।
ಸರ್ವಭೂತಾನಿ ಸಂಮೋಹಂ ಸರ್ಗೇ ಯಾಂತಿ ಪರಂತಪ ॥

ಹಂಬಲ-ದ್ವೇಷಗಳಿಂದ ಮೊಳೆತಂಥ
ದ್ವಂದ್ವಗಳಲ್ಲಿಯ ಮೋಹ, ಹೇ ಭಾರತ,
ಬಂಧಿಸಿ, ಹುಟ್ಟುತಲೆಲ್ಲಾ ಜೀವಿಗಳು,
ಭ್ರಾಂತಿ ಹೊಂದುವರು, ಪರಂತಪನೆ ಕೇಳು

28.

ಯೇಷಾಂ ತ್ವಂತಗತಂ ಪಾಪಂ ಜನಾನಾಂ ಪುಣ್ಯಕರ್ಮಣಾಮ್ ।
ತೇ ದ್ವಂದ್ವಮೋಹನಿರ್ಮುಕ್ತಾ ಭಜಂತೇ ಮಾಂ ದೃಢವ್ರತಾಃ ॥

ಜನರು ತಾವು ಹೊಂದಿರಲು ಪುಣ್ಯಕರ್ಮ
ಕೊನೆಗೊಳ್ಳುತ ಅವರ ಪಾಪಗಳು, ತಮ್ಮ
ದ್ವಂದ್ವ ಮೋಹಗಳಿಂದ ಪಡೆಯುತ ಮುಕ್ತಿ
ಎನ್ನ ಸೇವಿಸುವರೊದಗಿ ದೃಢಭಕ್ತಿ

29.

ಜರಾಮರಣಮೋಕ್ಷಾಯ ಮಾಮಾಶ್ರಿತ್ಯ ಯತಂತಿ ಯೇ ।
ತೇ ಬ್ರಹ್ಮ ತದ್ವಿದುಃ ಕೃತ್ಸ್ನ ಮಧ್ಯಾತ್ಮಂ ಕರ್ಮ ಚಾಖಿಲಮ್ ॥

ಜರಾ ಮರಣಗಳಿಂದ ಮೋಕ್ಷವ ಬಯಸಿ
ಯಾರು ಸೇವಿಪರೋ ಎನ್ನನಾಶ್ರಯಿಸಿ
ದೊರೆವುದವರಿಗೆ ಆ ಬ್ರಹ್ಮಜ್ಞಾನವು
ಪೂರ ಅಧ್ಯಾತ್ಮ, ಅಖಿಲ ಕರ್ಮದರಿವು

30.

ಸಾಧಿಭೂತಾಧಿದೈವಂ ಮಾಂ ಸಾಧಿಯಜ್ಞಂ ಚ ಯೇ ವಿದುಃ ।
ಪ್ರಯಾಣಕಾಲೇಪಿ ಚ ಮಾಂ ತೇ ವಿದುರ್ಯುಕ್ತಚೇತಸಃ ॥

ಅಧಿದೈವದಲಿ, ಅಧಿಯಜ್ಞದಲಿ ಮತ್ತು
ಅಧಿಭೂತದಲಿ ಯಾರು ಎನ್ನನು ಅರಿತು
ಹೃದಯ-ಪ್ರಜ್ಞೆಗಳಲೆನ್ನ ಕೂಡಿರಲು
ಒದಗುವುದೆನ್ನರಿವು ಕೊನೆಯ ಕಾಲದಲು

ಓಂ ತತ್ಸದಿತಿ ಶ್ರೀಮದ್ಭಗವದ್ಗೀತಾಸೂಪನಿಷತ್ಸು
ಬ್ರಹ್ಮವಿದ್ಯಾಯಾಂ ಯೋಗಶಾಸ್ತ್ರೇ ಶ್ರೀಕೃಷ್ಣಾರ್ಜುನಸಂವಾದೇ
ಜ್ಞಾನವಿಜ್ಞಾನಯೋಗೋ ನಾಮ ಸಪ್ತಮೋಧ್ಯಾಯಃ

ಅಷ್ಟಮೋಧ್ಯಾಯ: ಅಕ್ಷರಬ್ರಹ್ಮಯೋಗ

1.

ಅರ್ಜುನ ಉವಾಚ ।
ಕಿಂ ತದ್ಬ್ರಹ್ಮ ಕಿಮಧ್ಯಾತ್ಮಂ ಕಿಂ ಕರ್ಮ ಪುರುಷೋತ್ತಮ ।
ಅಧಿಭೂತಂ ಚ ಕಿಂ ಪ್ರೋಕ್ತಮಧಿದೈವಂ ಕಿಮುಚ್ಯತೇ ॥

ಅರ್ಜುನ ಉವಾಚ:
ಯಾವುದದು ಬ್ರಹ್ಮ? ಯಾವುದಧ್ಯಾತ್ಮ?
ಯಾವುದದು ಕರ್ಮವು, ಹೇ ಪುರುಷೋತ್ತಮ?
ಯಾವುದಕೆ ಕರೆವರು ಅಧಿಭೂತವೆಂದು?
ಯಾವುದನೆನ್ನುವರು ಅಧಿದೈವವೆಂದು?

2.

ಅಧಿಯಜ್ಞಃ ಕಥಂ ಕೋತ್ರ ದೇಹೇಸ್ಮಿನ್ ಮಧುಸೂದನ ।
ಪ್ರಯಾಣಕಾಲೇ ಚ ಕಥಂ ಜ್ಞೇಯೋಸಿ ನಿಯತಾತ್ಮಭಿಃ ॥

ಅಧಿಯಜ್ಞನು ಯಾರು? ಅವನು ದೇಹದಲಿ,
ಮಧುಸೂದನನೆ ನುಡಿ, ಇರುವ ಹೇಗಿಲ್ಲಿ?
ಅದೆಂತು ಆತ್ಮಸಂಯಮಿಗೆ ನಿನ್ನರಿವು
ಒದಗಿಬಂದೀತು, ಸಮೀಪಿಸಲು ಸಾವು?

3.

ಶ್ರೀಭಗವಾನುವಾಚ ।
ಅಕ್ಷರಂ ಬ್ರಹ್ಮ ಪರಮಂ ಸ್ವಭಾವೋಧ್ಯಾತ್ಮಮುಚ್ಯತೇ ।
ಭೂತಭಾವೋದ್ಭವಕರೋ ವಿಸರ್ಗಃ ಕರ್ಮಸಂಜ್ಞಿತಃ ॥

ಶ್ರೀ ಭಗವಾನುವಾಚ:
ಅವಿನಾಶಿ ಪರಮತತ್ತ್ವವದೇ ಬ್ರಹ್ಮ
ಜೀವಿ, ಮತ್ತೆಲ್ಲಾ ಪ್ರಜ್ಞೆ - ಅಧ್ಯಾತ್ಮ

ಜೀವಿಯೆಲ್ಲರುತ್ಪತ್ತಿ, ಅಭಿವ್ಯಕ್ತಿ -
ಇವುಗಳ ಕಾರಣಕೆ ಕರ್ಮ ಎಂದುಕ್ತಿ

4.

ಅಧಿಭೂತಂ ಕ್ಷರೋ ಭಾವಃ ಪುರುಷಶ್ಚಾಧಿದೈವತಮ್ ।
ಅಧಿಯಜ್ಞೋಹಮೇವಾತ್ರ ದೇಹೇ ದೇಹಭೃತಾಂ ವರ ॥

ಕ್ಷರವಾದ ಈ ಪ್ರಕೃತಿಯು ಅಧಿಭೂತ
ಪುರುಷನ ವಿರಾಡ್ರೂಪವೇ ಅಧಿದೈವ
ಶರೀರದಲ್ಲಿ ಅಧಿಯಜ್ಞನು ನಾನೇ
ಇರುತಿಹೆನು ನಿಜಕೂ, ಜೀವೋತ್ತಮನೇ

5.

ಅಂತಕಾಲೇ ಚ ಮಾಮೇವ ಸ್ಮರನ್ ಮುಕ್ತ್ವಾ ಕಲೇವರಮ್ ।
ಯಃ ಪ್ರಯಾತಿ ಸ ಮದ್ಭಾವಂ ಯಾತಿ ನಾಸ್ತ್ಯತ್ರ ಸಂಶಯಃ ॥

ಅಂತ್ಯಕಾಲದಲ್ಲಿ ಕೂಡ ನನ್ನನ್ನು
ಖಂಡಿತ ಸ್ಮರಿಸುತ ಬಿಡಲು ದೇಹವನು
ಮುಂದೆ ಪಯಣಿಸಿದರೆ ಎನ್ನ ಭಾವವನು
ಹೊಂದುವನು ಸಂದೇಹವಿಲ್ಲ ಏನೂ

6.

ಯಂ ಯಂ ವಾಪಿ ಸ್ಮರನ್ ಭಾವಂ ತ್ಯಜತ್ಯಂತೇ ಕಲೇವರಮ್ ।
ತಂ ತಮೇವೈತಿ ಕೌಂತೇಯ ಸದಾ ತದ್ಭಾವಭಾವಿತಃ ॥

ಯಾವ ಭಾವದಲಿ ಸ್ಮರಿಸುತಲಿ ಯಾರ,
ಜೀವನು ಕೊನೆಗೆ ತೊರೆವನೋ ಕಲೇವರ
ಭಾವವದನೇ ಹೊಂದುವನು ತರುವಾಯ,
ಭಾವವದೇ ಸದಾ ಇರಲು ಕೌಂತೇಯ

7.

ತಸ್ಮಾತ್ಸರ್ವೇಷು ಕಾಲೇಷು ಮಾಮನುಸ್ಮರ ಯುಧ್ಯ ಚ ।
ಮಯ್ಯರ್ಪಿತಮನೋಬುದ್ಧಿರ್ಮಾಮೇವೈಷ್ಯಸ್ಯಸಂಶಯಮ್ ॥

ಹೀಗಿರಲು ಎಲ್ಲ ಕಾಲವು ನನ್ನ ನೆನೆ
ಹಾಗೂ ನೀ ಮಾಡೀಗ ಯುದ್ಧವನೇ
ಬಗೆ-ಬುದ್ಧಿಗಳನ್ನು ಎನಗೆ ಅರ್ಪಿಸಿರೆ
ಸಿಗುವುದು ನಿಸ್ಸಂಶಯವು - ಎನ್ನಾಸರೆ

8.

ಅಭ್ಯಾಸಯೋಗಯುಕ್ತೇನ ಚೇತಸಾ ನಾನ್ಯಗಾಮಿನಾ ।
ಪರಮಂ ಪುರುಷಂ ದಿವ್ಯಂ ಯಾತಿ ಪಾರ್ಥಾನುಚಿಂತಯನ್ ॥

ಅನ್ಯ ಎಡೆಗೆ ಗಮನವಿರದಂತೆ ಚಿತ್ತ
ಧ್ಯಾನದ ಅಭ್ಯಾಸದಲಿ ಸತತ ನಿರತ
ಮನುಜ ತನ್ಮಯನಾಗಿರಲು, ಹೇ ಪಾರ್ಥ
ತಾ ನಡೆವ ದಿವ್ಯ ಪರಮಪುರುಷನತ್ತ

9.

ಕವಿಂ ಪುರಾಣಮನುಶಾಸಿತಾರಮ್
ಅಣೋರಣೀಯಾಂಸಮನುಸ್ಮರೇದ್ಯಃ।
ಸರ್ವಸ್ಯ ಧಾತಾರಮಚಿಂತ್ಯರೂಪಮ್
ಆದಿತ್ಯವರ್ಣಂ ತಮಸಃ ಪರಸ್ತಾತ್ ॥

ಬಲ್ಲವನು, ಎಲ್ಲರೊಡೆಯ ಪುರಾತನನು
ಎಲ್ಲರ ಪಾಲಕ, ಅಣುವಿಗೂ ಸೂಕ್ಷ್ಮನು
ನಿಲುಕನು ಚಿಂತನೆಗೆ, ಆದಿತ್ಯ ವರ್ಣ
ಸಿಲುಕನು ತಮಕೆ, ಎನ್ನುತವನ ಸ್ಮರಣ-

10.

ಪ್ರಯಾಣಕಾಲೇ ಮನಸಾಚಲೇನ
ಭಕ್ತ್ಯಾ ಯುಕ್ತೋ ಯೋಗಬಲೇನ ಚೈವ।
ಭ್ರುವೋರ್ಮಧ್ಯೇ ಪ್ರಾಣಮಾವೇಶ್ಯ ಸಮ್ಯಕ್
ಸ ತಂ ಪರಂ ಪುರುಷಮುಪೈತಿ ದಿವ್ಯಮ್ ॥

ಅಂತ್ಯಕಾಲದಲ್ಲಿ, ಅಚಲಮನಸಿನಲಿ
ಸಂತತ ಭಕ್ತಿಯಲಿ, ಯೋಗ ಶಕ್ತಿಯಲಿ
ಸಂಚಿಸಿ ಭ್ರೂನಡು ನಿಲಿಸಲು ಪ್ರಾಣ
ಹೊಂದುವ ದಿವ್ಯ ಪರಮಪುರುಷನ ತಾಣ

11.

ಯದಕ್ಷರಂ ವೇದವಿದೋ ವದಂತಿ
ವಿಶಂತಿ ಯದ್ಯತಯೋ ವೀತರಾಗಾಃ।
ಯದಿಚ್ಛಂತೋ ಬ್ರಹ್ಮಚರ್ಯಂ ಚರಂತಿ
ತತ್ ತೇ ಪದಂ ಸಂಗ್ರಹೇಣ ಪ್ರವಕ್ಷ್ಯೇ ॥

ವೇದವಿದರದನ್ನು ಅಕ್ಷರವೆನುವರು
ಅದನ್ನು ವೀತರಾಗ ಯತಿ ಹೊಂದುವರು
ಅದಕಾಗಿ ಇಹರು ಬ್ರಹ್ಮಚರ್ಯದಲಿ
ಪದವದರ ಕುರಿತು ನುಡಿವೆ ಸಂಗ್ರಹದಲಿ

12.

ಸರ್ವದ್ವಾರಾಣಿ ಸಂಯಮ್ಯ ಮನೋ ಹೃದಿ ನಿರುಧ್ಯ ಚ ।
ಮೂಧ್ನ್ಯಾಧಾಯಾತ್ಮನಃ ಪ್ರಾಣಮಾಸ್ಥಿತೋ
ಯೋಗಧಾರಣಾಮ್ ॥

ದ್ವಾರಗಳನೆಲ್ಲ ಸಂಯಮದಲಿ ಇರಿಸಿ
ನಿರೋಧಿಸಿ ಮನ, ಹೃದಯದಲಿ ಬಂಧಿಸಿ

ಶಿರದಲಿ ಪ್ರಾಣವಾಯುವನು ನಿಲಿಸುತ

ಇರಬೇಕು ಯೋಗಧಾರಣೆಯಲಿ ಸ್ಥಿತ

13.

ಓಮಿತ್ಯೇಕಾಕ್ಷರಂ ಬ್ರಹ್ಮ ವ್ಯಾಹರನ್ ಮಾಮನುಸ್ಮರನ್ ।

ಯಃ ಪ್ರಯಾತಿ ತ್ಯಜನ್ ದೇಹಂ ಸ ಯಾತಿ ಪರಮಾಂ ಗತಿಮ್ ॥

ಬ್ರಹ್ಮನ ಏಕಾಕ್ಷರಿ - ಓಂ - ರೂಪವನು

ಸಹ ಉಚ್ಚರಿಸುತ, ಸ್ಮರಿಸುತ ನನ್ನನು

ದೇಹವ ತ್ಯಜಿಸುತ ತೆರಳುವಂತವನು

ಮಹೋನ್ನತವಾದ ಗತಿಯನು ಹೊಂದುವನು

14.

ಅನನ್ಯಚೇತಾಃ ಸತತಂ ಯೋ ಮಾಂ ಸ್ಮರತಿ ನಿತ್ಯಶಃ ।

ತಸ್ಯಾಹಂ ಸುಲಭಃ ಪಾರ್ಥ ನಿತ್ಯಯುಕ್ತಸ್ಯ ಯೋಗಿನಃ ॥

ಯಾರು ಅನನ್ಯ ಭಾವದಲಿ ಸತತವೂ

ಇರುತ ನನ್ನ ಸ್ಮರಿಸುವರೋ ನಿತ್ಯವು

ದೊರೆವೆ ಅವನಿಗೆ ನಾ ಸುಲಭದಲಿ, ಪಾರ್ಥ

ಇರಲವನು ನಿತ್ಯವು ಯೋಗದಲಿ ನಿರತ

15.

ಮಾಮುಪೇತ್ಯ ಪುನರ್ಜನ್ಮ ದುಃಖಾಲಯಮಶಾಶ್ವತಮ್ ।

ನಾಪ್ನುವಂತಿ ಮಹಾತ್ಮಾನಃ ಸಂಸಿದ್ಧಿಂ ಪರಮಾಂ ಗತಾಃ ॥

ನನ್ನನ್ನು ಹೊಂದಿರುವ ಮಹಾತ್ಮ ಜೀವಿ

ಅನಿಶ್ಚಿತ ದುಃಖಾಲಯವಾಗಿರುವೀ

ಜನುಮವ ಹೊಂದಲು ಹಿಂತಿರುಗನಿಲ್ಲಿಗೆ

ಉನ್ನತ ಪರಮಗತಿ ಸಿದ್ಧಿಸಿರಲವಗೆ

16.

ಆಬ್ರಹ್ಮಭುವನಾಲ್ಲೋಕಾಃ ಪುನರಾವರ್ತಿನೋರ್ಜುನ ।
ಮಾಮುಪೇತ್ಯ ತು ಕೌಂತೇಯ ಪುನರ್ಜನ್ಮ ನ ವಿದ್ಯತೇ ॥

ಬ್ರಹ್ಮಲೋಕಾದಿ ಎಲ್ಲ, ಹೇ ಅರ್ಜುನ
ಬಹಳ ಲೋಕಗಳಲ್ಲೂ ಆವರ್ತನ
ಇಹುದು, ಆದರೆನ್ನ ತಲುಪಿ, ತರುವಾಯ
ತಾ ಹೊಂದನು ಮರುಜನ್ಮ, ಕೌಂತೇಯ

17.

ಸಹಸ್ರಯುಗಪರ್ಯಂತಮಹರ್ಯದ್ಬ್ರಹ್ಮಣೋ ವಿದುಃ ।
ರಾತ್ರಿಂ ಯುಗಸಹಸ್ರಾಂತಾಂ ತೇಹೋರಾತ್ರವಿದೋ ಜನಾಃ ॥

ಅಹೋ-ರಾತ್ರಿಗಳ ನಿಜವನು ತಿಳಿದ ಜನ-
ಸಹಸ್ರಯುಗಗಳು ಬ್ರಹ್ಮನೊಂದು ದಿನ,
ಸಹಸ್ರಯುಗ ಪರ್ಯಂತ ಅದೇ ವಿಧದಿ-
ಇಹುದೆನುವರು - ಬ್ರಹ್ಮನ ರಾತ್ರಿಯವಧಿ

18.

ಅವ್ಯಕ್ತಾದ್ವ್ಯಕ್ತಯಃ ಸರ್ವಾಃ ಪ್ರಭವಂತ್ಯಹರಾಗಮೇ ।
ರಾತ್ರ್ಯಾಗಮೇ ಪ್ರಲೀಯಂತೇ ತತ್ರೈವಾವ್ಯಕ್ತಸಂಜ್ಞಕೇ ॥

ಆರಂಭವಾಗಲು ಬ್ರಹ್ಮನ ಹಗಲು
ತೋರುವುವೆಲ್ಲ ಅವ್ಯಕ್ತವಿರೆ ಮೊದಲು
ಇರುಳು ಮರಳಿರಲು ಖಂಡಿತವೂ ಆಗ
ಕರಗುವುದು ಅವ್ಯಕ್ತದಲೇ ಈ ಜಗ

19.

ಭೂತಗ್ರಾಮಃ ಸ ಏವಾಯಂ ಭೂತ್ವಾ ಭೂತ್ವಾ ಪ್ರಲೀಯತೇ ।
ರಾತ್ರ್ಯಾಗಮೇವಶಃ ಪಾರ್ಥ ಪ್ರಭವತ್ಯಹರಾಗಮೇ ॥

ಜೀವ ಸಮೂಹ ನಿಜಕೂ ಪದೇಪದೇ
ಭವಿಸಿ, ನಂತರದ ರಾತ್ರಿಯಲಿ ಇರದೇ,
ಅವೆಲ್ಲವು ತಾನಾಗಿಯೇ, ಹೇ ಪಾರ್ಥ
ಸವೆದು, ಹಗಲು ಮರಳಲು ಪುನಹ ವ್ಯಕ್ತ

20.

ಪರಸ್ತಸ್ಮಾತ್ತು ಭಾವೋನ್ಯೋವ್ಯಕ್ತೋವ್ಯಕ್ತಾತ್ಸನಾತನಃ ।
ಯಃ ಸ ಸರ್ವೇಷು ಭೂತೇಷು ನಶ್ಯತ್ಸು ನ ವಿನಶ್ಯತಿ ॥

ಆದರೆ ಈ ಅವ್ಯಕ್ತ ಸ್ಥಿತಿ ಮೀರಿ
ಇದೆ ಅವ್ಯಕ್ತ ತತ್ತ್ವವದು ಅನ್ಯ ಪರಿ
ಅದು ಸನಾತನವು, ನಾಶವೆ ಅದಕಿಲ್ಲ
ಇದ್ದ ಜಗವು ನಾಶವಾದರೂ ಎಲ್ಲ

21.

ಅವ್ಯಕ್ತೋಕ್ಷರ ಇತ್ಯುಕ್ತಸ್ತಮಾಹುಃ ಪರಮಾಂ ಗತಿಮ್ ।
ಯಂ ಪ್ರಾಪ್ಯ ನ ನಿವರ್ತಂತೇ ತದ್ಧಾಮ ಪರಮಂ ಮಮ ॥

ಅವ್ಯಕ್ತವು ಅದು, ಅಕ್ಷರವದು ಎಂದು
ಭಾವಿಸಲಾಗಿದೆ ಪರಮಗತಿ ಅದೆಂದು
ಯಾವುದನು ಹೊಂದಿ ಮರಳುವುದು ಇಲ್ಲವು
ತಾವು ಅದೇ - ಎನ್ನಯ ಪರಮಧಾಮವು

22.

ಪುರುಷಃ ಸ ಪರಃ ಪಾರ್ಥ ಭಕ್ತ್ಯಾ ಲಭ್ಯಸ್ತ್ವನನ್ಯಯಾ ।
ಯಸ್ಯಾಂತಃಸ್ಥಾನಿ ಭೂತಾನಿ ಯೇನ ಸರ್ವಮಿದಂ ತತಮ್ ॥

ಯಾರೊಳಗೆ ನೆಲೆಸಿಹುದೋ ಜೀವ ವಿತತಿ
ಯಾರಿಗಿಹುದೊ ಎಲ್ಲದರಲೂ ವ್ಯಾಪ್ತಿ
ಪರಮಪುರುಷನು ಆತನೇ, ಹೇ ಪಾರ್ಥ
ದೊರೆಯುವನು ಭಕ್ತಿ ಅನನ್ಯವಿರಲಾತ

23.

ಯತ್ರ ಕಾಲೇ ತ್ವನಾವೃತ್ತಿಮಾವೃತ್ತಿಂ ಚೈವ ಯೋಗಿನಃ ।
ಪ್ರಯಾತಾ ಯಾಂತಿ ತಂ ಕಾಲಂ ವಕ್ಷ್ಯಾಮಿ ಭರತರ್ಷಭ ॥

ಸಾಯುವ ಸಮಯದಲಿ ಯೋಗಿಗಳು ಸಾಗಿ
ಯಾವ ಮಾರ್ಗದಲಿ - ಬರರೋ ಹಿಂತಿರುಗಿ,
ಯಾವುದರಲಿ ನಡೆಯೆ ಹಿಂಬರುವರೆಂಬ
ವಿವರವದನು ತಿಳಿಸುವೆನು ಭರತರ್ಷಭ

24.

ಅಗ್ನಿರ್ಜ್ಯೋತಿರಹಃ ಶುಕ್ಲಃ ಷಣ್ಮಾಸಾ ಉತ್ತರಾಯಣಮ್ ।
ತತ್ರ ಪ್ರಯಾತಾ ಗಚ್ಛಂತಿ ಬ್ರಹ್ಮ ಬ್ರಹ್ಮವಿದೋ ಜನಾಃ ॥

ಜ್ಯೋತಿ, ಅಗ್ನಿ, ಶುಕ್ಲಪಕ್ಷ, ಹಗಲಿರಲು
ಉತ್ತರಾಯನದ ಆರು ಮಾಸಗಳಲು-
ಗತಿಸಲೀ ಮಾರ್ಗದಲಿ ಬ್ರಹ್ಮವಿದರು
ಮತ್ತೆ ಬ್ರಹ್ಮನಲ್ಲಿಗೇ ಸೇರುವರು

25.

ಧೂಮೋ ರಾತ್ರಿಸ್ತಥಾ ಕೃಷ್ಣಃ ಷಣ್ಮಾಸಾ ದಕ್ಷಿಣಾಯನಮ್ ।
ತತ್ರ ಚಾಂದ್ರಮಸಂ ಜ್ಯೋತಿರ್ಯೋಗೀ ಪ್ರಾಪ್ಯ ನಿವರ್ತತೇ ॥

ಹೊಗೆ, ರಾತ್ರಿ, ಅದಲ್ಲದೆ ಕೃಷ್ಣಪಕ್ಷ
ಹಾಗೂ ದಕ್ಷಿಣಾಯನದಾರು ಮಾಸ-
ಹೋಗುತಿರಲಿಂತು, ಶಶಿಲೋಕದ ಬೆಳಕ
ಯೋಗಿಯು ಸೇರುವನು ಮರಳಿ ಬರುವನಕ

26.

ಶುಕ್ಲಕೃಷ್ಣೇ ಗತೀ ಹ್ಯೇತೇ ಜಗತಃ ಶಾಶ್ವತೇ ಮತೇ ।
ಏಕಯಾ ಯಾತ್ಯನಾವೃತ್ತಿಮನ್ಯಯಾವರ್ತತೇ ಪುನಃ ॥

ಶುಕ್ಲ - ಕೃಷ್ಣಗಳೆರಡು ಗತಿಸಲು ಪಥ
ಲೋಕಕೆ ಇಹುದೆಂಬುದದು ಶಾಶ್ವತ ಮತ
ದಕ್ಕಲೊಂದು ನಡೆವೆ ಮರಳಿ ಬಾರದೆಡೆ
ಸಿಕ್ಕಲಿನ್ನೊಂದು ಮರಳುವೆ ಲೋಕದೆಡೆ

27.

ನೈತೇ ಸೃತೀ ಪಾರ್ಥ ಜಾನನ್ ಯೋಗೀ ಮುಹ್ಯತಿ ಕಶ್ಚನ ।
ತಸ್ಮಾತ್ ಸರ್ವೇಷು ಕಾಲೇಷು ಯೋಗಯುಕ್ತೋ ಭವಾರ್ಜುನ ॥

ಸಾಗಲೆರಡಿವು ಮಾರ್ಗಗಳು ಎಂದರಿತ
ಯೋಗಿಯೆಂದೂ ಮೋಹಗೊಳ್ಳನು, ಪಾರ್ಥ
ಹೀಗಿರಲು ಸರ್ವಕಾಲದಲೂ ಇನ್ನು
ಯೋಗಯುಕ್ತನಾಗು, ಅರ್ಜುನನೆ ನೀನು

28.

ವೇದೇಷು ಯಜ್ಞೇಷು ತಪಃಸು ಚೈವ
ದಾನೇಷು ಯತ್ ಪುಣ್ಯಫಲಂ ಪ್ರದಿಷ್ಟಮ್।
ಅತ್ಯೇತಿ ತತ್ ಸರ್ವಮಿದಂ ವಿದಿತ್ವಾ
ಯೋಗೀ ಪರಂ ಸ್ಥಾನಮುಪೈತಿ ಚಾದ್ಯಮ್ ॥

ಅರಿಯಲು ಇದನು, ಫಲಿಸುವುದು ಯೋಗಿಯಲಿ,
ಮೀರಿ - ವೇದ, ಯಜ್ಞ, ತಪ, ದಾನಗಳಲಿ
ಬರುವ ಪುಣ್ಯ ಫಲ ಸರ್ವವನು – ಖಂಡಿತ,
ಪರಮ ಮೂಲ ಧಾಮವ ಸಹಾ ಹೊಂದುತ

ಓಂ ತತ್ಸದಿತಿ ಶ್ರೀಮದ್ಭಗವದ್ಗೀತಾಸೂಪನಿಷತ್ಸು
ಬ್ರಹ್ಮವಿದ್ಯಾಯಾಂ ಯೋಗಶಾಸ್ತ್ರೇ ಶ್ರೀಕೃಷ್ಣಾರ್ಜುನಸಂವಾದೇ
ಅಕ್ಷರಬ್ರಹ್ಮಯೋಗೋ ನಾಮಾಷ್ಟಮೋಧ್ಯಾಯಃ ॥

ನವಮೋಧ್ಯಾಯ: ರಾಜವಿದ್ಯಾ-ರಾಜಗುಹ್ಯಯೋಗ

1.

ಶ್ರೀಭಗವಾನುವಾಚ ।
ಇದಂ ತು ತೇ ಗುಹ್ಯತಮಂ ಪ್ರವಕ್ಷ್ಯಾಮ್ಯನಸೂಯವೇ ।
ಜ್ಞಾನಂ ವಿಜ್ಞಾನಸಹಿತಂ ಯಜ್ ಜ್ಞಾತ್ವಾ ಮೋಕ್ಷ್ಯಸೇಶುಭಾತ್ ॥

ಶ್ರೀ ಭಗವಾನುವಾಚ:
ಅನಸೂಯನು ನೀನು, ಅಂತೆಯೇ ನಿನಗೆ
ನಾನು ತಿಳಿಸುವೆನು, ವಿಜ್ಞಾನದ ಜೊತೆಗೆ
ಜ್ಞಾನವನಿದು ಗುಹ್ಯತಮ, ಇದ ತಿಳಿಯುತ
ಗ್ಲಾನಿಯಿಂದ ಮುಕ್ತಿ ನಿನಗೆ ಸಿಗಲೆನುತ

2.

ರಾಜವಿದ್ಯಾ ರಾಜಗುಹ್ಯಂ ಪವಿತ್ರಮಿದಮುತ್ತಮಮ್ ।
ಪ್ರತ್ಯಕ್ಷಾವಗಮಂ ಧರ್ಮ್ಯಂ ಸುಸುಖಂ ಕರ್ತುಮವ್ಯಯಮ್ ॥

ವಿದ್ಯೆಗಳ ರಾಜನಿದು, ರಾಜ ರಹಸ್ಯ
ಇದು ಪವಿತ್ರ, ಉತ್ತಮ, ಮತ್ತು ಅವ್ಯಯ
ವೇದ್ಯವು ಇದು ಪ್ರತ್ಯಕ್ಷ ಅನುಭವಕೆ
ಸಾಧಿಸಲು ಸುಲಭ, ಧರ್ಮದ ನಡವಳಿಕೆ

3.

ಅಶ್ರದ್ದಧಾನಾಃ ಪುರುಷಾ ಧರ್ಮಸ್ಯಾಸ್ಯ ಪರಂತಪ ।
ಅಪ್ರಾಪ್ಯ ಮಾಂ ನಿವರ್ತಂತೇ ಮೃತ್ಯುಸಂಸಾರವರ್ತ್ಮನಿ ॥

ಪರಂತಪನೆ, ಈ ಧರ್ಮದಲಿ ಶ್ರದ್ಧೆ
ತೋರದಿಹ ಪುರುಷನು ಎನ್ನ ಪಡೆಯದೇ

ಮರಳುವನು ಸಾವಿನ ಸುಳಿಯ ಸೆಳೆತಕ್ಕೆ
ತಿರುತಿರುಗಿ ಸಂಸಾರದದೇ ಮಾರ್ಗಕೆ

4.

ಮಯಾ ತತಮಿದಂ ಸರ್ವಂ ಜಗದವ್ಯಕ್ತಮೂರ್ತಿನಾ ।
ಮತ್ ಸ್ಥಾನಿ ಸರ್ವಭೂತಾನಿ ನ ಚಾಹಂ ತೇಷ್ವವಸ್ಥಿತಃ ॥

ಜಗವಿದು ಸರ್ವವೂ ನನ್ನ ಅವ್ಯಕ್ತ-
ಬಗೆಯ ರೂಪದಿಂದಲಿ ಇಹುದು ವ್ಯಾಪ್ತ
ಜಗದೆಲ್ಲ ಜೀವಿಗಳೂ ಇವೆ ನನ್ನಲಿ
ಆಗಿ ಸ್ಥಿತನು ನಾನಿರೆನು ಅವುಗಳಲಿ

5.

ನ ಚ ಮತ್ ಸ್ಥಾನಿ ಭೂತಾನಿ ಪಶ್ಯ ಮೇ ಯೋಗಮೈಶ್ವರಮ್ ।
ಭೂತಭೃನ್ನ ಚ ಭೂತಸ್ಥೋ ಮಮಾತ್ಮಾ ಭೂತಭಾವನಃ ॥

ಇಗೋ ಇದೆನ್ನ ದಿವ್ಯ ಕೌತುಕ ಶಕ್ತಿ
ಜಗವೆನ್ನಲಿರದಂತೆ ತೋರುವ ರೀತಿ,
ಹಾಗೂ ನಾನು ಜಗದೊಳಗೆ ಇರದಾತ
ಆಗಿದ್ದರೂ ಪಾಲಕ ಮತ್ತು ಕರ್ತ

6.

ಯಥಾಕಾಶಸ್ಥಿತೋ ನಿತ್ಯಂ ವಾಯುಃ ಸರ್ವತ್ರಗೋ ಮಹಾನ್ ।
ತಥಾ ಸರ್ವಾಣಿ ಭೂತಾನಿ ಮತ್ ಸ್ಥಾನೀತ್ಯುಪಧಾರಯ ॥

ಗಾಳಿ ಬಾನಿನಲಿ ಸದಾ ಇರುತ ಹೇಗೆ
ಬಲದಲೆಲ್ಲೆಡೆ ಬೀಸುತಿಹುದೋ ಹಾಗೆ
ಎಲ್ಲ ಜೀವಿಗಳೂ ಕೂಡ ನನ್ನಲ್ಲಿ
ನೆಲೆಸಿವೆ ಎನ್ನುವ ಮನವರಿಕೆಯು ಇರಲಿ

7.

ಸರ್ವಭೂತಾನಿ ಕೌಂತೇಯ ಪ್ರಕೃತಿಂ ಯಾಂತಿ ಮಾಮಿಕಾಮ್ ।
ಕಲ್ಪಕ್ಷಯೇ ಪುನಸ್ತಾನಿ ಕಲ್ಪಾದೌ ವಿಸೃಜಾಮ್ಯಹಮ್ ॥

ಕಲ್ಪದ ಅಂತ್ಯದಲ್ಲಿ, ಹೇ ಕೌಂತೇಯ
ಎಲ್ಲ ಜೀವಜಗ ನನ್ನ ಪ್ರಕೃತಿಯ
ಒಳಗೆ ಲಯವಾಗಿ, ಇರದಂತೇ ಪತ್ತೆ,
ಕಲ್ಪದಾದಿಯಲಿ ನಾ ಸೃಜಿಸುವೆ ಮತ್ತೆ

8.

ಪ್ರಕೃತಿಂ ಸ್ವಾಮವಷ್ಟಭ್ಯ ವಿಸೃಜಾಮಿ ಪುನಃ ಪುನಃ ।
ಭೂತಗ್ರಾಮಮಿಮಂ ಕೃತ್ಸ್ನಮವಶಂ ಪ್ರಕೃತೇರ್ವಶಾತ್ ॥

ನನ್ನ ಸ್ವಂತ ಪ್ರಕೃತಿ ರೂಪವನು
ಮುನ್ನ ಧರಿಸಿ ಈ ಭೂತ ಸಂಕುಲವನು
ಪುನಃ ಪುನಃ ಮಾಡುತಿರುವೆನು ಸೃಷ್ಟಿ
ತಾನಾಗಿ ಪ್ರಕೃತಿ ವಶದಲಿ ಹುಟ್ಟಿ

9.

ನ ಚ ಮಾಂ ತಾನಿ ಕರ್ಮಾಣಿ ನಿಬಧ್ನಂತಿ ಧನಂಜಯ ।
ಉದಾಸೀನವದಾಸೀನಮಸಕ್ತಂ ತೇಷು ಕರ್ಮಸು ॥

ಎನ್ನ ಬಂಧಿಸವು ಇವು, ಹೇ ಧನಂಜಯ
ಎಂದಿಗೂ ಕೂಡ, ಈ ಕರ್ಮಸಂಚಯ
ಅನಾಸಕ್ತನಾಗಿ ಉಳಿದಿರುವೆನು ನಾ
ಇನಿತು ಕರ್ಮಗಳಲಿರುತ ಉದಾಸೀನ

10.

ಮಯಾಧ್ಯಕ್ಷೇಣ ಪ್ರಕೃತಿಃ ಸೂಯತೇ ಸಚರಾಚರಮ್ ।
ಹೇತುನಾನೇನ ಕೌಂತೇಯ ಜಗದ್ವಿಪರಿವರ್ತತೇ ॥

ಪ್ರಕೃತಿಯು ನನ್ನ ಅಧೀಕ್ಷಣೆಯಲಿರುತ
ವ್ಯಕ್ತಪಡಿಸುವುದು ಚರಾಚರವ ಸಹಿತ
ಈ ಕಾರಣದಿಂದಲೆ, ಹೇ ಕೌಂತೇಯ
ಲೋಕಕಿದೆ ಪರಿಭ್ರಮಣ- ಸೃಷ್ಟಿ-ಲಯ

11.

ಅವಜಾನಂತಿ ಮಾಂ ಮೂಢಾ ಮಾನುಷೀಂ ತನುಮಾಶ್ರಿತಮ್ ।
ಪರಂ ಭಾವಮಜಾನಂತೋ ಮಮ ಭೂತಮಹೇಶ್ವರಮ್ ॥

ಚರಾಚರಗಳ ಮಹೇಶ್ವರನಾದೆನ್ನ
ಪರಮ ಭಾವವ ತಿಳಿಯದೇ ಮೂಢಜನ
ಧರಿಸಿರಲಾಗಿ ನಾ ಮನುಷ್ಯ ತನುವನು
ಅರಿವಾಗದೇ ಅವಗಣಿಸುವರೆನ್ನನು

12.

ಮೋಘಾಶಾ ಮೋಘಕರ್ಮಾಣೋ ಮೋಘಜ್ಞಾನಾ ವಿಚೇತಸಃ ।
ರಾಕ್ಷಸೀಮಾಸುರೀಂ ಚೈವ ಪ್ರಕೃತಿಂ ಮೋಹಿನೀಂ ಶ್ರಿತಾಃ ॥

ಗೊಂದಲದಲಿ ಭ್ರಾಂತರವರ ಅನೇಕ
ಜ್ಞಾನ, ಕರ್ಮ, ಆಸೆಗಳೂ ನಿರರ್ಥಕ
ಖಂಡಿತ ರಾಕ್ಷಸ, ಅಸುರ ಪ್ರಕೃತಿಯ
ಹೊಂದುತ ಆಶ್ರಯ, ತಾಳುವರು ಭ್ರಮೆಯ

13.

ಮಹಾತ್ಮಾನಸ್ತು ಮಾಂ ಪಾರ್ಥ ದೈವೀಂ ಪ್ರಕೃತಿಮಾಶ್ರಿತಾಃ ।
ಭಜಂತ್ಯನನ್ಯಮನಸೋ ಜ್ಞಾತ್ವಾ ಭೂತಾದಿಮವ್ಯಯಮ್ ॥

ಪರಂತು, ಮಹಾತ್ಮರು ದೈವೀಗುಣವನು
ತೋರುತ್ತಲಿ, ಹೇ ಪಾರ್ಥನೇ, ನನ್ನನು
ಕುರಿತು ಅನನ್ಯ ಮನದಲ್ಲಿ ಸೇವಿಸುತ
ಅರಿತು ಸೃಷ್ಟಿ ಮೂಲ, ಅವ್ಯಯನೆನುತ-

14.

ಸತತಂ ಕೀರ್ತಯಂತೋ ಮಾಂ ಯತಂತಶ್ಚ ದೃಢವ್ರತಾಃ ।
ನಮಸ್ಯಂತಶ್ಚ ಮಾಂ ಭಕ್ತ್ಯಾ ನಿತ್ಯಯುಕ್ತಾ ಉಪಾಸತೇ ॥

-ಸತತವೂ ಕೀರ್ತಿಸುತ, ನಮಸ್ಕರಿಸುತ
ಮತ್ತು ದೃಢವ್ರತರಾಗಿ ಯತ್ನಿಸುತ
ಚಿತ್ತದಲಿ ಭಕ್ತಿಯುಳ್ಳವರಾಗಿಹರು
ನಿತ್ಯವೂ ಎನ್ನ ಉಪಾಸಿಸುತಲಿಹರು

15.

ಜ್ಞಾನಯಜ್ಞೇನ ಚಾಪ್ಯನ್ಯೇ ಯಜಂತೋ ಮಾಮುಪಾಸತೇ ।
ಏಕತ್ವೇನ ಪೃಥಕ್ ತ್ವೇನ ಬಹುಧಾ ವಿಶ್ವತೋಮುಖಮ್ ॥

ಜ್ಞಾನಯಜ್ಞವ ಮಾಡುತಲೂ ಕೆಲವರು
ನನ್ನ ಉಪಾಸನೆಯಲ್ಲಿ ತೊಡಗಿರುವರು
ಕಂಡೆನ್ನ ವಿಶ್ವತೋಮುಖ ರೂಪದಲಿ,
ಒಂದೆಂದು, ಎರಡೆಂದು, ವೈವಿಧ್ಯದಲಿ

16.

ಅಹಂ ಕ್ರತುರಹಂ ಯಜ್ಞಃ ಸ್ವಧಾಹಮಹಮೌಷಧಮ್ ।
ಮಂತ್ರೋಽಹಮಹಮೇವಾಜ್ಯಮಹಮಗ್ನಿರಹಂ ಹುತಮ್ ॥

ನಾನು ಕ್ರತುವು, ಯಜ್ಞವೂ ನಾನಿರುವೆ
ನಾನು ಆಹುತಿ, ಔಷಧದ ತರುವಿರುವೆ
ನಾನೇ ಮಂತ್ರವು, ಆಜ್ಯವೂ ನಾನೇ
ನಾನೇ ಅಗ್ನಿಯು, ಹವಿಸ್ಸೂ ನಾನೇ

17.

ಪಿತಾಹಮಸ್ಯ ಜಗತೋ ಮಾತಾ ಧಾತಾ ಪಿತಾಮಹಃ ।
ವೇದ್ಯಂ ಪವಿತ್ರಮೋಙ್ಕಾರ ಋಕ್ ಸಾಮ ಯಜುರೇವ ಚ ॥

ಪಿತನೂ, ಮಾತೆಯೂ ನಾನು ಈ ಜಗಕೆ

ಪಿತಾಮಹನೂ, ಆಧಾರ ಎಲ್ಲದಕೆ

ನಾ ತಿಳಿವ ತತ್ವ, ಪವಿತ್ರ, ಓಂ ಶಬ್ದ

ಮತ್ತು ಋಗ್ವೇದ, ಸಾಮ, ಯಜುರ್ವೇದ

18.

ಗತಿರ್ಭರ್ತಾ ಪ್ರಭುಃ ಸಾಕ್ಷೀ ನಿವಾಸಃ ಶರಣಂ ಸುಹೃತ್ ।

ಪ್ರಭವಃ ಪ್ರಲಯಃ ಸ್ಥಾನಂ ನಿಧಾನಂ ಬೀಜಮವ್ಯಯಮ್ ॥

ನಾನು ಗತಿ, ಪೋಷಕ, ಸಾಕ್ಷಿ, ನಾ ಒಡೆಯ

ನಾನು ನೆಲೆ, ಆಸರೆ, ಆತ್ಮೀಯ ಗೆಳೆಯ

ನಾ ಪ್ರಭವನು, ಪ್ರಳಯನು, ಆಧಾರನು

ನಾನು ನಿಧಾನವು, ಬೀಜವು, ಅವ್ಯಯನು

19.

ತಪಾಮ್ಯಹಮಹಂ ವರ್ಷಂ ನಿಗೃಹ್ಣಾಮ್ಯುತ್ಸೃಜಾಮಿ ಚ ।

ಅಮೃತಂ ಚೈವ ಮೃತ್ಯುಶ್ಚ ಸದಸಚ್ಚಾಹಮರ್ಜುನ ॥

ನೀಡುವೆ ನಾನು ಶಾಖವನು ಮತ್ತು, ಮಳೆ

ತಡೆಯುವೆನು ಹಾಗೂ ಸುರಿಸುವೆನು ಮೇಲೆ

ಒಡನೆ ಮೃತ್ಯು- ಅಮರತ್ವ ಕೂಡ ನಾ

ಜಡವು ನಾನು, ಚೇತನವು ನಾನರ್ಜುನ

20.

ತ್ರೈವಿದ್ಯಾ ಮಾಂ ಸೋಮಪಾಃ ಪೂತಪಾಪಾ

ಯಜ್ಞೈರಿಷ್ಟ್ವಾ ಸ್ವರ್ಗತಿಂ ಪ್ರಾರ್ಥಯಂತೇ।

ತೇ ಪುಣ್ಯಮಾಸಾದ್ಯ ಸುರೇಂದ್ರಲೋಕಮ್

ಅಶ್ನಂತಿ ದಿವ್ಯಾನ್ ದಿವಿ ದೇವಭೋಗಾನ್ ॥

ಮೂರು ವೇದವೇದ್ಯರು, ಕುಡಿಯುತ ಸೋಮ

ಕೋರಿ ಸಗ್ಗ, ಪೂಜಿಸಲು ಮಾಡಿ ಹೋಮ

ತೊರೆದು ಪಾಪ, ಗಳಿಸಿ ಪುಣ್ಯ, ಸುರಲೋಕ
ಸೇರುತ, ಸವಿಯುವರು ದಿವಿಯ ದಿವ್ಯ ಸುಖ

21.

ತೇ ತಂ ಭುಕ್ತ್ವಾ ಸ್ವರ್ಗಲೋಕಂ ವಿಶಾಲಂ
ಕ್ಷೀಣೇ ಪುಣ್ಯೇ ಮರ್ತ್ಯಲೋಕಂ ವಿಶಂತಿ ।
ಏವಂ ತ್ರಯೀಧರ್ಮಮನುಪ್ರಪನ್ನಾ
ಗತಾಗತಂ ಕಾಮಕಾಮಾ ಲಭಂತೇ ॥

ಅಪಾರ ಸಗ್ಗಲೋಕ ಸುಖ ಅನುಭವಿಸಿ
ಲೋಪವಾಗಲು ಪುಣ್ಯ, ಭುವಿಗೆ ಪಯಣಿಸಿ
-ಈ ಪರಿಯಲಿ ವೇದಧರ್ಮ ಪಾಲಿಸುತ
ತೃಪ್ತಗೊಳಿಸಲು ಬಯಕೆ - ಜನಿಸಿ ಗತಿಸುತ

22.

ಅನನ್ಯಾಶ್ಚಿಂತಯಂತೋ ಮಾಂ ಯೇ ಜನಾಃ ಪರ್ಯುಪಾಸತೇ ।
ತೇಷಾಂ ನಿತ್ಯಾಭಿಯುಕ್ತಾನಾಂ ಯೋಗಕ್ಷೇಮಂ ವಹಾಮ್ಯಹಮ್ ॥

ಯಾರು ಅನನ್ಯ ಸ್ಮರಣೆಯಲ್ಲಿ ನಿರತ
ಇರುತಲಿ ನನ್ನನು ಉಪಾಸಿಸುತ ಸತತ
ಪರಿವೆಯಲಿ ಸದಾ ನನ್ನಲಾಗಿ ಒಂದು
ಇರುವರ ಯೋಗಕ್ಷೇಮ ಹೊಣೆ ನನ್ನದು

23.

ಯೇಪ್ಯನ್ಯದೇವತಾ ಭಕ್ತಾ ಯಜಂತೇ ಶ್ರದ್ಧಯಾನ್ವಿತಾಃ ।
ತೇಪಿ ಮಾಮೇವ ಕೌಂತೇಯ ಯಜಂತ್ಯವಿಧಿಪೂರ್ವಕಮ್ ॥

ಅನ್ಯ ದೇವತೆಗಳ ಭಕ್ತರೂ ಯಾರು
ಘನ ಶ್ರದ್ಧೆಯಲಿ ಪೂಜಿಪರೋ ಅವರು
ಎಣಿಕೆಗೆ ಅದು ತಪ್ಪಿರಲೂ, ಕೌಂತೇಯ
ನನಗೆ ಮಾತ್ರವೇ ಮಾಡುವರು ಪೂಜೆಯ

24.

ಅಹಂ ಹಿ ಸರ್ವಯಜ್ಞಾನಾಂ ಭೋಕ್ತಾ ಚ ಪ್ರಭುರೇವ ಚ ।
ನ ತು ಮಾಮಭಿಜಾನಂತಿ ತತ್ತ್ವೇನಾತಶ್ಚ್ಯವಂತಿ ತೇ ॥

ಸಕಲ ಯಜ್ಞಗಳಲು ನಾನೇ ಖಂಡಿತ
ಭೋಕ್ತಾರನು ಮತ್ತು ಪ್ರಭುವೂ ಸಹಿತ
ಭಕ್ತಿಯನು ಇತರರಲ್ಲಿ ತೋರುವಂಥ
ವ್ಯಕ್ತಿಗಳು ನಿಜವರಿಯದಿಹರು ಬೀಳುತ

25.

ಯಾಂತಿ ದೇವವ್ರತಾ ದೇವಾನ್ ಪಿತೄನ್ಯಾಂತಿ ಪಿತೃವ್ರತಾಃ ।
ಭೂತಾನಿ ಯಾಂತಿ ಭೂತೇಜ್ಯಾ ಯಾಂತಿ ಮದ್ಯಾಜಿನೋಪಿ ಮಾಮ್॥

ದೇವವ್ರತರು ದೇವರೆಡೆ ನಡೆಯುವರು
ಪೂರ್ವಜ ಪೂಜಕರು ಅಲ್ಲಿ ಸೇರುವರು
ಧಾವಿಸುವರು ಭೂತಾರಾಧಕರತ್ತ
ಸೇವಿಸಿ ಜನ ಎನ್ನ ಬರುವರೆನ್ನತ್ತ

26.

ಪತ್ರಂ ಪುಷ್ಪಂ ಫಲಂ ತೋಯಂ ಯೋ ಮೇ ಭಕ್ತ್ಯಾ ಪ್ರಯಚ್ಛತಿ ।
ತದಹಂ ಭಕ್ತ್ಯುಪಹೃತಮಶ್ನಾಮಿ ಪ್ರಯತಾತ್ಮನಃ ॥

ಹೂವು, ಪತ್ರ, ಫಲ, ಅಥವಾ ನೀರನ್ನು
ಯಾವನು ಭಕ್ತಿಯಲಿ ನೀಡಲೂ ಅದನು
ಸೇವಿಸುವೆನು ನಾನು, ಶುದ್ಧಮನದಿಂದ
ಅವನು ಭಕ್ತಿಯಲಿ ಅರ್ಪಿಸಿದುದರಿಂದ

27.

ಯತ್ ಕರೋಷಿ ಯದಶ್ನಾಸಿ ಯಜ್ಜುಹೋಷಿ ದದಾಸಿ ಯತ್ ।
ಯತ್ತಪಸ್ಯಸಿ ಕೌಂತೇಯ ತತ್ ಕುರುಷ್ವ ಮದರ್ಪಣಮ್ ॥

ತಿನ್ನುವುದೇ ಇರಲಿ, ಹೋಮಿಸುವುದಿರಲಿ

ಏನು ನೀಡುವುದಿರಲಿ, ತಪಸ್ಯವಿರಲಿ

ಏನೆಲ್ಲ ಮಾಡುತಿರಲೂ, ಕೌಂತೇಯ

ನನಗೆ ಅದನೆಲ್ಲವ ಮಾಡು ಅರ್ಪಣೆಯ

28.

ಶುಭಾಶುಭಫಲೈರೇವಂ ಮೋಕ್ಷ್ಯಸೇ ಕರ್ಮಬಂಧನೈಃ ।

ಸಂನ್ಯಾಸಯೋಗಯುಕ್ತಾತ್ಮಾ ವಿಮುಕ್ತೋ ಮಾಮುಪೈಷ್ಯಸಿ ॥

ನೀನು ಈ ತೆರದಲಿ ಶುಭಾಶುಭ ಫಲದ

ಹಣ್ಣನೀಯುವ ಎಲ್ಲ ಕರ್ಮಬಂಧದ

ಅಂಕೆ ಮೀರುತ, ಸನ್ಯಾಸ ಯೋಗದಲಿ

ಮನವಿಟ್ಟು, ನನ್ನ ಸೇರುವೆ ಮುಕ್ತಿಯಲಿ

29.

ಸಮೋಹಂ ಸರ್ವಭೂತೇಷು ನ ಮೇ ದ್ವೇಷ್ಯೋಸ್ತಿ ನ ಪ್ರಿಯಃ ।

ಯೇ ಭಜಂತಿ ತು ಮಾಂ ಭಕ್ತ್ಯಾ ಮಯಿ ತೇ ತೇಷು ಚಾಪ್ಯಹಮ್ ॥

ಸರ್ವ ಜೀವಿಗಳಲಿ ನಾನಿಹೆ ಸಮತೆಯ

ಭಾವದಲಿ, ಎನಗಿರನು - ದ್ವೇಷಿ, ಪ್ರಿಯ

ಯಾವ ಜನರು ಭಕ್ತಿಯಲಿ ಸೇವಿಸಲೂ

ಅವರೆನ್ನಲಿಹರು, ನಾನಿಹೆ ಅವರಲೂ

30.

ಅಪಿ ಚೇತ್ ಸುದುರಾಚಾರೋ ಭಜತೇ ಮಾಮನನ್ಯಭಾಕ್ ।

ಸಾಧುರೇವ ಸ ಮಂತವ್ಯಃ ಸಮ್ಯಗ್ ವ್ಯವಸಿತೋ ಹಿ ಸಃ ॥

ದುರಾಚಾರಿಯಾಗಿದ್ದವನೂ ಸಹಿತ

ಇರಲು ಅನನ್ಯತೆಯಲೆನ್ನ ಸೇವಿಸುತ

ಪರಿಗಣಿಸಬೇಕವನನು ಸಾಧುವೆಂದು

ಪರಿಪೂರ್ಣ ನಿಶ್ಚಯದಲಿ ಇರುವನೆಂದು

ನನ್ನೀ ಯೋಗ ಶಕ್ತಿ, ವಿಭೂತಿಯನೂ
ಚೆನ್ನಾಗಿ ಎಲ್ಲವನು ಬಲ್ಲಂತವನು
ಮನದಲಿ ವಿಕಲ್ಪವಿರದೇ ಯೋಗದಲಿ
ಅನುಗೊಳುವನು ಸಂಶಯವಿಲ್ಲವಿದರಲಿ

8.

ಅಹಂ ಸರ್ವಸ್ಯ ಪ್ರಭವೋ ಮತ್ತಃ ಸರ್ವಂ ಪ್ರವರ್ತತೇ ।
ಇತಿ ಮತ್ವಾ ಭಜಂತೇ ಮಾಂ ಬುಧಾ ಭಾವಸಮನ್ವಿತಾಃ ॥

ನಾನೇ ಎಲ್ಲದರ ಪ್ರಭವನೆಂದೂ
ನನ್ನಿಂದ ಸರ್ವವೂ ವ್ಯಕ್ತವೆಂದೂ
ಮುನ್ನ ಮನವರಿಕೆಯಿಂದಲಿ ಬುಧಜನರು
ಒಂದಾಗಿ ಭಾವದಲೆನ್ನ ಪೂಜಿಪರು

9.

ಮಚ್ಚಿತ್ತಾ ಮದ್ಗತಪ್ರಾಣಾ ಬೋಧಯಂತಃ ಪರಸ್ಪರಮ್ ।
ಕಥಯಂತಶ್ಚ ಮಾಂ ನಿತ್ಯಂ ತುಷ್ಯಂತಿ ಚ ರಮಂತಿ ಚ ॥

ಚಿತ್ತವೆನಲಿಟ್ಟು, ಮುಡುಪಿಟ್ಟು ಪ್ರಾಣ
ಮತ್ತು ಪರಸ್ಪರ ಮಾಡುತಲಿ ಬೋಧನ
ನಿತ್ಯ ನನ್ನ ವಿಚಾರ ಮಾತಾಡುತಲಿ
ಮತ್ತರಿಹರು ಸಂತಸದಲಿ, ತುಷ್ಟಿಯಲಿ

10.

ತೇಷಾಂ ಸತತಯುಕ್ತಾನಾಂ ಭಜತಾಂ ಪ್ರೀತಿಪೂರ್ವಕಮ್ ।
ದದಾಮಿ ಬುದ್ಧಿಯೋಗಂ ತಂ ಯೇನ ಮಾಮುಪಯಾಂತಿ ತೇ ॥

ಪ್ರೀತಿಪೂರ್ವಕ ಸೇವೆಗಳನುಗೈಯುತ
ಸತತವು ನನ್ನಲ್ಲಿ ಯುಕ್ತವಾದಂಥ
ಚಿತ್ತವುಳ್ಳವರಿಗೆ ನನ್ನತ್ತ ಬರುವ
ಪಥದೆಡೆ ಕೊಡುವೆ ಸೂಕ್ತ ಬುದ್ಧಿಯೋಗವ

11.

ತೇಷಾಮೇವಾನುಕಂಪಾರ್ಥಮಹಮಜ್ಞಾನಜಂ ತಮಃ ।
ನಾಶಯಾಮ್ಯಾತ್ಮಭಾವಸ್ಥೋ ಜ್ಞಾನದೀಪೇನ ಭಾಸ್ವತಾ ॥

ಅನುಕಂಪದಿಂದಲೇ ನಾನವರಲ್ಲಿ
ಅನುಗಾಲ ನೆಲೆಸಿಹೆ ಆತ್ಮಭಾವದಲಿ
ಜ್ಞಾನದೀಪ ಬೆಳಗಿ, ಅಜ್ಞಾನಜನಿತ
ಅಂಧಕಾರವನು ವಿನಾಶವಗೈಯುತ

12.

ಅರ್ಜುನ ಉವಾಚ ।
ಪರಂ ಬ್ರಹ್ಮ ಪರಂ ಧಾಮ ಪವಿತ್ರಂ ಪರಮಂ ಭವಾನ್ ।
ಪುರುಷಂ ಶಾಶ್ವತಂ ದಿವ್ಯಮಾದಿದೇವಮಜಂ ವಿಭುಮ್ ॥

ಅರ್ಜುನ ಉವಾಚ :
ಪರಬ್ರಹ್ಮ ನೀ, ಪರಂಧಾಮನು ನೀ
ಪರಮಪವಿತ್ರನೂ ಆಗಿರುವೆಯೊ ನೀ
ಇರುವೆ ನೀ ದಿವ್ಯ ಮೂಲಪುರುಷನೆಂದು
ಕರೆವರು ಅಜ, ಆದಿದೇವ, ವಿಭುವೆಂದು

13.

ಆಹುಸ್ತ್ವಾ ಮೃಷಯಃ ಸರ್ವೇ ದೇವರ್ಷಿರ್ನಾರದಸ್ತಥಾ ।
ಅಸಿತೋ ದೇವಲೋ ವ್ಯಾಸಃ ಸ್ವಯಂ ಚೈವ ಬ್ರವೀಷಿ ಮೇ ॥

ಇಂತು ನಿನ್ನ ಕುರಿತು ಋಷಿಗಳ ಸಮೂಹ
ಅಂತೆಯೇ ದೇವರ್ಷಿ ನಾರದರು ಸಹ
ಕೊಂಡಾಡಿರೆ ದೇವಲ, ವ್ಯಾಸ, ಅಸಿತ
ಇಂದು ನುಡಿದೆ ಸ್ವತಃ ನೀನೂ ಸಹಿತ

14.

ಸರ್ವಮೇತದೃತಂ ಮನ್ಯೇ ಯನ್ಮಾಂ ವದಸಿ ಕೇಶವ ।
ನ ಹಿ ತೇ ಭಗವನ್ ವ್ಯಕ್ತಿಂ ವಿದುರ್ದೇವಾ ನ ದಾನವಾಃ ॥

ನೀನೆನಗೆ ಅರುಹುತಿಹ ವಿಷಯವೆಲ್ಲವ
ಅಂಗೀಕರಿಸುವೆ ಖುತವೆಂದು ಕೇಶವ
ನಿನ್ನ ಅಭಿವ್ಯಕ್ತಿಯು, ಹೇ ಭಗವಂತ
ದಾನವರು, ದೇವತೆಗಳಿಗಿರದು ವಿದಿತ

15.

ಸ್ವಯಮೇವಾತ್ಮನಾತ್ಮಾನಂ ವೇತ್ಥ ತ್ವಂ ಪುರುಷೋತ್ತಮ ।
ಭೂತಭಾವನ ಭೂತೇಶ ದೇವದೇವ ಜಗತ್ಪತೇ ॥

ಭೂತೇಶನೇ, ಹೇ ಪುರುಷೋತ್ತಮನೇ,
ಭೂತ ಸ್ರಷ್ಟಾರ, ದೇವದೇವನೇ,
ನಾಥ ನೀ ಜಗಕೆಲ್ಲ, ನಿನ್ನಯ ಕುರಿತು
ಸ್ವತಃ ನಿನ್ನಿಂದಲೆ ನೀನಿರುವೆ ಅರಿತು

16.

ವಕ್ತುಮರ್ಹಸ್ಯಶೇಷೇಣ ದಿವ್ಯಾ ಹ್ಯಾತ್ಮವಿಭೂತಯಃ ।
ಯಾಭಿರ್ವಿಭೂತಿಭಿರ್ಲೋಕಾನಿಮಾಂಸ್ತ್ವಂ ವ್ಯಾಪ್ಯ ತಿಷ್ಠಸಿ ॥

ಯಾವ ವಿಭೂತಿಗಳಿಂದಲಿ ಲೋಕಗಳ
ಸರ್ವವ ನೀ ವ್ಯಾಪಿಸಿಹೆಯೊ, ಆ ಸಕಲ
ದಿವ್ಯ ವಿಭೂತಿಗಳ ಶೇಷವಿರದಂತೆ
ವಿವರಿಸಿ ನೀ ಹೇಳಬೇಕು ತಿಳಿವಂತೆ

17.

ಕಥಂ ವಿದ್ಯಾಮಹಂ ಯೋಗಿಂಸ್ತ್ವಾಂ ಸದಾ ಪರಿಚಿಂತಯನ್ ।
ಕೇಷು ಕೇಷು ಚ ಭಾವೇಷು ಚಿಂತ್ಯೋಽಸಿ ಭಗವನ್ಮಯಾ ॥

ಯೋಗಿಯೇ, ನಿನ್ನನು ನಾ ತಿಳಿಯುವವೊಲು
ಹೇಗೆ ಧೇನಿಸುತಿರಲಿ ಯಾವಾಗಲೂ?
ಭಗವಂತನೇ, ನಿನ್ನ ನಾ ಯಾವ್ಯಾವ
ಬಗೆಯ ಭಾವಗಳಲಿ ಸ್ಮರಿಸಲಿ ದೇವ?

18.

ವಿಸ್ತರೇಣಾತ್ಮನೋ ಯೋಗಂ ವಿಭೂತಿಂ ಚ ಜನಾರ್ದನ ।
ಭೂಯಃ ಕಥಯ ತೃಪ್ತಿರ್ಹಿ ಶೃಣ್ವತೋ ನಾಸ್ತಿ ಮೇಮೃತಮ್ ॥

ನಿನ್ನ ಯೋಗ ಶಕ್ತಿಗಳ, ವಿಭೂತಿಗಳ
ಜನಾರ್ದನನೇ, ತಿಳಿಸೆಲ್ಲ ವಿವರಗಳ
ಪುನಃ ಪುನಃ ನಾ ಸವಿದರೀ ಅಮೃತ
ಎನಗೆ ತೃಪ್ತಿಯು ಬಾರದಿದು ಖಂಡಿತ

19.

ಶ್ರೀಭಗವಾನುವಾಚ ।
ಹಂತ ತೇ ಕಥಯಿಷ್ಯಾಮಿ ದಿವ್ಯಾ ಹ್ಯಾತ್ಮವಿಭೂತಯಃ ।
ಪ್ರಾಧಾನ್ಯತಃ ಕುರುಶ್ರೇಷ್ಠ ನಾಸ್ತ್ಯಂತೋ ವಿಸ್ತರಸ್ಯ ಮೇ ॥

ಶ್ರೀಭಗವಾನುವಾಚ :
ಕುರುಶ್ರೇಷ್ಠನೇ, ಆಗಲಿ, ನಾ ನಿನಗೆ
ಅರುಹುತಿಹೆನು ದಿವ್ಯ ವಿಭೂತಿಗಳೊಳಗೆ
ಪರಮ ಪ್ರಧಾನವಾದವುಗಳ ಬಗ್ಗೆ
ಪರ್ಯಂತವಿರದೆನ್ನ ವಿಸ್ತರಗಳಿಗೆ

20.

ಅಹಮಾತ್ಮಾ ಗುಡಾಕೇಶ ಸರ್ವಭೂತಾಶಯಸ್ಥಿತಃ ।
ಅಹಮಾದಿಶ್ಚ ಮಧ್ಯಂ ಚ ಭೂತಾನಾಮಂತ ಏವ ಚ ॥

ಆತ್ಮನಾಗಿ ನಾ ಹೃದಯದಲ್ಲಿ ವಾಸ
ಭೂತಗಳೆಲ್ಲರಲಿ, ಹೇ ಗುಡಾಕೇಶ

ಭೂತಗಳೆಲ್ಲರ ಆದಿ, ಮಧ್ಯಮನೂ
ಮತ್ತು ಅಂತ್ಯವೂ ಸಹಾ ನಾನಿರುವೆನು

21.

ಆದಿತ್ಯಾನಾಮಹಂ ವಿಷ್ಣುರ್ಜ್ಯೋತಿಷಾಂ ರವಿರಂಶುಮಾನ್ ।
ಮರೀಚಿರ್ಮರುತಾಮಸ್ಮಿ ನಕ್ಷತ್ರಾಣಾಮಹಂ ಶಶೀ ॥

ನಾನಾಗಿರುವೆ ವಿಷ್ಣು ಆದಿತ್ಯರಲಿ
ನಾನೇ ಬೆಳಗುವ ರವಿ, ಜ್ಯೋತಿಗಳಲಿ
ನಾನು ಮರೀಚಿಯಾಗಿ ಮರುತ್ತುಗಳಲಿ
ಚಂದ್ರನಿಹೆ ನಾ ನಕ್ಷತ್ರಾದಿಗಳಲಿ

22.

ವೇದಾನಾಂ ಸಾಮವೇದೋಸ್ಮಿ ದೇವಾನಾಮಸ್ಮಿ ವಾಸವಃ ।
ಇಂದ್ರಿಯಾಣಾಂ ಮನಶ್ಚಾಸ್ಮಿ ಭೂತಾನಾಮಸ್ಮಿ ಚೇತನಾ ॥

ವೇದಗಳಲಿ ಸಾಮವೇದವಾಗಿಹೆನು
ನಾ ದೇವತೆಗಳಲಿ ಸ್ವರ್ಗಾಧಿಪನು
ಇಂದ್ರಿಯಗಳಲ್ಲಿ ನಾನಾಗಿರುವೆ ಮನ
ಇದ್ದಿಹೆನು ಜೀವಗಳಲಿ ನಾ ಚೇತನ

23.

ರುದ್ರಾಣಾಂ ಶಂಕರಶ್ಚಾಸ್ಮಿ ವಿತ್ತೇಶೋ ಯಕ್ಷರಕ್ಷಸಾಮ್ ।
ವಸೂನಾಂ ಪಾವಕಶ್ಚಾಸ್ಮಿ ಮೇರುಃ ಶಿಖರಿಣಾಮಹಮ್ ॥

ಸಕಲ ರುದ್ರರಲಿ ನಾನಿರುವೆ ಶಂಕರ
ಯಕ್ಷರಾಕ್ಷಸರಲಿ ನಾನೇ ಕುಬೇರ
ಸಕಲ ವಸುಗಳಲಿ ನಾ ಪಾವಕನಿರುತ
ಶಿಖರಗಳಲ್ಲಿ ನಾನು ಮೇರುಪರ್ವತ

24.

ಪುರೋಧಸಾಂ ಚ ಮುಖ್ಯಂ ಮಾಂ ವಿದ್ಧಿ ಪಾರ್ಥ ಬೃಹಸ್ಪತಿಮ್ ।
ಸೇನಾನೀನಾಮಹಂ ಸ್ಕಂದಃ ಸರಸಾಮಸ್ಮಿ ಸಾಗರಃ ॥

ಎನ್ನನು ತಿಳಿದುಕೋ ಮುಖ್ಯ ಪುರೋಹಿತ-
ಘನ್ನ ಬೃಹಸ್ಪತಿಯೆಂದು, ನೀ ಪಾರ್ಥ
ಸೇನಾನಿಗಳಲಿ ಸ್ಕಂದನೆಂದು ತಿಳಿ
ನಾನೇ ಸಾಗರನಿರುವೆ ಸರಸಿಗಳಲಿ

25.

ಮಹರ್ಷೀಣಾಂ ಭೃಗುರಹಂ ಗಿರಾಮಸ್ಮ್ಯೇಕಮಕ್ಷರಮ್ ।
ಯಜ್ಞಾನಾಂ ಜಪಯಜ್ಞೋಽಸ್ಮಿ ಸ್ಥಾವರಾಣಾಂ ಹಿಮಾಲಯಃ ॥

ಭೃಗುವು ನಾನು ಮಹರ್ಷಿಗಳ ಎಲ್ಲರಲಿ
ಆಗಿಹೆ ಓಂಕಾರ ನಾ ಶಬ್ದಗಳಲಿ
ಯಾಗಯಜ್ಞಗಳಲಿ ನಾ ಜಪಯಜ್ಞವು
ಆಗಿ ಸ್ಥಾವರಗಳಲಿ ಹಿಮಾಲಯವು

26.

ಅಶ್ವತ್ಥಃ ಸರ್ವವೃಕ್ಷಾಣಾಂ ದೇವರ್ಷೀಣಾಂ ಚ ನಾರದಃ ।
ಗಂಧರ್ವಾಣಾಂ ಚಿತ್ರರಥಃ ಸಿದ್ಧಾನಾಂ ಕಪಿಲೋ ಮುನಿಃ ॥

ಸರ್ವವೃಕ್ಷಗಳಲಿ ನಾ ಅಶ್ವತ್ಥ
ದೇವರ್ಷಿಗಳಲಿ ನಾ ನಾರದನಿರುತ
ಸರ್ವಗಂಧರ್ವರಲ್ಲೊ ಚಿತ್ರರಥನು
ಅವಧರಿಸು ಸಿದ್ಧರೊಳಗೊ ಮುನಿ ಕಪಿಲನು

27.

ಉಚ್ಚೈಃಶ್ರವಸಮಶ್ವಾನಾಂ ವಿದ್ಧಿ ಮಾಮಮೃತೋದ್ಭವಮ್ ।
ಐರಾವತಂ ಗಜೇಂದ್ರಾಣಾಂ ನರಾಣಾಂ ಚ ನರಾಧಿಪಮ್ ॥

ಕುದುರೆಗಳಲಿ ಉಚ್ಚೈಶ್ರವಸೆಂದು ತಿಳಿ
ಉದ್ಭವವಿರುತಲಿ ಅಮೃತ ಮಥನದಲಿ
ಇದ್ದಿಹೆ ನಾ ಐರಾವತ - ಗಜಗಳಲಿ
ಅದಲ್ಲದೇ ನರಾಧಿಪನು ನರರಲ್ಲಿ

28.

ಆಯುಧಾನಾಮಹಂ ವಜ್ರಂ ಧೇನೂನಾಮಸ್ಮಿ ಕಾಮಧುಕ್ ।
ಪ್ರಜನಶ್ಚಾಸ್ಮಿ ಕಂದರ್ಪಃ ಸರ್ಪಾಣಾಮಸ್ಮಿ ವಾಸುಕಿಃ ॥

ನಾನು ಆಯುಧಗಳಲಿ ವಜ್ರಾಯುಧನು
ಧೇನುಗಳಲ್ಲಿ ನಾನೇ ಕಾಮಧೇನು
ಕಂದರ್ಪನಾಗಿ ಜನನಕೆ ಕಾರಣನು
ಇನ್ನು ಸರ್ಪಗಳಲಿ ವಾಸುಕಿಯು ನಾನು

29.

ಅನಂತಶ್ಚಾಸ್ಮಿ ನಾಗಾನಾಂ ವರುಣೋ ಯಾದಸಾಮಹಮ್ ।
ಪಿತೃಣಾಮರ್ಯಮಾ ಚಾಸ್ಮಿ ಯಮಃ ಸಂಯಮತಾಮಹಮ್ ॥

ಇರುವೆ ನಾ ಅನಂತನಾಗಿ ನಾಗರಲಿ
ವರುಣನಾಗಿರುವೆ ಜಲದೇವರುಗಳಲಿ
ಆರ್ಯಮನಾಗಿ ಪಿತೃದೇವತೆಗಳಲಿ
ಅರಿಯೆನ್ನ ಯಮನೆಂದು ನಿಯಂತ್ರಕರಲಿ

30.

ಪ್ರಹ್ಲಾದಶ್ಚಾಸ್ಮಿ ದೈತ್ಯಾನಾಂ ಕಾಲಃ ಕಲಯತಾಮಹಮ್ ।
ಮೃಗಾಣಾಂ ಚ ಮೃಗೇಂದ್ರೋಹಂ ವೈನತೇಯಶ್ಚ ಪಕ್ಷಿಣಾಮ್ ॥

ದೈತ್ಯರಲಿ ಪ್ರಹ್ಲಾದನು ನಾನಿರುವೆ
ಮತ್ತು ನಾ ಕಾಲನಾಗಿರುತಲಿ ಅಳೆವೆ
ಅತ್ತ ಮೃಗಗಳಲಿ ಮೃಗಗಳ ಒಡೆಯ
ಮತ್ತೆ ಪಕ್ಷಿಗಳಲ್ಲಿ ನಾ ವೈನತೇಯ

31.

ಪವನಃ ಪವತಾಮಸ್ಮಿ ರಾಮಃ ಶಸ್ತ್ರಭೃತಾಮಹಮ್ ।
ಝಷಾಣಾಂ ಮಕರಶ್ಚಾಸ್ಮಿ ಸ್ರೋತಸಾಮಸ್ಮಿ ಜಾಹ್ನವೀ ॥

ನಾನು ಪವನನು ಪಾವನಗೊಳಿಸುವರಲಿ
ನಾನು ರಾಮನು ಶಸ್ತ್ರಧಾರಿಗಳಲ್ಲಿ
ಮೀನುಗಳಲ್ಲಿ ನಾ ಮಕರನಾಗಿಹೆನು
ಇನ್ನು ನದಿಗಳಲ್ಲಿ ಜಾಹ್ನವಿಯು ನಾನು

32.

ಸರ್ಗಾಣಾಮಾದಿರಂತಶ್ಚ ಮಧ್ಯಂ ಚೈವಾಹಮರ್ಜುನ ।
ಅಧ್ಯಾತ್ಮವಿದ್ಯಾ ವಿದ್ಯಾನಾಂ ವಾದಃ ಪ್ರವದತಾಮಹಮ್ ॥

ಆದಿಯು ಸೃಷ್ಟಿಗೆಲ್ಲ ನಾ, ಅರ್ಜುನ
ಮಧ್ಯ, ಅಂತ್ಯಗಳು ಸಹ ಆಗಿಹೆನು ನಾ
ವಿದ್ಯೆಗಳಲ್ಲಿ ನಾ ಅಧ್ಯಾತ್ಮ ವಿದ್ಯೆ
ವಾದದ ತರ್ಕ ನಾ ವಾದಿಗಳ ಮಧ್ಯೆ

33.

ಅಕ್ಷರಾಣಾಮಕಾರೋಽಸ್ಮಿ ದ್ವಂದ್ವಃ ಸಾಮಾಸಿಕಸ್ಯ ಚ ।
ಅಹಮೇವಾಕ್ಷಯಃ ಕಾಲೋ ಧಾತಾಹಂ ವಿಶ್ವತೋಮುಖಃ ॥

ಅಕ್ಷರಗಳಲ್ಲಿ 'ಅ'ಕಾರವಾಗಿಹೆನು
ಸಕಲ ಸಮಾಸಗಳಲಿ ದ್ವಂದ್ವ ನಾನು
ಅಕ್ಷಯವಿಹ ಕಾಲ ನಾನೇ ಖಂಡಿತ
ಅಖಿಲ ಜಗಕ್ಕೆ ವಿಶ್ವತೋಮುಖ ಧಾತ

34.

ಮೃತ್ಯುಃ ಸರ್ವಹರಶ್ಚಾಹಮುದ್ಭವಶ್ಚ ಭವಿಷ್ಯತಾಮ್ ।
ಕೀರ್ತಿಃ ಶ್ರೀರ್ವಾಕ್ ಚ ನಾರೀಣಾಂ ಸ್ಮೃತಿರ್ಮೇಧಾ ಧೃತಿಃ ಕ್ಷಮಾ ॥

ಸರ್ವಹರನಾದ ಮೃತ್ಯುವೂ ನಾನು
ಭವಿಷ್ಯದ ಎಲ್ಲದರ ಉದ್ಭವ ನಾನು
ದೇವಿಯರಲಿ ಕೀರ್ತಿ, ಸಿರಿ, ವಾಕ್ಕು, ಸ್ಮೃತಿ
-ಇವರು ಮತ್ತು ಬುದ್ಧಿಬಲ, ತಾಳ್ಮೆ, ಧೃತಿ

35.

ಬೃಹತ್ಸಾಮ ತಥಾ ಸಾಮ್ನಾಂ ಗಾಯತ್ರೀ ಛಂದಸಾಮಹಮ್ ।
ಮಾಸಾನಾಂ ಮಾರ್ಗಶೀರ್ಷೋಽಹಮೃತೂನಾಂ ಕುಸುಮಾಕರಃ ॥

ನಾನು ಸಾಮಸ್ತುತಿ ಬೃಹತ್ಸಾಮನು
ಛಂದಸ್ಸುಗಳಲಿ ಗಾಯತ್ರಿಯು ನಾನು
ತಿಂಗಳುಗಳಲಿ ನಾನಾಗಿ ಮಾರ್ಗಶಿರ
ಅಂತೆಯೇ ಋತುಗಳೊಳಗೆ ಕುಸುಮಾಕರ

36.

ದ್ಯೂತಂ ಛಲಯತಾಮಸ್ಮಿ ತೇಜಸ್ತೇಜಸ್ವಿನಾಮಹಮ್ ।
ಜಯೋಽಸ್ಮಿ ವ್ಯವಸಾಯೋಽಸ್ಮಿ ಸತ್ತ್ವಂ ಸತ್ತ್ವವತಾಮಹಮ್ ॥

ಜೂಜಾಟವು ನಾ ವಂಚಕರೆಲ್ಲರಲಿ
ತೇಜಸ್ಸು ನಾನೇ ತೇಜಸ್ವಿಗಳಲಿ
ವಿಜಯವು ನಾನು, ವ್ಯವಸಾಯವು ನಾನು
ನಿಜಸಾತ್ವಿಕ ಮಂದಿಯ ಸತ್ವವು ನಾನು

37.

ವೃಷ್ಣೀನಾಂ ವಾಸುದೇವೋಽಸ್ಮಿ ಪಾಂಡವಾನಾಂ ಧನಂಜಯಃ ।
ಮುನೀನಾಮಪ್ಯಹಂ ವ್ಯಾಸಃ ಕವೀನಾಮುಶನಾ ಕವಿಃ ॥

ವಾಸುದೇವ ನಾ ವೃಷ್ಣಿವಂಶಜರಲಿ
ನಾ ಸಾಹಸಿ ಧನಂಜಯ ಪಾಂಡವರಲಿ
ವ್ಯಾಸನು ನಾನಾಗಿರುವೆನು ಮುನಿಗಳಲಿ
ಉಶನನು ನಾನು ಮಹಾಚಿಂತಕರಲ್ಲಿ

38.

ದಂಡೋ ದಮಯತಾಮಸ್ಮಿ ನೀತಿರಸ್ಮಿ ಜಿಗೀಷತಾಮ್ ।
ಮೌನಂ ಚೈವಾಸ್ಮಿ ಗುಹ್ಯಾನಾಂ ಜ್ಞಾನಂ ಜ್ಞಾನವತಾಮಹಮ್ ॥

ಎಲ್ಲ ದಂಡಿಸುವಿಕೆಯಲಿ ದಂಡ ನಾನು
ಗೆಲ್ಲಲೆಣಿಸುವವರಲ್ಲಿ ನೀತಿ ನಾನು
ಎಲ್ಲ ರಹಸ್ಯಗಳಲ್ಲಿ ನಾನು ಮೌನ
ಬಲ್ಲ ಜ್ಞಾನಿಗಳಲಿ ನಾನೇ ಜ್ಞಾನ

39.

ಯಚ್ಚಾಪಿ ಸರ್ವಭೂತಾನಾಂ ಬೀಜಂ ತದಹಮರ್ಜುನ ।
ನ ತದಸ್ತಿ ವಿನಾ ಯತ್ ಸ್ಯಾನ್ಮಯಾ ಭೂತಂ ಚರಾಚರಮ್ ॥

ಯಾವುದೆಲ್ಲಾ ಜೀವಿಗಳ ಉತ್ಪನ್ನ
ಭವಿಸಲೂ ಬೀಜ ನಾನಿರುವೆ, ಅರ್ಜುನ
ಆವಾವುದು ಇರಲಿ ಚರಾಚರ ಜೀವ
ಅವಕೆ ಇರದು ಎನ್ನ ಹೊರತು ಅಸ್ತಿತ್ವ

40.

ನಾಂತೋಸ್ತಿ ಮಮ ದಿವ್ಯಾನಾಂ ವಿಭೂತೀನಾಂ ಪರಂತಪ ।
ಏಷ ತೂದ್ದೇಶತಃ ಪ್ರೋಕ್ತೋ ವಿಭೂತೇರ್ವಿಸ್ತರೋ ಮಯಾ ॥

ನನ್ನ ದಿವ್ಯವಾದ ವಿಭೂತಿಗಳಿಂಗೆ
ಕೊನೆಯೇ ಇರದು, ಪರಂತಪನೇ, ನಿನಗೆ
ನನ್ನ ವಿಭೂತಿಗಳ ವಿಸ್ತರದ ಒಂದು
ಸಂಕ್ಷಿಪ್ತ ಸೂಚನೆಯ ತಿಳಿಸಿದೆನಿಂದು

41.

ಯದ್ಯದ್ವಿಭೂತಿಮತ್ ಸತ್ತ್ವಂ ಶ್ರೀಮದೂರ್ಜಿತಮೇವ ವಾ ।
ತತ್ತದೇವಾವಗಚ್ಛ ತ್ವಂ ಮಮ ತೇಜೋಂಶಸಂಭವಮ್ ॥

ಯಾವ ಅಸ್ತಿತ್ವ ಇಹುದೋ ಬಹುಶಕ್ತ
ಭವ್ಯವೋ, ಅಥವಾ ಸೌಂದರ್ಯಯುಕ್ತ
ಅವೆಲ್ಲವೂ, ತಿಳಿದುಕೋ ನೀ, ನಿಜದಲಿ
ಭವಿಸಿವೆ ನನ್ನಯ ತೇಜದ ಅಂಶದಲಿ

42.

ಅಥವಾ ಬಹುನೈತೇನ ಕಿಂ ಜ್ಞಾತೇನ ತವಾರ್ಜುನ ।
ವಿಷ್ಟಭ್ಯಾಹಮಿದಂ ಕೃತ್ಸ್ನಮೇಕಾಂಶೇನ ಸ್ಥಿತೋ ಜಗತ್ ॥

ಅನೇಕ ಬಗೆಯ ವಿವರವರಿತು ತಾನೇ
ನಿನಗಾಗುವುದೇನಿನ್ನು, ಅರ್ಜುನನೇ
ನಾನೀ ಸಮಗ್ರ ಜಗತ್ತಿನಲೆಲ್ಲಾ
ನನ್ನೊಂದಂಶದಲೇ ಸ್ಥಿತನಿಹೆನಲ್ಲ

ಓಂ ತತ್ಸದಿತಿ ಶ್ರೀಮದ್ಭಗವದ್ಗೀತಾಸೂಪನಿಷತ್ಸು
ಬ್ರಹ್ಮವಿದ್ಯಾಯಾಂ ಯೋಗಶಾಸ್ತ್ರೇ
ಶ್ರೀಕೃಷ್ಣಾರ್ಜುನಸಂವಾದೇವಿಭೂತಿಯೋಗೋ ನಾಮ
ದಶಮೋಧ್ಯಾಯಃ ॥

ಏಕಾದಶೋಧ್ಯಾಯ:

ವಿಶ್ವರೂಪದರ್ಶನಯೋಗ

1.

ಅರ್ಜುನ ಉವಾಚ ।

ಮದನುಗ್ರಹಾಯ ಪರಮಂ ಗುಹ್ಯಮಧ್ಯಾತ್ಮಸಂಜ್ಞಿತಮ್ ।

ಯತ್ ತ್ವಯೋಕ್ತಂ ವಚಸ್ತೇನ ಮೋಹೋಽಯಂ ವಿಗತೋ ಮಮ ॥

ಅರ್ಜುನ ಉವಾಚ:

ತೋರುತಲಿ ನೀನೆನಗೆ ಅನುಗ್ರಹವನು

ಪರಮ ರಹಸ್ಯ ಅಧ್ಯಾತ್ಮ ವಿದ್ಯೆಯನು

ಅರುಹಿ ನೀ ನುಡಿದ ಈ ವಚನಗಳಿಂದ

ದೂರ ಮಾಡಿರುವೆ ಎನ್ನಯ ಮೋಹವನು

2.

ಭವಾಪ್ಯಯೌ ಹಿ ಭೂತಾನಾಂ ಶ್ರುತೌ ವಿಸ್ತರಶೋ ಮಯಾ ।

ತ್ವತ್ತಃ ಕಮಲಪತ್ರಾಕ್ಷ ಮಾಹಾತ್ಮ್ಯಮಪಿ ಚಾವ್ಯಯಮ್ ॥

ಜೀವಿಗಳ ಆವಿರ್ಭಾವ ಸಾವುಗಳ

ವಿವರಗಳನು ನಾ ನಿನ್ನಿಂದ ತಿಳಿದೆನು

ತಾವರೆಪತ್ರನೇತ್ರನೇ, ನಿನ್ನೆಲ್ಲ

ಅವ್ಯಯ ಮಹಾತ್ಮೆಯನೂ ನಾನರಿತೆನು

3.

ಏವಮೇತದ್ಯಥಾತ್ಥ ತ್ವಮಾತ್ಮಾನಂ ಪರಮೇಶ್ವರ ।

ದ್ರಷ್ಟುಮಿಚ್ಛಾಮಿ ತೇ ರೂಪಮೈಶ್ವರಂ ಪುರುಷೋತ್ತಮ ॥

ನಿನ್ನ ಕುರಿತು ಯಥಾ ರೀತಿಯಲಿ ನೀನು

ಚೆನ್ನಾಗಿ ತಿಳಿಸಿದೆ, ಹೇ ಪರಮೇಶ್ವರ

ನಿನ್ನಯ ದಿವ್ಯ ಈಶ್ವರರೂಪವನ್ನು
ಕಾಣಲು, ಪುರುಷೋತ್ತಮನೆ, ಇದೆ ಕಾತುರ

4.

ಮನ್ಯಸೇ ಯದಿ ತಚ್ಛಕ್ಯಂ ಮಯಾ ದ್ರಷ್ಟುಮಿತಿ ಪ್ರಭೋ ।
ಯೋಗೇಶ್ವರ ತತೋ ಮೇ ತ್ವಂ ದರ್ಶಯಾತ್ಮಾನಮವ್ಯಯಮ್ ॥

ನೀನೊಮ್ಮೆ ಭಾವಿಸಿದರೆ, ಹೇ ಪ್ರಭುವೇ,
ಕಾಣುವುದು ಸಾಧ್ಯವೆಂದು ನನ್ನಿಂದಲಿ
ಎನಗೆ ದರುಶನವ ಯೋಗೇಶ್ವರ ತೋರು
ನಿನ್ನ ಆ ಅವ್ಯಯವಾದ ರೂಪದಲಿ

5.

ಶ್ರೀಭಗವಾನುವಾಚ ।
ಪಶ್ಯ ಮೇ ಪಾರ್ಥ ರೂಪಾಣಿ ಶತಶೋಥ ಸಹಸ್ರಶಃ ।
ನಾನಾವಿಧಾನಿ ದಿವ್ಯಾನಿ ನಾನಾವರ್ಣಾಕೃತೀನಿ ಚ ॥

ಶ್ರೀ ಭಗವಾನುವಾಚ:
ನೋಡು ನನ್ನ ರೂಪಗಳನು, ಹೇ ಪಾರ್ಥ
ಒಡನೆ ತೋರುತಿರುವ ಶತ, ಸಹಸ್ರ ಬಗೆ
ಒಡಮೂಡಿರುವ ನಾನಾ ವಿಧದ ವರ್ಣ
ಪಡೆದಿರುವ ದಿವ್ಯ ಆಕೃತಿಗಳ ಎಡೆಗೆ

6.

ಪಶ್ಯಾದಿತ್ಯಾನ್ ವಸೂನ್ ರುದ್ರಾನಶ್ವಿನೌ ಮರುತಸ್ತಥಾ ।
ಬಹೂನ್ಯದೃಷ್ಟಪೂರ್ವಾಣಿ ಪಶ್ಯಾಶ್ಚರ್ಯಾಣಿ ಭಾರತ ॥

ಆದಿತ್ಯರನು, ವಸುಗಳನೂ ಈಕ್ಷಿಸು
ರುದ್ರರನು, ಅಶ್ವಿನಿಯರನು, ಮರುತರನು
ಮೊದಲೆಂದೂ ನೋಡಿರದ ಬಹು ರೀತಿಯ
ಅದ್ಭುತಗಳನ್ನು, ಭಾರತನೇ ಕಾಣು

7.

ಇಹೈಕಸ್ಥಂ ಜಗತ್ ಕೃತ್ಸ್ನಂ ಪಶ್ಯಾದ್ಯ ಸಚರಾಚರಮ್ ।
ಮಮ ದೇಹೇ ಗುಡಾಕೇಶ ಯಚ್ಚಾನ್ಯದ್ದ್ರಷ್ಟುಮಿಚ್ಛಸಿ ॥

ಇದೀಗ ಸಚರಾಚರ ಸಂಪೂರ್ಣವೂ
ಒದಗಿ ಒಂದೆಡೆ ಇರುವ ಜಗವನು ನೋಡು
ಇದು ಮೀರಿ ಯಾವುದ ನೀ ಬಯಸುವೆಯೋ
ಅದೆಲ್ಲವ ಗುಡಾಕೇಶನೆ, ನೀ ನೋಡು

8.

ನ ತು ಮಾಂ ಶಕ್ಯಸೇ ದ್ರಷ್ಟುಮನೇನೈವ ಸ್ವಚಕ್ಷುಷಾ ।
ದಿವ್ಯಂ ದದಾಮಿ ತೇ ಚಕ್ಷುಃ ಪಶ್ಯ ಮೇ ಯೋಗಮೈಶ್ವರಮ್ ॥

ಆದರೂ ನಿನ್ನಯ ಈ ಕಂಗಳಿಂದ
ಸಾಧ್ಯವಿರದು ಕಾಣಲೀ ಅಭಿವ್ಯಕ್ತಿ
ಅದಕಾಗಿ ನಿನಗೆ ದಿವ್ಯ ಕಣ್ಣುಗಳನು
ಒದಗಿಸುವೆ, ನೋಡೆನ್ನಯ ಯೋಗ ಶಕ್ತಿ

9.

ಸಂಜಯ ಉವಾಚ ।
ಏವಮುಕ್ತ್ವಾ ತತೋ ರಾಜನ್ ಮಹಾಯೋಗೇಶ್ವರೋ ಹರಿಃ ।
ದರ್ಶಯಾಮಾಸ ಪಾರ್ಥಾಯ ಪರಮಂ ರೂಪಮೈಶ್ವರಮ್ ॥

ಸಂಜಯ ಉವಾಚ:
ಹೀಗೆಂದು ಅನಂತರ, ರಾಜನೆ, ಮಹಾ-
ಯೋಗೇಶ್ವರನಾದ ಆ ಹರಿ ತನ್ನಯ
ಮಿಗಿಲಾದ ವಿಶ್ವರೂಪವ ಪ್ರಕಟಿಸಿ
ಸೊಗದಿ ತೋರಿದನು ಪಾರ್ಥಗೆ, ಮಹನೀಯ

10.

ಅನೇಕವಕ್ತ್ರನಯನಮನೇಕಾದ್ಭುತದರ್ಶನಮ್ ।
ಅನೇಕದಿವ್ಯಾಭರಣಂ ದಿವ್ಯಾನೇಕೋದ್ಯತಾಯುಧಮ್ ॥

ಅನೇಕ ಮೊಗಗಳು, ಅನೇಕ ಕಣ್ಣುಗಳು
ಅನೇಕ ಅದ್ಭುತ ದರ್ಶನ ರೂಪಗಳು
ಅನೇಕ ದಿವ್ಯವಾದ ಆಭರಣಗಳು
ಅನೇಕ ಮೇಲೆತ್ತಿರುವ ಆಯುಧಗಳು

11.

ದಿವ್ಯಮಾಲ್ಯಾಂಬರಧರಂ ದಿವ್ಯಗಂಧಾನುಲೇಪನಮ್ ।
ಸರ್ವಾಶ್ಚರ್ಯಮಯಂ ದೇವಮನಂತಂ ವಿಶ್ವತೋಮುಖಮ್ ॥

ದಿವ್ಯ ವಸ್ತ್ರ ಮಾಲೆಗಳನು ಧರಿಸಿರುತ
ದಿವ್ಯ ಗಂಧಗಳಿಂದ ಆಗಿದೆ ಲೇಪ
ಸರ್ವಾಶ್ಚರ್ಯಮಯವಾದ, ಕಾಂತಿಯುತ,
ಅವನದನಂತ, ವಿಶ್ವತೋಮುಖರೂಪ

12.

ದಿವಿ ಸೂರ್ಯಸಹಸ್ರಸ್ಯ ಭವೇದ್ಯುಗಪದುತ್ಥಿತಾ ।
ಯದಿ ಭಾಃ ಸದೃಶೀ ಸಾ ಸ್ಯಾದ್ಭಾಸಸ್ತಸ್ಯ ಮಹಾತ್ಮನಃ ॥

ಏಕಕಾಲಕೆ ಸಹಸ್ರಾರು ಸೂರ್ಯರು
ಆಕಾಶದಲಿ ಆಗಿ ತೋರಲು ಉದಯ
ಪ್ರಕಾಶವೆಂತಿರುವುದೋ ಆ ಸದೃಶ
ಸಾಕಾರ ಮಹಾತ್ಮರೂಪ - ಕಾಂತಿಮಯ

13.

ತತ್ರೈಕಸ್ಥಂ ಜಗತ್ ಕೃತ್ಸ್ನಂ ಪ್ರವಿಭಕ್ತಮನೇಕಧಾ ।
ಅಪಶ್ಯದ್ದೇವದೇವಸ್ಯ ಶರೀರೇ ಪಾಂಡವಸ್ತದಾ ॥

ಅನೇಕವಾಗಿ ವಿಂಗಡನೆಗೊಂಡಿರುವ
ಸಂಪೂರ್ಣ ಜಗವನೆಲ್ಲವನೂ ಅಲ್ಲಿ
ಪಾಂಡವನು ಒಂದೇ ಕಡೆಯಲ್ಲಿ ಆಗ
ಕಂಡನು ದೇವದೇವನ ಶರೀರದಲಿ

14.

ತತಃ ಸ ವಿಸ್ಮಯಾವಿಷ್ಟೋ ಹೃಷ್ಟರೋಮಾ ಧನಂಜಯಃ ।
ಪ್ರಣಮ್ಯ ಶಿರಸಾ ದೇವಂ ಕೃತಾಂಜಲಿರಭಾಷತ ॥

ಅನಂತರ ವಿಸ್ಮಯಗೊಳುತ, ದಿಗ್ಭ್ರಾಂತ
ಧನಂಜಯನು ರೋಮಾಂಚನಗೊಳಗಾಗೆ
ತನ್ನ ಶಿರಬಾಗಿ ಪ್ರಣಾಮಗೈಯುತ
ಎಂದನಿಂತು ಕೈಮುಗಿಯುತ ದೇವನಿಗೆ

15.

ಅರ್ಜುನ ಉವಾಚ ।
ಪಶ್ಯಾಮಿ ದೇವಾಂಸ್ತವ ದೇವ ದೇಹೇ
ಸರ್ವಾಂಸ್ತಥಾ ಭೂತವಿಶೇಷಸಂಘಾನ್ ।
ಬ್ರಹ್ಮಾಣಮೀಶಂ ಕಮಲಾಸನಸ್ಥಮ್
ಋಷೀಂಶ್ಚ ಸರ್ವಾನುರಗಾಂಶ್ಚ ದಿವ್ಯಾನ್ ॥

ಅರ್ಜುನ ಉವಾಚ:
ಕಂಡೆ ದೇವತೆಗಳ ನಿನ್ನ ದೇಹದಲಿ
ಎಣೆಯಿರದ ಜೀವಿಗಳ ಗಡಣಗಳನೂ
ಕಂಜಾಸನದಲಿ ಬ್ರಹ್ಮನ, ಈಶನ
ಕಂಡೆ ದಿವ್ಯ ಉರಗಗಳನು, ಋಷಿಗಳನು

16.

ಅನೇಕಬಾಹೂದರವಕ್ತ್ರನೇತ್ರಂ
ಪಶ್ಯಾಮಿ ತ್ವಾಂ ಸರ್ವತೋನಂತರೂಪಂ ।
ನಾಂತಂ ನ ಮಧ್ಯಂ ನ ಪುನಸ್ತವಾದಿಮ್
ಪಶ್ಯಾಮಿ ವಿಶ್ವೇಶ್ವರ ವಿಶ್ವರೂಪ ॥

ಅನೇಕವಿವೆ ತೋಳು, ಉದರ, ಮುಖ, ನೇತ್ರ
ಕಂಡೆ ಎಲ್ಲೆಡೆ ನಿನ್ನ ಅನಂತ ರೂಪ
ನಿನಗಿಲ್ಲ ಆದಿ, ಮಧ್ಯ, ಮತ್ತು ಅಂತ್ಯ
ಕಾಣುತಿಹೆ ವಿಶ್ವೇಶ್ವರ ವಿಶ್ವರೂಪ

17.

ಕಿರೀಟಿನಂ ಗದಿನಂ ಚಕ್ರಿಣಂ ಚ
ತೇಜೋರಾಶಿಂ ಸರ್ವತೋ ದೀಪ್ತಿಮಂತಮ್ ।
ಪಶ್ಯಾಮಿ ತ್ವಾಂ ದುರ್ನಿರೀಕ್ಷ್ಯಂ ಸಮಂತಾದ್
ದೀಪ್ತಾನಲಾರ್ಕದ್ಯುತಿಮಪ್ರಮೇಯಮ್ ॥

ಕಿರೀಟ, ಗದೆ, ಚಕ್ರ ಧರಿಸಿ, ಪ್ರಕಾಶ
ಸುರಿವ ತೇಜೋರಾಶಿ ನಿನ್ನೆಡೆ ನೋಡೆ
ಮೀರುತ ಅಳತೆಗೆ, ಕಣ್ಣುಕ್ಕುವ ತೆರದಿ
ಉರಿವ ಅನಲ, ಅರ್ಕರ ದ್ಯುತಿ ಎಲ್ಲೆಡೆ

18.

ತ್ವಮಕ್ಷರಂ ಪರಮಂ ವೇದಿತವ್ಯಂ
ತ್ವಮಸ್ಯ ವಿಶ್ವಸ್ಯ ಪರಂ ನಿಧಾನಂ ।
ತ್ವಮವ್ಯಯಃ ಶಾಶ್ವತಧರ್ಮಗೋಪ್ತಾ
ಸನಾತನಸ್ತ್ವಂ ಪುರುಷೋ ಮತೋ ಮೇ ॥

ನೀನಕ್ಷರ, ಪರಮ, ತಿಳಿವಂಥ ತತ್ವ
ನೀನೇ ಪರಮ ಆಧಾರನು ವಿಶ್ವಕೆ

ನೀನು ಅವ್ಯಯ, ಶಾಶ್ವತ ಧರ್ಮಪಾಲ
ಸನಾತನ ಪರಮ ಪುರುಷನೆಂದನಿಸಿಕೆ

19.

ಅನಾದಿಮಧ್ಯಾಂತಮನಂತವೀರ್ಯಮ್
ಅನಂತಬಾಹುಂ ಶಶಿಸೂರ್ಯನೇತ್ರಮ್ ।
ಪಶ್ಯಾಮಿ ತ್ವಾಂ ದೀಪ್ತಹುತಾಶವಕ್ತ್ರಮ್
ಸ್ವತೇಜಸಾ ವಿಶ್ವಮಿದಂ ತಪಂತಮ್ ॥

ಅನಂತವೀರ್ಯ, ಬುಡ, ಮಧ್ಯ, ತುದಿ ರಹಿತ
ಕಂಗಳು- ಶಶಿ ರವಿ, ಬಾಹುಗಳು ಅನಂತ
ಕಂಡೆ ನಿನ್ನ ಉರಿ ಬೆಂಕಿ ಉಗುಳುವ ಮೊಗ
ನೀನಿಹೆ ತೇಜದಲಿ ವಿಶ್ವವ ದಹಿಸುತ

20.

ದ್ಯಾವಾಪೃಥಿವ್ಯೋರಿದಮಂತರಂ ಹಿ
ವ್ಯಾಪ್ತಂ ತ್ವಯೈಕೇನ ದಿಶಶ್ಚ ಸರ್ವಾಃ ।
ದೃಷ್ಟ್ವಾದ್ಭುತಂ ರೂಪಮುಗ್ರಂ ತವೇದಂ
ಲೋಕತ್ರಯಂ ಪ್ರವ್ಯಥಿತಂ ಮಹಾತ್ಮನ್ ॥

ನೀನೋರ್ವನೇ ಭುವಿ-ದಿವಿಗಳ ನಡುವಲಿ
ತಾನಿಹೆ ವ್ಯಾಪಿಸಿ ಸರ್ವದಿಶೆಗಳಲು
ಕಂಡು ನಿನ್ನೀ ಅದ್ಭುತ ಉಗ್ರ ರೂಪ
ಕಂಗೆಟ್ಟಿವೆ, ಮಹಾತ್ಮ, ತ್ರಿಲೋಕಗಳು

21.

ಅಮೀ ಹಿ ತ್ವಾಂ ಸುರಸಂಘಾ ವಿಶಂತಿ
ಕೇಚಿದ್ಭೀತಾಃ ಪ್ರಾಂಜಲಯೋ ಗೃಣಂತಿ ।
ಸ್ವಸ್ತೀತ್ಯುಕ್ತ್ವಾ ಮಹರ್ಷಿಸಿದ್ಧಸಂಘಾಃ
ಸ್ತುವಂತಿ ತ್ವಾಂ ಸ್ತುತಿಭಿಃ ಪುಷ್ಕಲಾಭಿಃ ॥

ಹೊಗುತಿವೆ ನಿನ್ನೊಳಗೆ ಈ ಸುರ ಸಮೂಹ
ಮುಗಿದು ಕೈ ಕೆಲವರಿಹರು ಬೆಚ್ಚಿ ಬೇಡಿ
ಆಗಲೊಳಿತೆನುತ ಸಿದ್ಧ-ಮಹರ್ಷಿಗಣ
ಪೊಗಳಿ ನಿನ್ನ ಮಂತ್ರ-ಸ್ತುತಿಗಳ ಹಾಡಿ

22.

ರುದ್ರಾದಿತ್ಯಾ ವಸವೋ ಯೇ ಚ ಸಾಧ್ಯಾ
ವಿಶ್ವೇಶ್ವಿನೌ ಮರುತಶ್ಚೋಷ್ಮಪಾಶ್ಚ ।
ಗಂಧರ್ವಯಕ್ಷಾಸುರಸಿದ್ಧಸಂಘಾ
ವೀಕ್ಷಂತೇ ತ್ವಾಂ ವಿಸ್ಮಿತಾಶ್ಚೈವ ಸರ್ವೇ ॥

ರುದ್ರ, ಆದಿತ್ಯ, ವಸು, ವಿಶ್ವೇದೇವ
ಸಾಧ್ಯರು, ಪಿತೃ, ಮರುತ್ತು, ಅಶ್ವಿನಿಯರು
ಗಂಧರ್ವ, ಯಕ್ಷ, ಅಸುರ, ಸಿದ್ಧರ ಗಣ
ಇದೊ ನಿನ್ನ ವಿಸ್ಮಯದಲಿ ವೀಕ್ಷಿಸಿಹರು

23.

ರೂಪಂ ಮಹತ್ ತೇ ಬಹುವಕ್ತ್ರನೇತ್ರಂ
ಮಹಾಬಾಹೋ ಬಹುಬಾಹೂರುಪಾದಮ್ ।
ಬಹೂದರಂ ಬಹುದಂಷ್ಟ್ರಾಕರಾಲಂ
ದೃಷ್ಟ್ವಾ ಲೋಕಾಃ ಪ್ರವ್ಯಥಿತಾಸ್ತಥಾಹಮ್ ॥

ಬಹು ಮುಖ, ನೇತ್ರಗಳು, ಬಾಹು, ಪಾದ, ತೊಡೆ
ಮಹಾಬಾಹು, ನಿನ್ನ ಮಹಾರೂಪ - ಅಹ!
ಬಹು ಉದರಗಳು, ಬಹು ಕರಾಳವು ದಾಡೆ
ಇಹ ನಿನ್ನ ಕಂಡಳಲಿದೆ ಜಗ - ನಾ ಸಹ

24.

ನಭಃಸ್ಪೃಶಂ ದೀಪ್ತಮನೇಕವರ್ಣಮ್

ವ್ಯಾತ್ತಾನನಂ ದೀಪ್ತವಿಶಾಲನೇತ್ರಂ ।

ದೃಷ್ಟ್ವಾ ಹಿ ತ್ವಾಂ ಪ್ರವ್ಯಥಿತಾಂತರಾತ್ಮಾ

ಧೃತಿಂ ನ ವಿಂದಾಮಿ ಶಮಂ ಚ ವಿಷ್ಣೋ ॥

ತರತರದ ವರ್ಣ - ಹೊಳೆದಿವೆ ನಭ ಮುಟ್ಟಿ

ತೆರೆದ ಬಾಯಿಗಳು, ಹೊಳೆವ ಅಗಲ ಕಣ್ಣು

ಪರಿ ನಿನದಿದ ಕಂಡದುರಿದೆ ಅಂತರ್ಯ

ಇರದೆನಗೆ ನೆಮ್ಮದಿ, ಧೃತಿ, ಹೇ ವಿಷ್ಣು

25.

ದಂಷ್ಟ್ರಾಕರಾಲಾನಿ ಚ ತೇ ಮುಖಾನಿ

ದೃಷ್ಟ್ವೈವ ಕಾಲಾನಲಸನ್ನಿಭಾನಿ ।

ದಿಶೋ ನ ಜಾನೇ ನ ಲಭೇ ಚ ಶರ್ಮ

ಪ್ರಸೀದ ದೇವೇಶ ಜಗನ್ನಿವಾಸ ॥

ಕರಾಳ ದಾಡೆಗಳ ಒಡನೆ ನಿನ್ನ ಮುಖ

ತೋರುತ್ತಲಿದೆ ಕಾಲಾಗ್ನಿಯ ಸದೃಶ

ತರವಿದ ಕಂಡು ದಿಶೆಯರಿಯೆ, ಇರದು ಸುಖ

ತೋರು ದಯೆ, ದೇವೇಶ ಜಗನ್ನಿವಾಸ

26.

ಅಮೀ ಚ ತ್ವಾಂ ಧೃತರಾಷ್ಟ್ರಸ್ಯ ಪುತ್ರಾಃ

ಸರ್ವೇ ಸಹೈವಾವನಿಪಾಲಸಂಘೈಃ ।

ಭೀಷ್ಮೋ ದ್ರೋಣಃ ಸೂತಪುತ್ರಸ್ತಥಾಸೌ

ಸಹಾಸ್ಮದೀಯೈರಪಿ ಯೋಧಮುಖ್ಯೈಃ ॥

ಅವನಿಪಾಲರು ಅನೇಕರ ಪಡೆಗಡಣ

ಸರ್ವ ಧೃತರಾಷ್ಟ್ರಸುತರೂ ಕೂಡಿಹ

ಇವರ ಜತೆಯಲಿ ಭೀಷ್ಮ, ದ್ರೋಣ, ಕರ್ಣ
ಅವರೊಡನೆ ನಮ್ಮ ಯೋಧ ಮುಖ್ಯರು ಸಹ-

27.

ವಕ್ತ್ರಾಣಿ ತೇ ತ್ವರಮಾಣಾ ವಿಶಂತಿ
ದಂಷ್ಟ್ರಾಕರಾಲಾನಿ ಭಯಾನಕಾನಿ ।
ಕೇಚಿದ್ವಿಲಗ್ನಾ ದಶನಾಂತರೇಷು
ಸಂದೃಶ್ಯಂತೇ ಚೂರ್ಣಿತೈರುತ್ತಮಾಂಗೈಃ ॥

-ಕರಾಲ ದಂಷ್ಟ್ರಗಳು ಇರುವ ಭಯಾನಕ
ತೆರೆದ ಬಾಯಿಗಳ ತ್ವರೆಯಲಿ ಹೊಕ್ಕು,
ಶಿರಗಳು ಕೆಲವರದು ಆಗುತಲಿ ಚೂರ್ಣ
ತೋರುತಿವೆ ಹಲ್ಲುಗಳ ನಡುವಲಿ ಸಿಕ್ಕು

28.

ಯಥಾ ನದೀನಾಂ ಬಹವೋಂಬುವೇಗಾಃ
ಸಮುದ್ರಮೇವಾಭಿಮುಖಾ ದ್ರವಂತಿ ।
ತಥಾ ತವಾಮೀ ನರಲೋಕವೀರಾ
ವಿಶಂತಿ ವಕ್ತ್ರಾಣ್ಯಭಿವಿಜ್ವಲಂತಿ ॥

ಹೇಗೆಲ್ಲ ನದಿಗಳು, ಅನೇಕ ತೊರೆಗಳು
ಹೋಗುವುವೋ ಹರಿದು ಸಮುದ್ರಾಭಿಮುಖ
ಹಾಗೆ ಈ ಎಲ್ಲ ನರಲೋಕ ದೊರೆಗಳು
ಹೊಗುತಿಹರು ನಿನ್ನ ಬಾಯಲಿ ಉರಿವನಕ

29.

ಯಥಾ ಪ್ರದೀಪ್ತಂ ಜ್ವಲನಂ ಪತಂಗಾ
ವಿಶಂತಿ ನಾಶಾಯ ಸಮೃದ್ಧವೇಗಾಃ ।
ತಥೈವ ನಾಶಾಯ ವಿಶಂತಿ ಲೋಕಾಸ್
ತವಾಪಿ ವಕ್ತ್ರಾಣಿ ಸಮೃದ್ಧವೇಗಾಃ ॥

ಯಾವ ತರ ಉರಿವ ಜ್ವಾಲೆಗೆ ಪತಂಗ
ಧಾವಿಸಿ ಬಹುವೇಗದಲಿಹುದೋ ನಾಶ
ಆ ವಿಧ ನಿನ್ನ ಬಾಯೊಳಗೆ ಜನ ಬೇಗ
ಸಾವಪ್ಪಲು ಮಾಡುತಿಹರು ಪ್ರವೇಶ

30.

ಲೇಲಿಹ್ಯಸೇ ಗ್ರಸಮಾನಃ ಸಮಂತಾಲ್
ಲೋಕಾನ್ ಸಮಗ್ರಾನ್ ವದನೈರ್ಜ್ವಲದ್ಭಿಃ ।
ತೇಜೋಭಿರಾಪೂರ್ಯ ಜಗತ್ಸಮಗ್ರಂ
ಭಾಸಸ್ತವೋಗ್ರಾಃ ಪ್ರತಪಂತಿ ವಿಷ್ಣೋ ॥

ಎಲ್ಲ ಎಲ್ಲೆಯಲಿ ಉರಿವ ಬಾಯಿಗಳಲಿ
ಮೆಲ್ಲುತ ಲೋಕಗಳನು ನುಂಗುತಲಿರುವೆ
ಝಳದಿಂದಾವರಿಸಿ ನಿನ್ನುಗ್ರ ರಶ್ಮಿ
ಎಲ್ಲ ಜಗವನು, ಹೇ ವಿಷ್ಣು, ಸುಡುತಲಿವೆ

31.

ಆಖ್ಯಾಹಿ ಮೇ ಕೋ ಭವಾನುಗ್ರರೂಪೋ
ನಮೋಸ್ತು ತೇ ದೇವವರ ಪ್ರಸೀದ ।
ವಿಜ್ಞಾತುಮಿಚ್ಛಾಮಿ ಭವಂತಮಾದ್ಯಂ
ನ ಹಿ ಪ್ರಜಾನಾಮಿ ತವ ಪ್ರವೃತ್ತಿಮ್ ॥

ಉಗ್ರ ರೂಪಿ ನೀ, ಯಾರಿದು ನುಡಿ ನೀನು?
ಬಾಗಿ ನಮಿಪೆನು ದೇವವರ, ತೋರು ದಯೆ
ಮಿಗಿಲಾದ ನಿನ್ನನರಿಯಲು ಬಯಸುವೆನು
ಬಗೆಹರಿಯದು ನಿನ್ನೆಸಕವ ನಾ ತಿಳಿಯೆ

32.

ಶ್ರೀಭಗವಾನುವಾಚ ।

ಕಾಲೋಸ್ಮಿ ಲೋಕಕ್ಷಯಕೃತ್ ಪ್ರವೃದ್ಧೋ

ಲೋಕಾನ್ ಸಮಾಹರ್ತುಮಿಹ ಪ್ರವೃತ್ತಃ ।

ಋತೇಪಿ ತ್ವಾಂ ನ ಭವಿಷ್ಯಂತಿ ಸರ್ವೇ

ಯೇವಸ್ಥಿತಾಃ ಪ್ರತ್ಯನೀಕೇಷು ಯೋಧಾಃ ॥

ಶ್ರೀ ಭಗವಾನುವಾಚ:

ಕಾಲ ನಾ, ಲೋಕಕ್ಷಯ ಮಾಡಬೆಳೆದೆ

ಅಳಿಸಲು ಇಹದ ಜನರ - ನಾ ಪ್ರವೃತ್ತ

ಉಳಿಯರು ಯಾರೂ ನಿಮ್ಮನು ಹೊರತಾಗಿ

ಇಲ್ಲಿರುವ ಯೋಧರು ಉಭಯ ಕಡೆ ಸಹಿತ

33.

ತಸ್ಮಾತ್ ತ್ವಮುತ್ತಿಷ್ಠ ಯಶೋ ಲಭಸ್ವ

ಜಿತ್ವಾ ಶತ್ರೂನ್ ಭುಂಕ್ಷ್ವ ರಾಜ್ಯಂ ಸಮೃದ್ಧಮ್ ।

ಮಯೈವೈತೇ ನಿಹತಾಃ ಪೂರ್ವಮೇವ

ನಿಮಿತ್ತಮಾತ್ರಂ ಭವ ಸವ್ಯಸಾಚಿನ್ ॥

ಎದ್ದೇಳು, ನೀ ಪಡೆ ಕೀರ್ತಿ, ಇಂತಿರಲು,

ಗೆದ್ದು ಹಗೆಯ, ಭುಜಿಸು ರಾಜ್ಯ ಸಂಪತ್ತ

ಇದೆಲ್ಲರ ನಾ ಕೊಂದಿಹೆ ಪೂರ್ವದಲೇ

ಅದಾಗು, ಸರ್ವಸಾಚಿ, ನೀನು ನಿಮಿತ್ತ

34.

ದ್ರೋಣಂ ಚ ಭೀಷ್ಮಂ ಚ ಜಯದ್ರಥಂ ಚ

ಕರ್ಣಂ ತಥಾನ್ಯಾನಪಿ ಯೋಧವೀರಾನ್ ।

ಮಯಾ ಹತಾಂಸ್ತ್ವಂ ಜಹಿ ಮಾ ವ್ಯಥಿಷ್ಠಾ

ಯುಧ್ಯಸ್ವ ಜೇತಾಸಿ ರಣೇ ಸಪತ್ನಾನ್ ॥

ನನ್ನಿಂದ ಹತರಾದ ಭೀಷ್ಮ, ದ್ರೋಣ,
ಕರ್ಣ, ಜಯದ್ರಥ, ಇನ್ನಿತರ ಯೋಧರ
ನೀನು ಕೊಲ್ಲು, ಕಂಗೆಡದೇ ಹೋರಾಡು
ರಣದಲಿ ಗೆಲುವೆ ನೀ ಶತ್ರುಗಳೆಲ್ಲರ

35.

ಸಂಜಯ ಉವಾಚ ।
ಏತಚ್ಛ್ರುತ್ವಾ ವಚನಂ ಕೇಶವಸ್ಯ
ಕೃತಾಂಜಲಿರ್ವೇಪಮಾನಃ ಕಿರೀಟೀ ।
ನಮಸ್ಕೃತ್ವಾ ಭೂಯ ಏವಾಹ ಕೃಷ್ಣಂ
ಸಗದ್ಗದಂ ಭೀತಭೀತಃ ಪ್ರಣಮ್ಯ ॥

ಸಂಜಯ ಉವಾಚ:
ಹೀಗೆ ಕಿರೀಟಿ ಕೇಶವನ ನುಡಿ ಕೇಳಿ
ಮುಗಿದು ಕೈ, ನಡುಗುತ, ಮರಮರಳಿ ನಮಿಸಿ
ಗದ್ಗದ ಧ್ವನಿಯಲಿ ಹೆದಹೆದರುತ್ತಲಿ
ಆಗ ಕೃಷ್ಣನಿಗೆ ನುಡಿದನು ವಂದಿಸಿ

36.

ಅರ್ಜುನ ಉವಾಚ ।
ಸ್ಥಾನೇ ಹೃಷೀಕೇಶ ತವ ಪ್ರಕೀರ್ತ್ಯಾ
ಜಗತ್ ಪ್ರಹೃಷ್ಯತ್ಯನುರಜ್ಯತೇ ಚ ।
ರಕ್ಷಾಂಸಿ ಭೀತಾನಿ ದಿಶೋ ದ್ರವಂತಿ
ಸರ್ವೇ ನಮಸ್ಯಂತಿ ಚ ಸಿದ್ಧಸಂಘಾಃ ॥

ಅರ್ಜುನ ಉವಾಚ:
ಕೀರ್ತಿಸುತಲಿ ನಿನ್ನ, ಹೇ ಹೃಷೀಕೇಶ
ಸಂತಸದಲಿದೆ ಜಗ, ಆಗಿ ಅನುರಕ್ತ

ಭೀತ ರಕ್ಕಸರು ಓಡುತಿಹರೆಲ್ಲೆಡೆ,
ಯುಕ್ತವಿದು, ಸಿದ್ಧರಿರುವರು ನಮಿಸುತ್ತ

37.

ಕಸ್ಮಾಚ್ಚ ತೇ ನ ನಮೇರನ್ ಮಹಾತ್ಮನ್
ಗರೀಯಸೇ ಬ್ರಹ್ಮಣೋಪ್ಯಾದಿಕರ್ತ್ರೇ ।
ಅನಂತ ದೇವೇಶ ಜಗನ್ನಿವಾಸ
ತ್ವಮಕ್ಷರಂ ಸದಸತ್ ತತ್ಪರಂ ಯತ್ ॥

ನೀನು ಕರ್ತಾರ ಬ್ರಹ್ಮಗೂ ಹಿರಿಯ
ನಿನಗವರೆಂತು ನಮಿಸದಿಹರು ಮಹಾತ್ಮ?!
ಅನಂತ, ದೇವೇಶ, ಜಗನ್ನಿವಾಸನೆ
ನೀನಕ್ಷರ, ಇರದು, ಇರದಿಹದು, ಪರಮ

38.

ತ್ವಮಾದಿದೇವಃ ಪುರುಷಃ ಪುರಾಣಸ್
ತ್ವಮಸ್ಯ ವಿಶ್ವಸ್ಯ ಪರಂ ನಿಧಾನಮ್ ।
ವೇತ್ತಾಸಿ ವೇದ್ಯಂ ಚ ಪರಂ ಚ ಧಾಮ
ತ್ವಯಾ ತತಂ ವಿಶ್ವಮನಂತರೂಪ ॥

ಪುರಾತನ ಪುರುಷನು, ನೀ ಆದಿದೇವ
ಪರಮ ಆಶ್ರಯ ವಿಶ್ವಕೆಲ್ಲ ನೀನೇ
ಪರಂಧಾಮ, ನೀನರಿವು, ನೀನರಿತವ
ಇರುವೆ ತುಂಬಿ ಜಗ, ಅನಂತ ರೂಪನೇ

39.

ವಾಯುರ್ಯಮೋಗ್ನಿರ್ವರುಣಃ ಶಶಾಂಕಃ
ಪ್ರಜಾಪತಿಸ್ತ್ವಂ ಪ್ರಪಿತಾಮಹಶ್ಚ ।
ನಮೋ ನಮಸ್ತೇಸ್ತು ಸಹಸ್ರಕೃತ್ವಃ
ಪುನಶ್ಚ ಭೂಯೋಪಿ ನಮೋ ನಮಸ್ತೇ ॥

ಯಮ, ಅಗ್ನಿ, ವರುಣ, ವಾಯು, ಶಶಾಂಕ ನೀ
ಬ್ರಹ್ಮ ನೀನೇ, ಪ್ರಪಿತಾಮಹನೂ ಸಹ
ನಮೋ ನಮೋ ಸಾವಿರಕು ಮೀರಿ ನಿನಗೆ
ನಮನ ಅರ್ಪಿಸುವೆನಿದೋ ಪುನಃ ಪುನಹ

40.

ನಮಃ ಪುರಸ್ತಾದಥ ಪೃಷ್ಠತಸ್ತೇ
ನಮೋಸ್ತು ತೇ ಸರ್ವತ ಏವ ಸರ್ವ ।
ಅನಂತವೀರ್ಯಾಮಿತವಿಕ್ರಮಸ್ತ್ವಂ
ಸರ್ವಂ ಸಮಾಪ್ನೋಷಿ ತತೋಸಿ ಸರ್ವಃ ॥

ಮುಂದಿಂದ ಹಿಂದಿಂದಲು ನಿನಗೆ ನಮನ
ವಂದನವೆಲ್ಲೆಡೆ - ಎಲ್ಲೂ ಇಹ ನಿನಗೆ
ಅನಂತವೀರ್ಯ, ನೀ ಅಮಿತ ವಿಕ್ರಮನು
ತುಂಬಿ ಎಲ್ಲೆಲ್ಲೂ ಎಲ್ಲ ನೀನಾಗೆ

41.

ಸಖೇತಿ ಮತ್ವಾ ಪ್ರಸಭಂ ಯದುಕ್ತಂ
ಹೇ ಕೃಷ್ಣ ಹೇ ಯಾದವ ಹೇ ಸಖೇತಿ ।
ಅಜಾನತಾ ಮಹಿಮಾನಂ ತವೇದಂ
ಮಯಾ ಪ್ರಮಾದಾತ್ ಪ್ರಣಯೇನ ವಾಪಿ ॥

ಸಖನೆಂದು ಭಾವಿಸಿ, ಉದ್ಧಟತನದಲಿ
ಹೇ ಕೃಷ್ಣ, ಹೇ ಯಾದವ, ಸಖಾ ಎನುತ
ಉಕ್ತಿ ಎನ್ನಿಂದಿರಲು ಅರಿಯದೆ ಮಹಿಮೆ
ಅಕ್ಕರೆ ಅಥವಾ ಪ್ರಮಾದದಲಿ ಸಹಿತ-

42.

ಯಚ್ಚಾವಹಾಸಾರ್ಥಮಸತ್ ಕೃತೋಸಿ
ವಿಹಾರಶಯ್ಯಾಸನಭೋಜನೇಷು ।
ಏಕೋಥವಾಪ್ಯಚ್ಯುತ ತತ್ ಸಮಕ್ಷಂ
ತತ್ ಕ್ಷಾಮಯೇ ತ್ವಾಮಹಮಪ್ರಮೇಯಮ್ ॥

-ವಿಹಾರ, ಶಯನ, ಆಸನ, ಭೋಜನದಲಿ
ಸಹಿತ ಯಾ ಒಬ್ಬನಿರಲು, ಹೇ ಅಚ್ಯುತ,
ನಾ ಹಾಸ್ಯದಲಿ ಅವಮಾನಿಸಿರಲದನು
ಸಹ ಕೇಳ್ವೆ – ಅಪ್ರಮೇಯ, ಕ್ಷಮಿಸೆನುತ

43.

ಪಿತಾಸಿ ಲೋಕಸ್ಯ ಚರಾಚರಸ್ಯ
ತ್ವಮಸ್ಯ ಪೂಜ್ಯಶ್ಚ ಗುರುರ್ಗರೀಯಾನ್ ।
ನ ತ್ವತ್ ಸಮೋಸ್ತ್ಯಭ್ಯಧಿಕಃ ಕುತೋನ್ಯೋ
ಲೋಕತ್ರಯೇಪ್ಯಪ್ರತಿಮಪ್ರಭಾವ ॥

ನೀನು ಲೋಕದ ಚರಾಚರಗಳಿಗೆ ಪಿತ
ನೀನೇ ಪೂಜ್ಯನು, ಗುರುವು, ಹಿರಿಮೆಯಾತ
ನಿನಗಿಲ್ಲ ಮೂರು ಲೋಕದೊಳು ಸಮಾನ
ಅನ್ಯನು ಮಿಗಿಲೆಂತು? ಅಪ್ರತಿಮ ಶಕ್ತ

44.

ತಸ್ಮಾತ್ ಪ್ರಣಮ್ಯ ಪ್ರಣಿಧಾಯ ಕಾಯಂ
ಪ್ರಸಾದಯೇ ತ್ವಾಮಹಮೀಶಮೀಡ್ಯಮ್ ।
ಪಿತೇವ ಪುತ್ರಸ್ಯ ಸಖೇವ ಸಖ್ಯುಃ
ಪ್ರಿಯಃ ಪ್ರಿಯಾಯಾರ್ಹಸಿ ದೇವ ಸೋಢುಮ್ ॥

ಪ್ರಣುತ ಈಶನೆ, ಅಂತೆಯೇ ನಿನಗೆ ನಾ
ಮಣಿಸಿ ನೆಲಕೆನ್ನ ಕಾಯವ, ಬೇಡುವೆನು

ಇನಿಯ ನಲ್ಲೆಯ, ಪಿತ ಸುತನ, ಸಖ ಸಖನ
ಮನ್ನಿಸುವ ತರ ದೇವ ಕ್ಷಮಿಸೆನ್ನನು

45.

ಅದೃಷ್ಟಪೂರ್ವಂ ಹೃಷಿತೋಸ್ಮಿ ದೃಷ್ಟ್ವಾ
ಭಯೇನ ಚ ಪ್ರವ್ಯಥಿತಂ ಮನೋ ಮೇ ।
ತದೇವ ಮೇ ದರ್ಶಯ ದೇವರೂಪಂ
ಪ್ರಸೀದ ದೇವೇಶ ಜಗನ್ನಿವಾಸ ॥

ಮುನ್ನ ನೋಡಿರದ ಕಂಡಾಗಿದೆ ಹರ್ಷ,
ಇನ್ನು ಭಯದಿ ತಲ್ಲಣಿಸಿದೆ ಎನ್ನ ಮನ
ಹೊಂದಿ ದಯೆ ದೇವೇಶ, ಜಗನ್ನಿವಾಸ
ನಿನ್ನ ದೇವರೂಪದಲಿ ಕೊಡು ದರುಶನ

46.

ಕಿರೀಟಿನಂ ಗದಿನಂ ಚಕ್ರಹಸ್ತಮ್
ಇಚ್ಛಾಮಿ ತ್ವಾಂ ದ್ರಷ್ಟುಮಹಂ ತಥೈವ ।
ತೇನೈವ ರೂಪೇಣ ಚತುರ್ಭುಜೇನ
ಸಹಸ್ರಬಾಹೋ ಭವ ವಿಶ್ವಮೂರ್ತೇ ॥

ಗದೆ, ಚಕ್ರ ಹಿಡಿದು, ಕಿರೀಟದೊಂದಿಗೂ
ಅದೇ ಚತುರ್ಭುಜ ರೂಪದಲಿಹ ರೀತಿ
ಇದೆ ನಿನ್ನ ಕಾಣಲು ಇಚ್ಛೆ, ಅಂತಾಗು,
ಹೇ ದೇವ ಸಹಸ್ರಭುಜ ವಿಶ್ವಮೂರ್ತಿ

47.

ಶ್ರೀಭಗವಾನುವಾಚ ।
ಮಯಾ ಪ್ರಸನ್ನೇನ ತವಾರ್ಜುನೇದಂ
ರೂಪಂ ಪರಂ ದರ್ಶಿತಮಾತ್ಮಯೋಗಾತ್ ।

ತೇಜೋಮಯಂ ವಿಶ್ವಮನಂತಮಾದ್ಯಂ
ಯನ್ಮೇ ತ್ವದನ್ಯೇನ ನ ದೃಷ್ಟಪೂರ್ವಮ್ ॥

ಶ್ರೀ ಭಗವಾನುವಾಚ:
ನಿನಗೆ ಪ್ರಸನ್ನನಾಗಿ ನಾ ಅರ್ಜುನ
ನನ್ನ ಯೋಗ ಶಕ್ತಿಯಿಂದ ತೋರಿದೆನು
ಮುನ್ನ ಅನ್ಯರು ಕಾಣದ ಪರಮ, ಆದಿ,
ಅನಂತ, ತೇಜಸ್ವಿ, ವಿಶ್ವರೂಪವನು

48.

ನ ವೇದಯಜ್ಞಾಧ್ಯಯನೈರ್ನ ದಾನೈರ್
ನ ಚ ಕ್ರಿಯಾಭಿರ್ನ ತಪೋಭಿರುಗ್ರೈಃ ।
ಏವಂರೂಪಃ ಶಕ್ಯ ಅಹಂ ನೃಲೋಕೇ
ದ್ರಷ್ಟುಂ ತ್ವದನ್ಯೇನ ಕುರುಪ್ರವೀರ ॥

ದಾನ, ಯಜ್ಞ, ವೇದಾಧ್ಯಯನಗಳಿಂದ
ಪುಣ್ಯಕಾರ್ಯ ಯಾ ತಪವಿರಲೂ ಉಗ್ರ
ಕಾಣಸಿಗದು ನರಲೋಕದಲೀ ರೂಪ
ನಿನ್ನ ಹೊರತನ್ಯರಿಗೆ, ಕುರು ಪ್ರವೀರ

49.

ಮಾ ತೇ ವ್ಯಥಾ ಮಾ ಚ ವಿಮೂಢಭಾವೋ
ದೃಷ್ಟ್ವಾ ರೂಪಂ ಘೋರಮೀದೃಙ್ಮಮೇದಮ್ ।
ವ್ಯಪೇತಭೀಃ ಪ್ರೀತಮನಾಃ ಪುನಸ್ತ್ವಂ
ತದೇವ ಮೇ ರೂಪಮಿದಂ ಪ್ರಪಶ್ಯ ॥

ನೋಡುತ ನನ್ನೀ ಬಗೆಯ ಘೋರ ರೂಪ
ಪಡದಿರು ವ್ಯಥೆ, ಆಗದಿರು ವಿಭ್ರಾಂತ
ತೊಡುವೆ ನಾ ನೋಡು ರೂಪವ ಮೊದಲಂತೆ
ಬಿಡು ಎಲ್ಲ ಭಯ, ಮನದಲಿರುತ ಪ್ರೀತ

50.

ಸಂಜಯ ಉವಾಚ ।

ಇತ್ಯರ್ಜುನಂ ವಾಸುದೇವಸ್ತಥೋಕ್ತ್ವಾ

ಸ್ವಕಂ ರೂಪಂ ದರ್ಶಯಾಮಾಸ ಭೂಯಃ ।

ಆಶ್ವಾಸಯಾಮಾಸ ಚ ಭೀತಮೇನಂ

ಭೂತ್ವಾ ಪುನಃ ಸೌಮ್ಯವಪುರ್ಮಹಾತ್ಮಾ ॥

ಸಂಜಯ ಉವಾಚ:

ನುಡಿದಿಂತು ಅರ್ಜುನನಿಗೆ ವಾಸುದೇವ

ನೀಡಿದನವಗೆ ಪುನಃ ತನ್ನ ದರುಶನ

ತೊಡುತ ಸೌಮ್ಯಸ್ವರೂಪವನು ಮಹಾತ್ಮ

ಮಾಡಿದನು ಭೀತನಿಹ ಅವಗೆ ಸಾಂತ್ವನ

51.

ಅರ್ಜುನ ಉವಾಚ ।

ದೃಷ್ಟ್ವೇದಂ ಮಾನುಷಂ ರೂಪಂ ತವ ಸೌಮ್ಯಂ ಜನಾರ್ದನ ।

ಇದಾನೀಮಸ್ಮಿ ಸಂವೃತ್ತಃ ಸಚೇತಾಃ ಪ್ರಕೃತಿಂ ಗತಃ ॥

ಅರ್ಜುನ ಉವಾಚ:

ನಿನ್ನ ಈ ಸೌಮ್ಯ ಮಾನುಷ ಸ್ವರೂಪ

ಕಂಡು ಸ್ತಿಮಿತದ ಸ್ಥಿತಿಗೀಗ ಮತ್ತೆ

ಬಂದಿರುವೆನು ನಾನು, ಹೇ ಜನಾರ್ದನನೆ

ಹಿಂದಿರುಗಿಹೆ ಪ್ರಜ್ಞೆಗೆ ಎಂದಿನಂತೆ

52.

ಶ್ರೀಭಗವಾನುವಾಚ ।

ಸುದುರ್ದರ್ಶಮಿದಂ ರೂಪಂ ದೃಷ್ಟವಾನಸಿ ಯನ್ಮಮ ।

ದೇವಾ ಅಪ್ಯಸ್ಯ ರೂಪಸ್ಯ ನಿತ್ಯಂ ದರ್ಶನಕಾಂಕ್ಷಿಣಃ ॥

ಶ್ರೀ ಭಗವಾನುವಾಚ:

ನೀನಾವ ನನ್ನ ರೂಪ ನೋಡಿದೆಯೋ
ಕಾಣಲು ಅದು ಬಹಳ ದುರ್ಲಭವೇ ಸರಿ
ಹೊಂದಲು ನನ್ನ ಈ ರೂಪದ ದರ್ಶನ
ಹಂಬಲಿಪರು ದೇವತೆಗಳೂ ಪರಿಪರಿ

53.

ನಾಹಂ ವೇದೈರ್ನ ತಪಸಾ ನ ದಾನೇನ ನ ಚೇಜ್ಯಯಾ ।
ಶಕ್ಯ ಏವಂವಿಧೋ ದ್ರಷ್ಟುಂ ದೃಷ್ಟವಾನಸಿ ಮಾಂ ಯಥಾ ॥

ವೇದಗಳಿಂದಲೂ, ತಪಗಳಿಂದಲೂ
ಯಾ ದಾನ, ಆರಾಧನೆಗಳಿಂದಲೂ
ಸಾಧ್ಯವಿರದು ನೀನು ಕಂಡಿರುವಂತಹ
ಇದೇ ರೀತಿಯಲ್ಲಿ ಎನ್ನನು ಕಾಣಲು

54.

ಭಕ್ತ್ಯಾ ತ್ವನನ್ಯಯಾ ಶಕ್ಯ ಅಹಮೇವಂವಿಧೋಽರ್ಜುನ ।
ಜ್ಞಾತುಂ ದ್ರಷ್ಟುಂ ಚ ತತ್ತ್ವೇನ ಪ್ರವೇಷ್ಟುಂ ಚ ಪರಂತಪ ॥

ಆದರೋ ಅನನ್ಯ ಭಕ್ತಿಯಿಂದಲೇ
ಸಾಧ್ಯವು, ಹೇ ಅರ್ಜುನ, ಎನ್ನಯ ರೂಪ
ಇದೇ ವಿಧದಲಿ ಕಾಣಲು, ಸರಿ ತಿಳಿಯಲು
ಅದಲ್ಲದೇ ಸೇರಲು, ಹೇ ಪರಂತಪ

55.

ಮತ್ಕರ್ಮಕೃನ್ಮತ್ಪರಮೋ ಮದ್ಭಕ್ತಃ ಸಂಗವರ್ಜಿತಃ ।
ನಿರ್ವೈರಃ ಸರ್ವಭೂತೇಷು ಯಃ ಸ ಮಾಮೇತಿ ಪಾಂಡವ ॥

ಪರಮನೆಂದೆನುತೆನ್ನ ಕಾರ್ಯದಲಿರುತ
ತೊರೆದೆಲ್ಲ ಸಂಗವ, ಎನ್ನ ಭಕ್ತನವ

ವೈರವನು ಮರೆತು ಸರ್ವ ಭೂತಂಗಳಲಿ
ಬರುವನು ಎನ್ನಲ್ಲಿಗೇ, ಹೇ ಪಾಂಡವ

ಓಂ ತತ್ಸದಿತಿ ಶ್ರೀಮದ್ಭಗವದ್ಗೀತಾಸೂಪನಿಷತ್ಸು
ಬ್ರಹ್ಮವಿದ್ಯಾಯಾಂ ಯೋಗಶಾಸ್ತ್ರೇ ಶ್ರೀಕೃಷ್ಣಾರ್ಜುನಸಂವಾದೇ
ವಿಶ್ವರೂಪದರ್ಶನಯೋಗೋ ನಾಮೈಕಾದಶೋಧ್ಯಾಯಃ॥

ದ್ವಾದಶೋಧ್ಯಾಯ: ಭಕ್ತಿಯೋಗ

1.

ಅರ್ಜುನ ಉವಾಚ ।
ಏವಂ ಸತತಯುಕ್ತಾ ಯೇ ಭಕ್ತಾಸ್ತ್ವಾಂ ಪರ್ಯುಪಾಸತೇ ।
ಯೇ ಚಾಪ್ಯಕ್ಷರಮವ್ಯಕ್ತಂ ತೇಷಾಂ ಕೇ ಯೋಗವಿತ್ತಮಾಃ ॥

ಅರ್ಜುನ ಉವಾಚ:
ಭಕ್ತಿಯಲಿ ಇರುತಾರು ನಿನ್ನಲಿ ಸತತ
ಯುಕ್ತರಾದವರೋ ಯಾ ನಿನ್ನಳಿಯದ
ವ್ಯಕ್ತದಾಚೆಯ ತತ್ವದುಪಾಸಕರೋ?-
ವ್ಯಕ್ತಿಗಳಿವರಲಾರಿಹರು ಯೋಗವಿದ?

2.

ಶ್ರೀಭಗವಾನುವಾಚ ।
ಮಯ್ಯಾವೇಶ್ಯ ಮನೋ ಯೇ ಮಾಂ ನಿತ್ಯಯುಕ್ತಾ ಉಪಾಸತೇ ।
ಶ್ರದ್ಧಯಾ ಪರಯೋಪೇತಾಸ್ತೇ ಮೇ ಯುಕ್ತತಮಾ ಮತಾಃ ॥

ಶ್ರೀ ಭಗವಾನುವಾಚ:
ಪರಮ ಶ್ರದ್ಧೆಯಲಿ ಎನ್ನ ಸೇವೆಯಲಿ,
ಸ್ಥಿರಗೊಳಿಸಿ ಮನವ ಯಾರೆನ್ನಲಿ ಸತತ
ನಿರತರಾಗಿಹರೊ ಅವರೇ ಯೋಗದಲಿ
ಪರಿಣತರೆಂದು ಎನ್ನಿಂದ ಪರಿಗಣಿತ

3.

ಯೇ ತ್ವಕ್ಷರಮನಿರ್ದೇಶ್ಯಮವ್ಯಕ್ತಂ ಪರ್ಯುಪಾಸತೇ ।
ಸರ್ವತ್ರಗಮಚಿಂತ್ಯಂ ಚ ಕೂಟಸ್ಥಮಚಲಂ ಧ್ರುವಮ್ ॥

ಆದರೋ ಅಕ್ಷರ, ಅನಿರ್ವಚನೀಯ,

ಬದಲಿರದ, ಸರ್ವವ್ಯಾಪಿ, ಅವ್ಯಕ್ತ -

ಆ ಧ್ರುವ, ಅಚಲ, ಅಚಿಂತ್ಯ ತತ್ವವನ್ನು

ಅದಾರು ಆರಾಧಿಸುತಿಹರೋ ನಿರತ-

4.

ಸನ್ನಿಯಮ್ಯೇಂದ್ರಿಯಗ್ರಾಮಂ ಸರ್ವತ್ರ ಸಮಬುದ್ಧಯಃ ।

ತೇ ಪ್ರಾಪ್ನುವಂತಿ ಮಾಮೇವ ಸರ್ವಭೂತಹಿತೇ ರತಾಃ ॥

-ಎಲ್ಲ ಇಂದ್ರಿಯಗಳನವರು ನಿಯಂತ್ರಿಸಿ,

ಎಲ್ಲೆಡೆಯು ಸಮದೃಷ್ಟಿಯಲಿ ಇರುತಿರೆ,

ಎಲ್ಲ ಜೀವಿಗಳ ಹಿತದಲಿ ತೊಡಗಿರಲು,

ತಲುಪುವರು ಖಂಡಿತವೂ ನನ್ನಾಸರೆ

5.

ಕ್ಲೇಶೋಧಿಕತರಸ್ತೇಷಾಮವ್ಯಕ್ತಾಸಕ್ತಚೇತಸಾಮ್ ।

ಅವ್ಯಕ್ತಾ ಹಿ ಗತಿರ್ದುಃಖಂ ದೇಹವದ್ಭಿರವಾಪ್ಯತೇ ॥

ಅವ್ಯಕ್ತದಲಾಸಕ್ತಿಯಲಿರೆ ಚಿತ್ತ

ಅವರಿಗೆದುರಿಹುದು ಅಧಿಕತರ ಕ್ಲೇಶ

ಅವ್ಯಕ್ತದ ಪಥ - ತಾ ದೇಹದಲಿರುತ

ಜೀವಿಗಳಿಗೆ - ಪ್ರಗತಿಸಲು ಪ್ರಯಾಸ

6.

ಯೇ ತು ಸರ್ವಾಣಿ ಕರ್ಮಾಣಿ ಮಯಿ ಸನ್ನ್ಯಸ್ಯ ಮತ್ಪರಾಃ ।

ಅನನ್ಯೇನೈವ ಯೋಗೇನ ಮಾಂ ಧ್ಯಾಯಂತ ಉಪಾಸತೇ ॥

ಆದರೆ ನನ್ನಲ್ಲಿ ಕರ್ಮಗಳ ಸರ್ವ

ವಿಧವನೂ ಅರ್ಪಿಸಿ, ಇರುತಲಿ ತತ್ಪರ,

ಬದ್ಧನಾಗಿ ಯೋಗ ಮಾರ್ಗದಲಿ ನನ್ನ

ತಾ ಧ್ಯಾನಿಸುತ ಉಪಾಸಿಸುವಂತವರ -

7.

ತೇಷಾಮಹಂ ಸಮುದ್ಧರ್ತಾ ಮೃತ್ಯುಸಂಸಾರಸಾಗರಾತ್ ।
ಭವಾಮಿ ನ ಚಿರಾತ್ ಪಾರ್ಥ ಮಯ್ಯಾವೇಶಿತಚೇತಸಾಮ್ ॥

-ಸ್ಥಿರಗೊಳಿಸಲು ಅವರು ನನ್ನಲ್ಲಿ ಚಿತ್ತ
ಮರಣ ಜನನ ಸಂಸಾರ ಕಡಲಿಂದಲಿ
ಪಾರು ಮಾಡುವೆನು ಅವರನು, ಹೇ ಪಾರ್ಥ,
ತೋರದೇ ನಾ ಬಹು ವಿಳಂಬವಿದರಲಿ

8.

ಮಯ್ಯೇವ ಮನ ಆಧತ್ಸ್ವ ಮಯಿ ಬುದ್ಧಿಂ ನಿವೇಶಯ ।
ನಿವಸಿಷ್ಯಸಿ ಮಯ್ಯೇವ ಅತ ಊರ್ಧ್ವಂ ನ ಸಂಶಯಃ ॥

ಮನವ ನನ್ನಲ್ಲಿಯೇ ಸ್ಥಿರಗೊಳಿಸುತಲಿ
ನನ್ನಲಿ ನೆಲೆಗೊಳಿಸು ನಿನ್ನಯ ಬುದ್ಧಿಯ-
ಇಂತಿರಲು ನಂತರದಲಿ ನೀ ನನ್ನಲಿ
ಎಂದೂ ನೆಲೆಸುವೆ ಇದಕಿರದು ಸಂಶಯ

9.

ಅಥ ಚಿತ್ತಂ ಸಮಾಧಾತುಂ ನ ಶಕ್ನೋಷಿ ಮಯಿ ಸ್ಥಿರಮ್ ।
ಅಭ್ಯಾಸಯೋಗೇನ ತತೋ ಮಾಮಿಚ್ಛಾಪ್ತುಂ ಧನಂಜಯ ॥

ಸ್ಥಿರವಾಗಿ ನಿನ್ನ ಚಿತ್ತವನು ನನ್ನಲಿ
ಸರಿಯಾಗಿ ನಿಲಿಸಲು ಆಗದಿರೆ ಶಕ್ಯ
ಇರು ಅಭ್ಯಾಸ ಯೋಗದಲಿ, ನೀ ನನ್ನ
ಸೇರುವಿಚ್ಛೆಯ ಹೊಂದಿ, ಹೇ ಧನಂಜಯ

10.

ಅಭ್ಯಾಸೇಪ್ಯಸಮರ್ಥೋಽಸಿ ಮತ್ಕರ್ಮಪರಮೋ ಭವ ।
ಮದರ್ಥಮಪಿ ಕರ್ಮಾಣಿ ಕುರ್ವನ್ ಸಿದ್ಧಿಮವಾಪ್ಸ್ಯಸಿ ॥

ಆಗಲು ಅಭ್ಯಾಸದಲೂ ಅಸಮರ್ಥ,
ಆಗ ನನಗರ್ಪಿಸಿ ಮಾಡುತಿರು ಕರ್ಮ
ಸಿಗುವುದು ಸಿದ್ಧಿ - ನೀನು ನನಗಾಗಿಯೇ
ಸಾಗಲು ಆಚರಿಸುತ ಎಲ್ಲಾ ಕರ್ಮ

11.

ಅಥೈತದಪ್ಯಶಕ್ತೋಽಸಿ ಕರ್ತುಂ ಮದ್ಯೋಗಮಾಶ್ರಿತಃ।
ಸರ್ವಕರ್ಮಫಲತ್ಯಾಗಂ ತತಃ ಕುರು ಯತಾತ್ಮವಾನ್॥

ಇದನು ಕೂಡಾ ಆಚರಿಸಲೂ ನಿನಗೆ
ಸಾಧ್ಯವಿರದಿರಲು, ಎನ್ನ ಆಶ್ರಯದಲಿ
ಇದ್ದು, ಸರ್ವಕರ್ಮಫಲ ತ್ಯಾಗವನು
ಗೈದು, ತೊಡಗು ಆತ್ಮಸಂಯಮ ಯತ್ನದಲಿ

12.

ಶ್ರೇಯೋ ಹಿ ಜ್ಞಾನಮಭ್ಯಾಸಾಜ್ಜ್ಞಾನಾದ್ಧ್ಯಾನಂ ವಿಶಿಷ್ಯತೇ।
ಧ್ಯಾನಾತ್ ಕರ್ಮಫಲತ್ಯಾಗಸ್ತ್ಯಾಗಾಚ್ಛಾಂತಿರನಂತರಮ್॥

ಅರಿವು ಮಿಗಿಲು ಬರಿಯ ಅಭ್ಯಾಸಕಿಂತ
ಬರಿ ಅರಿವಿಗಿಂತ ಧ್ಯಾನವೇ ಶ್ರೇಯ
ಹಿರಿದು ಅದಕಿಂತ ಕರ್ಮಫಲ ತ್ಯಾಗ
ತರುವುದು ತ್ಯಾಗ ಅನಂತರ ಶಾಂತಿಯ

13.

ಅದ್ವೇಷ್ಟಾ ಸರ್ವಭೂತಾನಾಂ ಮೈತ್ರಃ ಕರುಣ ಏವ ಚ।
ನಿರ್ಮಮೋ ನಿರಹಂಕಾರಃ ಸಮದುಃಖಸುಖಃ ಕ್ಷಮೀ॥

ತೊರೆದು ದ್ವೇಷ ಸರ್ವಭೂತಗಳಲೂ
ತೋರುವವ ಮೈತ್ರಿ, ಆಗಿರುತ ಕರುಣಿ,
ಇರದೆ ಮಮಕಾರ, ಮತ್ತು ಅಹಂಕಾರ,
ಸರಿಸಮ ಸುಖ-ದುಃಖಗಳು, ಕ್ಷಮಾಗುಣಿ-

14.

ಸಂತುಷ್ಟಃ ಸತತಂ ಯೋಗೀ ಯತಾತ್ಮಾ ದೃಢನಿಶ್ಚಯಃ ।
ಮಯ್ಯರ್ಪಿತಮನೋಬುದ್ಧಿರ್ಯೋ ಮದ್ಭಕ್ತಃ ಸ ಮೇ ಪ್ರಿಯಃ ॥

-ಸತತ ಸಂತುಷ್ಟನಾಗಿರುತಾ ಯೋಗಿ,
ಆತ್ಮಸಂಯಮಿ, ದೃಢ ನಿಶ್ಚಯದವನು
ಚಿತ್ತ ಬುದ್ಧಿಗಳ ಅರ್ಪಿಸುತ ನನ್ನಲಿ
ಭಕ್ತಿಯಲಿರುವವನು ನನಗೆ ತಾ ಪ್ರಿಯನು

15.

ಯಸ್ಮಾನ್ನೋದ್ವಿಜತೇ ಲೋಕೋ ಲೋಕಾನ್ನೋದ್ವಿಜತೇ ಚ ಯಃ ।
ಹರ್ಷಾಮರ್ಷಭಯೋದ್ವೇಗೈರ್ಮುಕ್ತೋ ಯಃ ಸ ಚ ಮೇ ಪ್ರಿಯಃ ॥

ಯಾರಿಂದ ತಲ್ಲಣಿಸದೋ ಜನಲೋಕ,
ಪರರಿಂದ ತಲ್ಲಣಗೊಳದದಾರ ಬಗೆ
ಹರುಷ, ದುಃಖ, ಭಯ, ಉದ್ವೇಗಗಳಿಂದ
ಯಾರು ಮುಕ್ತರೋ ಅವರೂ ಪ್ರಿಯರೆನಗೆ

16.

ಅನಪೇಕ್ಷಃ ಶುಚಿರ್ದಕ್ಷ ಉದಾಸೀನೋ ಗತವ್ಯಥಃ ।
ಸರ್ವಾರಂಭಪರಿತ್ಯಾಗೀ ಯೋ ಮದ್ಭಕ್ತಃ ಸ ಮೇ ಪ್ರಿಯಃ ॥

ಏನನೂ ಆಶಿಸದ, ನಿರ್ಮಲ, ದಕ್ಷ,
ಮನಸು ಕೆಡಿಸಿಕೊಳ್ಳದವ, ಕಂಗೆಡದವ,
ಮುನ್ನ ಫಲದಾಸೆಯ ಯತ್ನವ ತೊರೆದವ-
ನನ್ನಯ ಭಕ್ತನವ, ನನಗೆ ಪ್ರಿಯನವ

17.

ಯೋ ನ ಹೃಷ್ಯತಿ ನ ದ್ವೇಷ್ಟಿ ನ ಶೋಚತಿ ನ ಕಾಂಕ್ಷತಿ ।
ಶುಭಾಶುಭಪರಿತ್ಯಾಗೀ ಭಕ್ತಿಮಾನ್ ಯಃ ಸ ಮೇ ಪ್ರಿಯಃ ॥

ಹರುಷ, ದ್ವೇಷಗಳೊಳಗಿರದೇ ಯಾರು
ದೂರೀಕರಿಸಿ ಶೋಕವ, ಆಕಾಂಕ್ಷೆಯ,
ಪರಿತ್ಯಜಿಸಿರೆ ಶುಭಾಶುಭ ಕಾಳಜಿಯ-
ಆ ರೀತಿ ಇಹ ಭಕ್ತನು ನನಗೆ ಪ್ರಿಯ

18.

ಸಮಃ ಶತ್ರೌ ಚ ಮಿತ್ರೇ ಚ ತಥಾ ಮಾನಾಪಮಾನಯೋಃ ।
ಶೀತೋಷ್ಣಸುಖದುಃಖೇಷು ಸಮಃ ಸಂಗವಿವರ್ಜಿತಃ ॥

ಶತ್ರು ಮಿತ್ರರನು ಪರಿಗಣಿಸಿ ಸಮಾನ,
ಮತಿಗೆಡದೇ ಬರಲು ಮಾನಾಪಮಾನ,
ಶೀತೋಷ್ಣಗಳಲಿ, ಸುಖ-ದುಃಖಗಳಲ್ಲಿ
ಚಿತ್ತ ಸಮತೆಯಲಿರುವ, ಸಂಗವಿಹೀನ,-

19.

ತುಲ್ಯನಿಂದಾಸ್ತುತಿರ್ಮೌನೀ ಸಂತುಷ್ಟೋ ಯೇನ ಕೇನಚಿತ್ ।
ಅನಿಕೇತಃ ಸ್ಥಿರಮತಿರ್ಭಕ್ತಿಮಾನ್ ಮೇ ಪ್ರಿಯೋ ನರಃ ॥

-ನಿಂದೆ ಸ್ತುತಿಗಳನು ಒಂದೆನುವ, ಮೌನಿ,
ಸಂತುಷ್ಟನಾಗಿರುವವ ಇರುವುದರಲಿ,
ಒಂದೆಡೆ ನೆಲೆಗಂಟಿರದವ, ಸ್ಥಿರಮತಿ-
ಅಂತಹ ಭಕ್ತ ಪ್ರಿಯನೆನಗೆ ನರರಲಿ

20.

ಯೇ ತು ಧರ್ಮ್ಯಾಮೃತಮಿದಂ ಯಥೋಕ್ತಂ ಪರ್ಯುಪಾಸತೇ ।
ಶ್ರದ್ಧಧಾನಾ ಮತ್ಪರಮಾ ಭಕ್ತಾಸ್ತೇತೀವ ಮೇ ಪ್ರಿಯಾಃ ॥

ಆದರೆ ಈ ಅಮೃತ ಧರ್ಮದಲಾರು
ಶ್ರದ್ಧೆಯಿಂದ, ಉಕ್ತವಾಗಿರುವ ಹಾಗೆ,
ಬದ್ಧರಾಗಿ ತೊಡಗಿ, ಪರಮನೆಂದೆನ್ನ
ಆಧರಿಸಿದ ಭಕ್ತರತಿಪ್ರಿಯರೆನಗೆ

ಓಂ ತತ್ಸದಿತಿ ಶ್ರೀಮದ್ಭಗವದ್ಗೀತಾಸೂಪನಿಷತ್ಸು
ಬ್ರಹ್ಮವಿದ್ಯಾಯಾಂ ಯೋಗಶಾಸ್ತ್ರೇ ಶ್ರೀಕೃಷ್ಣಾರ್ಜುನಸಂವಾದೇ
ಭಕ್ತಿಯೋಗೋ ನಾಮ ದ್ವಾದಶೋಧ್ಯಾಯಃ ॥

ತ್ರಯೋದಶೋಧ್ಯಾಯ:

ಕ್ಷೇತ್ರಕ್ಷೇತ್ರಜ್ಞವಿಭಾಗಯೋಗ

ಅರ್ಜುನ ಉವಾಚ ।

ಪ್ರಕೃತಿಂ ಪುರುಷಂ ಚೈವ ಕ್ಷೇತ್ರಂ ಕ್ಷೇತ್ರಜ್ಞಮೇವ ಚ ।

ಏತದ್ವೇದಿತುಮಿಚ್ಛಾಮಿ ಜ್ಞಾನಂ ಜ್ಞೇಯಂ ಚ ಕೇಶವ ॥

ಅರ್ಜುನ ಉವಾಚ:

ಪ್ರಕೃತಿಯನೂ ಹಾಗೂ ಪುರುಷನನೂ,

ನಾ ಕ್ಷೇತ್ರವನೂ, ಕ್ಷೇತ್ರಜ್ಞನನ್ನೂ,

ಈ ಕುರಿತು, ಮತ್ತು ಜ್ಞಾನ, ಜ್ಞೇಯವನು

ಹೇ ಕೇಶವನೆ, ತಿಳಿಯಲು ಇಚ್ಛಿಸುವೆನು

1.

ಶ್ರೀಭಗವಾನುವಾಚ ।

ಇದಂ ಶರೀರಂ ಕೌಂತೇಯ ಕ್ಷೇತ್ರಮಿತ್ಯಭಿಧೀಯತೇ ।

ಏತದ್ಯೋ ವೇತ್ತಿ ತಂ ಪ್ರಾಹುಃ ಕ್ಷೇತ್ರಜ್ಞ ಇತಿ ತದ್ವಿದಃ ॥

ಶ್ರೀ ಭಗವಾನುವಾಚ:

ಕೌಂತೇಯನೇ, ಬಲ್ಲವರಿಂತೆನುವರು-

ಕ್ಷೇತ್ರವೆಂದೀ ಶರೀರವನು ಕರೆವರು

ಕ್ಷೇತ್ರವಿದರ ಅರಿವಿನಲಿ ಯಾರಿಹನೋ

ಕ್ಷೇತ್ರಜ್ಞನೆಂದೆನುತವನ ನುಡಿಯುವರು

2.

ಕ್ಷೇತ್ರಜ್ಞಂ ಚಾಪಿ ಮಾಂ ವಿದ್ಧಿ ಸರ್ವಕ್ಷೇತ್ರೇಷು ಭಾರತ ।

ಕ್ಷೇತ್ರಕ್ಷೇತ್ರಜ್ಞಯೋರ್ಜ್ಞಾನಂ ಯತ್ ತಜ್ಜ್ಞಾನಂ ಮತಂ ಮಮ ॥

ಕ್ಷೇತ್ರಜ್ಞನೆಂದೇ ನನ್ನನು ನೀ ತಿಳಿ
ಕ್ಷೇತ್ರಗಳೆಲ್ಲದರಲೂ, ಹೇ ಭಾರತ
ಕ್ಷೇತ್ರ-ಕ್ಷೇತ್ರಜ್ಞರನು ಅರಿಯುವುದೇ
ಸತ್ಯದಲಿ ಜ್ಞಾನವೆಂಬುದೆನ್ನ ಮತ

3.

ತತ್ ಕ್ಷೇತ್ರಂ ಯಚ್ಚ ಯಾದೃಕ್ ಚ ಯದ್ ವಿಕಾರಿ ಯತಶ್ಚ ಯತ್ ।
ಸ ಚ ಯೋ ಯತ್ ಪ್ರಭಾವಶ್ಚ ತತ್ ಸಮಾಸೇನ ಮೇ ಶೃಣು ॥

ಯಾವುದೀ ಕ್ಷೇತ್ರದ ಸ್ವರೂಪ, ಮತ್ತು
ಯಾವುದರಿಂದ ಆಗುವುದದು ವಿಕಾರ
ಯಾವ ಪ್ರಭಾವಗಳಿದ ಬಲ್ಲವನದು
ಇವನು ತಿಳಿ ನನ್ನಿಂದ ತಿಳಿಸುವೆ ಸಾರ

4.

ಋಷಿಭಿರ್ಬಹುಧಾ ಗೀತಂ ಛಂದೋಭಿರ್ವಿವಿಧೈಃ ಪೃಥಕ್ ।
ಬ್ರಹ್ಮಸೂತ್ರಪದೈಶ್ಚೈವ ಹೇತುಮದ್ಭಿರ್ವಿನಿಶ್ಚಿತೈಃ ॥

ನಾನಾ ವಿಧದ ವೇದ ಮಂತ್ರಂಗಳಲಿ
ಗಾನಗೊಂಡಿದೆ ಋಷಿಗಳಿಂದ ಬಗೆ ಬಗೆ
ಅಂತೆಯೇ ಬ್ರಹ್ಮಸೂತ್ರದ ನುಡಿಗಳಲಿ
ನಿರ್ಣಯಗೊಳಪಟ್ಟಿದೆ ತರ್ಕದೊಂದಿಗೆ -

5.

ಮಹಾಭೂತಾನ್ಯಹಂಕಾರೋ ಬುದ್ಧಿರವ್ಯಕ್ತಮೇವ ಚ ।
ಇಂದ್ರಿಯಾಣಿ ದಶೈಕಂ ಚ ಪಂಚ ಚೇಂದ್ರಿಯಗೋಚರಾಃ ॥

ಪಂಚಮಹಾಭೂತಗಳು, ಅಹಂಕಾರ,
ಅಂತೆಯೇ ಅವ್ಯಕ್ತವೂ, ಬುದ್ಧಿ ಸಹ,
ಇಂದ್ರಿಯಗಳು ಹನ್ನೊಂದು, ಅಲ್ಲದೆಯೇ
ಇಂದ್ರಿಯ ವಿಷಯಗಳು ಸಹ ಐದಿರುತಿಹ,

6.

ಇಚ್ಛಾ ದ್ವೇಷಃ ಸುಖಂ ದುಃಖಂ ಸಂಘಾತಶ್ಚೇತನಾ ಧೃತಿಃ ।
ಏತತ್ ಕ್ಷೇತ್ರಂ ಸಮಾಸೇನ ಸವಿಕಾರಮುದಾಹೃತಮ್ ॥

ಮತ್ತು ಆಸೆ, ದ್ವೇಷ, ಸುಖ-ದುಃಖಗಳು,
ಚೇತನ, ಧೃತಿ, ಸಮಷ್ಟಿ ಶರೀರವೂ-
ಕ್ಷೇತ್ರ ಮತ್ತದರ ವಿಕಾರಗಳಿವೆಂದು
ತಾತ್ಪರ್ಯವಾಗಿ ಹೇಳಲಾಗಿರುವವು

7.

ಅಮಾನಿತ್ವಮದಂಭಿತ್ವಮಹಿಂಸಾ ಕ್ಷಾಂತಿರಾರ್ಜವಮ್ ।
ಆಚಾರ್ಯೋಪಾಸನಂ ಶೌಚಂ ಸ್ಥೈರ್ಯಮಾತ್ಮವಿನಿಗ್ರಹಃ ॥

ನಮ್ರತೆಯೂ, ನಿಷ್ಕಪಟತೆಯೂ ಮತ್ತು
ಕ್ಷಮಾಗುಣ, ಅಹಿಂಸೆಯೂ, ಆರ್ಜವವೂ
ನೈರ್ಮಲ್ಯವೂ, ಗುರು ಸೇವೆಯೂ, ಮತ್ತು
ಆತ್ಮಸಂಯಮವೂ ಹಾಗೂ ಸ್ಥೈರ್ಯವು,

8.

ಇಂದ್ರಿಯಾರ್ಥೇಷು ವೈರಾಗ್ಯಮನಹಂಕಾರ ಏವ ಚ ।
ಜನ್ಮಮೃತ್ಯುಜರಾವ್ಯಾಧಿದುಃಖದೋಷಾನುದರ್ಶನಮ್ ॥

ಇಂದ್ರಿಯ ವಿಷಯಗಳಲ್ಲಿ ವೈರಾಗ್ಯವು,
ಒಂದಿನಿತೂ ಹೊಂದದೇ ಅಹಂಕಾರ,
ಜನುಮ-ಮರಣ, ವೃದ್ಧಾಪ್ಯ, ರೋಗಗಳ
ಕುಂದು, ದುಃಖಗಳ ವಿಚಾರದಲೆಚ್ಚರ,

9.

ಅಸಕ್ತಿರನಭಿಷ್ವಂಗಃ ಪುತ್ರದಾರಗೃಹಾದಿಷು ।
ನಿತ್ಯಂ ಚ ಸಮಚಿತ್ತತ್ವಮಿಷ್ಟಾನಿಷ್ಟೋಪಪತ್ತಿಷು ॥

ಮನೆ, ಮಕ್ಕಳು, ಮಡದಿ - ಇತ್ಯಾದಿಯರಲಿ
ಮನವಿಡದೇ, ನಂಟುಗಳಲಂಟ ತೊರೆದು,
ಅನವರತವೂ ಇರುತ ಸಮಚಿತ್ತದಲಿ-
ಅನಿಷ್ಟ-ಇಷ್ಟಗಳು ಒದಗಿ ಬರುವಂದು,

10.

ಮಯಿ ಚಾನನ್ಯಯೋಗೇನ ಭಕ್ತಿರವ್ಯಭಿಚಾರಿಣೀ ।
ವಿವಿಕ್ತದೇಶಸೇವಿತ್ವಮರತಿರ್ಜನಸಂಸದಿ ॥

ಅನನ್ಯ ಯೋಗದಲಿ ತೊಡಗಿ ನನ್ನತ್ತ
ಹೊಂದುತ ಎನಿತೂ ಚ್ಯುತಿ ಬಾರದ ಭಕ್ತಿ,
ಮನಸು ಕೊಡುತಲಿ ವಾಸಿಸಲು ಏಕಾಂತ
ಜನಸಂದಣಿಯಲಿ ಬೆರೆಯಲನಾಸಕ್ತಿ,

11.

ಅಧ್ಯಾತ್ಮಜ್ಞಾನನಿತ್ಯತ್ವಂ ತತ್ತ್ವಜ್ಞಾನಾರ್ಥದರ್ಶನಮ್ ।
ಏತಜ್ಜ್ಞಾನಮಿತಿ ಪ್ರೋಕ್ತಮಜ್ಞಾನಂ ಯದತೋಽನ್ಯಥಾ ॥

ನಿತ್ಯ ತೊಡಗಿ ಅಧ್ಯಾತ್ಮ ಜ್ಞಾನದಲಿ,
ತತ್ವಜ್ಞಾನದಿಂದ ಸತ್ಯದರ್ಶನ -
ಪ್ರೋಕ್ತವಿಹುದು ಜ್ಞಾನವೆನುತ ಇವೆಲ್ಲ,
ಮತ್ತುಳಿದುದೆಲ್ಲವಿರುವುವು ಅಜ್ಞಾನ

12.

ಜ್ಞೇಯಂ ಯತ್ ತತ್ ಪ್ರವಕ್ಷ್ಯಾಮಿ ಯಜ್ಜ್ಞಾತ್ವಾಮೃತಮಶ್ನುತೇ ।
ಅನಾದಿಮತ್ ಪರಂ ಬ್ರಹ್ಮ ನ ಸತ್ ತನ್ನಾಸದುಚ್ಯತೇ ॥

ಯಾವುದು ಜ್ಞೇಯವೆಂಬುದನು ಹೇಳುವೆ-
ಯಾವುದರಿತು ದೊರೆವುದೋ ಅಮೃತತತ್ವ-
ಯಾವುದನು ಇಹುದೆಂದು, ಇರದಿಹುದೆಂದು,
ಭಾವಿಸಿಹ ಆ ಅನಾದಿ ಪರಬೊಮ್ಮವ-

13.

ಸರ್ವತಃಪಾಣಿಪಾದಂ ತತ್ ಸರ್ವತೋಕ್ಷಿಶಿರೋಮುಖಮ್ ।
ಸರ್ವತಃಶ್ರುತಿಮಲ್ಲೋಕೇ ಸರ್ವಮಾವೃತ್ಯ ತಿಷ್ಠತಿ ॥

ಎಲ್ಲೆಡೆ ಆತನದು ಕೈಗಳು ಕಾಲ್ಗಳು
ತಲೆಗಳು ಮುಖಗಳು ಕಣ್ಣುಗಳು ಇರುವವು
ಎಲ್ಲ ಕಡೆಗಳಲೂ ಕಿವಿಗಳು, ಲೋಕದ
ಎಲ್ಲವನ್ನೂ ಆವರಿಸಿ ಅವನಿರವು

14.

ಸರ್ವೇಂದ್ರಿಯಗುಣಾಭಾಸಂ ಸರ್ವೇಂದ್ರಿಯವಿವರ್ಜಿತಮ್ ।
ಅಸಕ್ತಂ ಸರ್ವಭೃಚ್ಚೈವ ನಿರ್ಗುಣಂ ಗುಣಭೋಕ್ತೃ ಚ ॥

ಹೊಂದಿರದೇ ಯಾವ ಇಂದ್ರಿಯಗಳನೂ-
ಇಂದ್ರಿಯ ಕ್ರಿಯೆಗಳನೆಲ್ಲ ಬೆಳಗುವವ,
ಅನಾಸಕ್ತ - ಆದರೆ ಸರ್ವಪಾಲಕ,
ಗುಣಗಳನು ಅನುಭವಿಸುವ ನಿರ್ಗುಣನವ

15.

ಬಹಿರಂತಶ್ಚ ಭೂತಾನಾಮಚರಂ ಚರಮೇವ ಚ ।
ಸೂಕ್ಷ್ಮತ್ವಾತ್ ತದವಿಜ್ಞೇಯಂ ದೂರಸ್ಥಂ ಚಾಂತಿಕೇ ಚ ತತ್ ॥

ಚರಾಚರ ಜೀವಿಗಳೆಲ್ಲವುಗಳಲೂ
ಹೊರಗೂ ಒಳಗೂ ಅವನೆಲ್ಲೂ ಇರುವ
ಇರುತ ತಾ ಸೂಕ್ಷ್ಮ - ಅರಿಯಲು ಅಶಕ್ಯನು
ದೂರದಲೂ ನೆಲೆಸಿ ಬಳಿಯೂ ತೋರುವ

16.

ಅವಿಭಕ್ತಂ ಚ ಭೂತೇಷು ವಿಭಕ್ತಮಿವ ಚ ಸ್ಥಿತಮ್ ।
ಭೂತಭರ್ತೃ ಚ ತಜ್ಜ್ಞೇಯಂ ಗ್ರಸಿಷ್ಣು ಪ್ರಭವಿಷ್ಣು ಚ ॥

ಏಕರೂಪನಾಗಿರುತಲು, ಜತೆಗವನು
ಸಕಲ ಜೀವಿಗಳಲಿ ಅನೇಕನಾಗಿಹ
ಲೋಕಪಾಲಕನೆಂದರಿಯಬೇಕವನ
ಭಕ್ಷಕ, ವೃದ್ಧಿಕಾರಕನೆಂದು ಸಹ

17.

ಜ್ಯೋತಿಷಾಮಪಿ ತಜ್ಜ್ಯೋತಿಸ್ತಮಸಃ ಪರಮುಚ್ಯತೇ ।
ಜ್ಞಾನಂ ಜ್ಞೇಯಂ ಜ್ಞಾನಗಮ್ಯಂ ಹೃದಿ ಸರ್ವಸ್ಯ ವಿಷ್ಠಿತಮ್ ॥

ಜ್ಯೋತಿಗಳಿಗೆಲ್ಲ ಆಗಿಹನು ಬೆಳಕು,
ಕತ್ತಲೆಯಾಚೆಯ ಬಿತ್ತರವೆಂದುಕ್ತ
ಆತ ಜ್ಞಾನ, ಜ್ಞಾನದ ಗುರಿ, ಜ್ಞೇಯ,
ಪ್ರತಿ ಹೃದಯದಲವನು ಪ್ರತಿಷ್ಠಿತ

18.

ಇತಿ ಕ್ಷೇತ್ರಂ ತಥಾ ಜ್ಞಾನಂ ಜ್ಞೇಯಂ ಚೋಕ್ತಂ ಸಮಾಸತಃ ।
ಮದ್ಭಕ್ತ ಏತದ್ವಿಜ್ಞಾಯ ಮದ್ಭಾವಾಯೋಪಪದ್ಯತೇ ॥

ಕ್ಷೇತ್ರ, ಜ್ಞಾನ, ಜ್ಞೇಯಗಳನು ಸಹಿತ
ಈ ತನಕ ಹೇಳಿದೆ ಸಾರ ರೂಪದಲಿ
ಈ ತಿಳಿವಿಗಳವೊಡುತ ನನ್ನಯ ಭಕ್ತ
ಗತಿಯನು ಹೊಂದುವನು ಎನ್ನ ಭಾವದಲಿ

19.

ಪ್ರಕೃತಿಂ ಪುರುಷಂ ಚೈವ ವಿದ್ಧ್ಯನಾದೀ ಉಭಾವಪಿ ।
ವಿಕಾರಾಂಶ್ಚ ಗುಣಾಂಶ್ಚೈವ ವಿದ್ಧಿ ಪ್ರಕೃತಿಸಂಭವಾನ್ ॥

ಪುರುಷನನ್ನೂ, ಪ್ರಕೃತಿಯನ್ನೂ ನೀನು-
ಅರಿಯಬೇಕು ಅನಾದಿ ಎಂದೆರಡನೂ
ಮೂರು ಗುಣಗಳೂ, ಪರಿವರ್ತನೆಗಳೂ
ಹೊರಹೊಮ್ಮಿವೆ ಪ್ರಕೃತಿಯಲೆಂಬುದನು

20.

ಕಾರ್ಯಕಾರಣಕರ್ತೃತ್ವೇ ಹೇತುಃ ಪ್ರಕೃತಿರುಚ್ಯತೇ ।
ಪುರುಷಃ ಸುಖದುಃಖಾನಾಂ ಭೋಕ್ತೃತ್ವೇ ಹೇತುರುಚ್ಯತೇ ॥

ಕಾರಣವೆಂದೆನುವರು ಪ್ರಕೃತಿಯನು
ಶರೀರ-ಇಂದ್ರಿಯಗಳ ನಿರ್ಮಾಣದಲಿ
ಕಾರಣವೆಂದೆನುವರು ಅನುಭವಕೆಲ್ಲ
ಪುರುಷನೇ - ಬಗೆಬಗೆಯ ಸುಖದುಃಖದಲಿ

21.

ಪುರುಷಃ ಪ್ರಕೃತಿಸ್ಥೋ ಹಿ ಭುಂಕ್ತೇ ಪ್ರಕೃತಿಜಾನ್ ಗುಣಾನ್ ।
ಕಾರಣಂ ಗುಣಸಂಗೋಽಸ್ಯ ಸದಸದ್ಯೋನಿಜನ್ಮಸು ॥

ಪ್ರಕೃತಿಯಲಿ ಒಂದಾಗಿ ತಾ ಪುರುಷನು
ಪ್ರಕೃತಿಯಿಂದಾದ ಗುಣಗಳನುಭವಿಸಿ
ಹೊಕ್ಕುಬರುವ ಒಳ್ಳೆ-ಕೆಟ್ಟ ಜನ್ಮಗಳ
ಪಕ್ಕಾಗಿ ಪ್ರಕೃತಿಗುಣಗಳಿಗೆಳಸಿ

22.

ಉಪದ್ರಷ್ಟಾನುಮಂತಾ ಚ ಭರ್ತಾ ಭೋಕ್ತಾ ಮಹೇಶ್ವರಃ ।
ಪರಮಾತ್ಮೇತಿ ಚಾಪ್ಯುಕ್ತೋ ದೇಹೇಽಸ್ಮಿನ್ ಪುರುಷಃ ಪರಃ ॥

ಶರೀರದಲಿ ನೆಲೆಸಿದಂತ ಈ ಪರಮ
ಪುರುಷನೆಲ್ಲದರ ಸಾಕ್ಷಿ, ಅನುಮೋದಕ,
ಪರಿಪಾಲಕ, ಭೋಕ್ತೃ, ಮಹೇಶ್ವರನೆಂದು,
ಪರಮಾತ್ಮನೆಂದು ಕರೆವ ವಿಧ ಅನೇಕ

23.

ಯ ಏವಂ ವೇತ್ತಿ ಪುರುಷಂ ಪ್ರಕೃತಿಂ ಚ ಗುಣೈಃ ಸಹ ।
ಸರ್ವಥಾ ವರ್ತಮಾನೋಽಪಿ ನ ಸ ಭೂಯೋಽಭಿಜಾಯತೇ ॥

ಯಾರೀ ರೀತಿಯಲಿ ಪ್ರಕೃತಿಯನೂ,
ಪುರುಷನನೂ, ಜೊತೆಯಲ್ಲಿ ಗುಣಗಳನೂ
ಅರಿತಿರಲವನು - ವರ್ತಮಾನದಲಾವ
ಪರಿಸ್ಥಿತಿಯಲೇ ಇರಲಿ - ಮರು ಹುಟ್ಟನು

24.

ಧ್ಯಾನೇನಾತ್ಮನಿ ಪಶ್ಯಂತಿ ಕೇಚಿದಾತ್ಮಾನಮಾತ್ಮನಾ ।
ಅನ್ಯೇ ಸಾಂಖ್ಯೇನ ಯೋಗೇನ ಕರ್ಮಯೋಗೇನ ಚಾಪರೇ ॥

ಕೆಲರು ಒಳಗಿಹ ಆತ್ಮನ - ದೀಪ್ತ ಮನದ
ಬೆಳಕಿನಿಂದ ಕಾಣುವರು ಧ್ಯಾನದಲಿ,
ಹಲವರದಿರುತ ಸಾಂಖ್ಯ ಯೋಗದ ಮಾರ್ಗ
ಉಳಿದನಿಬರ ಪಯಣ ಕರ್ಮ ಯೋಗದಲಿ

25.

ಅನ್ಯೇ ತ್ವೇವಮಜಾನಂತಃ ಶ್ರುತ್ವಾನ್ಯೇಭ್ಯ ಉಪಾಸತೇ ।
ತೇಪಿ ಚಾತಿತರಂತ್ಯೇವ ಮೃತ್ಯುಂ ಶ್ರುತಿಪರಾಯಣಾಃ ॥

ಜ್ಞಾನವ ಹೊಂದಿರದೇ - ಈ ಮಾರ್ಗಗಳ,
ಅನ್ಯರ ಕೇಳಿ ಉಪಾಸಿಸುವರು ಕೆಲರು
ಮನವಿಟ್ಟು ಈ ಶ್ರುತಿಗಳಲಿ ಸಹಿತವೂ
ಮುನ್ನಡೆದು ಮೃತ್ಯುವನ್ನು ಮೀರುವರು

26.

ಯಾವತ್ ಸಂಜಾಯತೇ ಕಿಂಚಿತ್ ಸತ್ತ್ವಂ ಸ್ಥಾವರಜಂಗಮಮ್ ।
ಕ್ಷೇತ್ರಕ್ಷೇತ್ರಜ್ಞಸಂಯೋಗಾತ್ ತದ್ವಿದ್ಧಿ ಭರತರ್ಷಭ ॥

ಸ್ಥಾವರ-ಜಂಗಮಗಳಾವುದೇ ಇರಲಿ
ಅವೆಲ್ಲವು ಕ್ಷೇತ್ರ - ಕ್ಷೇತ್ರಜ್ಞರಲಿ
ಭವಿಸಿವೆಯವರ ಸಂಯೋಗದಲಿ ಎಂದು
ಭಾವಿಸು, ಹೇ ಶ್ರೇಷ್ಠನೇ ಭಾರತರಲಿ

27.

ಸಮಂ ಸರ್ವೇಷು ಭೂತೇಷು ತಿಷ್ಠಂತಂ ಪರಮೇಶ್ವರಮ್ ।

ವಿನಶ್ಯತ್ಸ್ವವಿನಶ್ಯಂತಂ ಯಃ ಪಶ್ಯತಿ ಸ ಪಶ್ಯತಿ ॥

ಸರ್ವಜೀವಿಗಳಲೂ ಸಮಾನವಾಗಿ
ಪರಮೇಶ್ವರನು ತಾ ನೆಲೆಸಿರುವ ತರಹ -
ಯಾರಿಂತು ವಿನಾಶಿಗಳಲವಿನಾಶಿಯ
ಇರವ ತಿಳಿವನೋ ನಿಜವನವ ತಿಳಿದಿಹ

28.

ಸಮಂ ಪಶ್ಯನ್ ಹಿ ಸರ್ವತ್ರ ಸಮವಸ್ಥಿತಮೀಶ್ವರಮ್ ।

ನ ಹಿನಸ್ತ್ಯಾತ್ಮನಾತ್ಮಾನಂ ತತೋ ಯಾತಿ ಪರಾಂ ಗತಿಮ್ ॥

ಎಲ್ಲಾ ಕಡೆಗಳಲೂ ಆ ಈಶ್ವರನು
ನೆಲೆಸಿ ಸಮಾನವಿರುವನೆಂಬ ಈ ಸ್ಥಿತಿ
ತಿಳಿಯುವವನು ತನ್ನಿಂದಲೇ ತನ್ನಯ
ಅಳಿವಿಗೆಳಸದೆ ಹೊಂದುವನು ಪರಮ ಗತಿ

29.

ಪ್ರಕೃತ್ಯೈವ ಚ ಕರ್ಮಾಣಿ ಕ್ರಿಯಮಾಣಾನಿ ಸರ್ವಶಃ ।

ಯಃ ಪಶ್ಯತಿ ತಥಾತ್ಮಾನಮಕರ್ತಾರಂ ಸ ಪಶ್ಯತಿ ॥

ಎಲ್ಲ ಕಾರ್ಯಗಳು ಎಲ್ಲ ರೀತಿಯಲೂ
ಸಲ್ಲುವುವು ಪ್ರಕೃತಿಯಿಂದಲೆ ಎನುತ,
ಅಲ್ಲವು ತನ್ನಿಂದಾದ ಕ್ರಿಯೆಯೆಂದು
ಬಲ್ಲವನೇ ನಿಜವನ್ನು ಕಾಣುವಾತ

30.

ಯದಾ ಭೂತಪೃಥಗ್ಭಾವಮೇಕಸ್ಥಮನುಪಶ್ಯತಿ ।

ತತ ಏವ ಚ ವಿಸ್ತಾರಂ ಬ್ರಹ್ಮ ಸಂಪದ್ಯತೇ ತದಾ ॥

ಎಂದು ಪ್ರತ್ಯೇಕ ಜೀವಿ ರೂಪಗಳು
ಒಂದರಲ್ಲಿಯೇ ನಿಂದಿರುವುವೆಂದೂ
ಒಂದರದನೇಕ ಬಿತ್ತರವೆಂದರಿಯೆ -
ಹೊಂದುವನು ಆ ಬ್ರಹ್ಮನನ್ನೇ ಅಂದು

31.

ಅನಾದಿತ್ವಾನ್ನಿರ್ಗುಣತ್ವಾತ್ ಪರಮಾತ್ಮಾಯಮವ್ಯಯಃ ।
ಶರೀರಸ್ಥೋಽಪಿ ಕೌಂತೇಯ ನ ಕರೋತಿ ನ ಲಿಪ್ಯತೇ ॥

ಅನಾದಿಯೂ, ನಿರ್ಗುಣನೂ ಆಗಿರುವ
ಈ ನಾಶರಹಿತ ಪರಮಾತ್ಮನೆಂದೂ
ತಾನಿರಲೂ ಶರೀರದಲಿ, ಕೌಂತೇಯ,
ಏನನ್ನೂ ಮಾಡನು, ಆಗನು ಕುಂದು

32.

ಯಥಾ ಸರ್ವಗತಂ ಸೌಕ್ಷ್ಮ್ಯಾದಾಕಾಶಂ ನೋಪಲಿಪ್ಯತೇ ।
ಸರ್ವತ್ರಾವಸ್ಥಿತೋ ದೇಹೇ ತಥಾತ್ಮಾ ನೋಪಲಿಪ್ಯತೇ ॥

ಆಗಸವು ವ್ಯಾಪಿಸಿರಲೂ ಎಲ್ಲೆಡೆ
ಹೇಗೆ ನವಿರಾದುದರಿಂದಲಿ ಅಂಟದ
ಬಗೆಯಲಿಹುದೋ, ಆತ್ಮನೂ ದೇಹದಲಿ
ಹಾಗೆಯೇ ಇರುವನು, ಲಿಪ್ತತೆಯ ಹೊಂದ

33.

ಯಥಾ ಪ್ರಕಾಶಯತ್ಯೇಕಃ ಕೃತ್ಸ್ನಂ ಲೋಕಮಿಮಂ ರವಿಃ ।
ಕ್ಷೇತ್ರಂ ಕ್ಷೇತ್ರೀ ತಥಾ ಕೃತ್ಸ್ನಂ ಪ್ರಕಾಶಯತಿ ಭಾರತ ॥

ಈ ರವಿ ಯಾವ ತೆರ ಓರ್ವನೇ ತಾನು
ಪೂರಾ ಲೋಕವನು ಬೆಳಗುತಲಿರುವಾ
ಪರಿಯಲೇ ಕ್ಷೇತ್ರಿಯು ಕ್ಷೇತ್ರವ ಪೂರ್ಣ,
ಭಾರತನೇ ತಿಳಿ, ಪ್ರಕಾಶಿಸುತಿರುವ

34.

ಕ್ಷೇತ್ರಕ್ಷೇತ್ರಜ್ಞಯೋರೇವಮಂತರಂ ಜ್ಞಾನಚಕ್ಷುಷಾ ।
ಭೂತಪ್ರಕೃತಿಮೋಕ್ಷಂ ಚ ಯೇ ವಿದುರ್ಯಾಂತಿ ತೇ ಪರಮ್ ॥

ಇಂತು ಕ್ಷೇತ್ರ - ಕ್ಷೇತ್ರಜ್ಞರೊಳಗಣ
ಅಂತರವರಿತು ಜ್ಞಾನ ಕಂಗಳಿಂದ,
ಅಂತೇ ಪ್ರಕೃತಿಯಿಂ ಜೀವಿಗೆ ಮೋಕ್ಷ
ಎಂತೆಂದರಿಯೆ - ಹೊಂದುವರು ಪರಮಪದ

ಓಂ ತತ್ಸದಿತಿ ಶ್ರೀಮದ್ಭಗವದ್ಗೀತಾಸೂಪನಿಷತ್ಸು
ಬ್ರಹ್ಮವಿದ್ಯಾಯಾಂ ಯೋಗಶಾಸ್ತ್ರೇ ಶ್ರೀಕೃಷ್ಣಾರ್ಜುನಸಂವಾದೇ
ಕ್ಷೇತ್ರಕ್ಷೇತ್ರಜ್ಞವಿಭಾಗಯೋಗೋ ನಾಮ
ತ್ರಯೋದಶೋಽಧ್ಯಾಯಃ ॥

ಚತುರ್ದಶೋಧ್ಯಾಯ:

ಗುಣತ್ರಯವಿಭಾಗಯೋಗ

1.

ಶ್ರೀಭಗವಾನುವಾಚ ।

ಪರಂ ಭೂಯಃ ಪ್ರವಕ್ಷ್ಯಾ ಮಿ ಜ್ಞಾನಾನಾಂ ಜ್ಞಾನಮುತ್ತಮಮ್ ।

ಯಜ್ಜ್ಞಾ ತ್ವಾ ಮುನಯಃ ಸರ್ವೇ ಪರಾಂ ಸಿದ್ಧಿಮಿತೋ ಗತಾಃ ॥

ಶ್ರೀ ಭಗವಾನುವಾಚ:

ಅರಿವುಗಳೆಲ್ಲದರಲಿ ಉತ್ತಮವಿರುವ

ಪರಮ ಜ್ಞಾನವ ಮತ್ತೊರೆವೆನು ನಿನಗೆ

ಅರಿಯುತಲಿ ಇದನು ಎಲ್ಲಾ ಮುನಿಗಳೂ

ಪರಮಸಿದ್ಧಿಯನು ಗಳಿಸಿದರು ಕೊನೆಗೆ

2.

ಇದಂ ಜ್ಞಾನಮುಪಾಶ್ರಿತ್ಯ ಮಮ ಸಾಧರ್ಮ್ಯಮಾಗತಾಃ ।

ಸರ್ಗೇಪಿ ನೋಪಜಾಯಂತೇ ಪ್ರಲಯೇ ನ ವ್ಯಥಂತಿ ಚ ॥

ಜ್ಞಾನವಿದನಾಶ್ರಯಿಸಿ ನನ್ನಲ್ಲಿಯೇ·

ಒಂದಾದ ಭಾವವನು ಹೊಂದಿದ ಜನರು

ಜನಿಸರು ಹೊಸ ಸೃಷ್ಟಿ ಚಕ್ರದ ಜತೆಯೆ

ಅಂತೆಯೇ ಪ್ರಳಯದಲ್ಲೂ ವ್ಯಥೆಪಡರು

3.

ಮಮ ಯೋನಿರ್ಮಹದ್ಬ್ರಹ್ಮ ತಸ್ಮಿನ್ ಗರ್ಭಂ ದಧಾಮ್ಯಹಮ್ ।

ಸಂಭವಃ ಸರ್ವಭೂತಾನಾಂ ತತೋ ಭವತಿ ಭಾರತ ॥

ನನ್ನ ಯೋನಿ - ಮಹತ್ ಬ್ರಹ್ಮವು - ಅದರಲಿ

ನಾನೇ ಗರ್ಭವನು ಮಾಡುವೆ ಸೃಷ್ಟಿ

ಅನಂತರ, ಹೇ ಭಾರತನೆ, ಜೀವಿಗಳ
ಗಣಗಳೆಲ್ಲ ಪ್ರಕಟಗೊಳುವುವು ಹುಟ್ಟಿ

4.

ಸರ್ವಯೋನಿಷು ಕೌಂತೇಯ ಮೂರ್ತಯಃ ಸಂಭವಂತಿ ಯಾಃ ।
ತಾಸಾಂ ಬ್ರಹ್ಮ ಮಹದ್ಯೋನಿರಹಂ ಬೀಜಪ್ರದಃ ಪಿತಾ ॥

ಯಾವ ಯೋನಿಗಳಲಿ ಯಾವೆಲ್ಲ ರೂಪ
ಜೀವ ಪಡೆಯುವವೋ, ಹೇ ಕೌಂತೇಯನೆ,
ಅವೆಲ್ಲಕೂ ಮಹತ್ ಬ್ರಹ್ಮವೇ ಯೋನಿ
ಭವಿಸಲು ಬೀಜ ನೀಡುವ ಪಿತ ನಾನೇ

5.

ಸತ್ತ್ವಂ ರಜಸ್ತಮ ಇತಿ ಗುಣಾಃ ಪ್ರಕೃತಿಸಂಭವಾಃ ।
ನಿಬಧ್ನಂತಿ ಮಹಾಬಾಹೋ ದೇಹೇ ದೇಹಿನಮವ್ಯಯಮ್ ॥

ಸತ್ವ, ರಜ, ತಮಸ್ಸುಗಳೆಂಬ ಗುಣಗಳು
ಉತ್ಪನ್ನವಾಗಿವೆ ಪ್ರಕೃತಿಯಿಂದ
ನಿತ್ಯನಿರುವ ಜೀವಿಗೆ ಅವು ಮಾಡುವುವು,
ಹೇ ತೋಳ್ಬಲಿಯೇ, ದೇಹದಲ್ಲಿ ಬಂಧ

6.

ತತ್ರ ಸತ್ತ್ವಂ ನಿರ್ಮಲತ್ವಾತ್ ಪ್ರಕಾಶಕಮನಾಮಯಮ್ ।
ಸುಖಸಂಗೇನ ಬಧ್ನಾತಿ ಜ್ಞಾನಸಂಗೇನ ಚಾನಘ ॥

ತ್ರಿಗುಣಗಳಲಿ ನಿರ್ಮಲವಿಹುದದು ಸತ್ವ
ನೀಗುವುದು ಬೇಗೆಯ, ನೀಡುವುದು ಬೆಳಕ
ಹೀಗಿರಲೂ ಸಾತ್ವಿಕನನು, ಹೇ ಅನಘ,
ಬಿಗಿದು ಕಟ್ಟುವುವು ಜ್ಞಾನ ಮತ್ತು ಸುಖ

7.

ರಜೋ ರಾಗಾತ್ಮಕಂ ವಿದ್ಧಿ ತೃಷ್ಣಾಸಂಗಸಮುದ್ಭವಮ್ ।
ತನ್ನಿಬಧ್ನಾತಿ ಕೌಂತೇಯ ಕರ್ಮಸಂಗೇನ ದೇಹಿನಮ್ ॥

ರಾಗಂಗಳಿಗೆ ಆಗರವು ರಜೋಗುಣ
ಉಗಮವಿವೆ ಸಂಗ, ಬಯಕೆಗಳದರಿಂದ
ಬಿಗಿವುದದು ದೇಹಿಯನು, ಹೇ ಕೌಂತೇಯ,
ಬಗೆಬಗೆ ಕಾಮ್ಯ ಕರ್ಮಗಳ ನಂಟಿಂದ

8.

ತಮಸ್ತ್ವಜ್ಞಾನಜಂ ವಿದ್ಧಿ ಮೋಹನಂ ಸರ್ವದೇಹಿನಾಮ್ ।
ಪ್ರಮಾದಾಲಸ್ಯನಿದ್ರಾಭಿಸ್ತನ್ನಿಬಧ್ನಾತಿ ಭಾರತ ॥

ತಮಕಾದರೋ ಜನ್ಮ ಅಜ್ಞಾನದಲಿ
ಭ್ರಮೆಗೊಳಿಪುದೆಲ್ಲ ದೇಹಿಗಳ, ಇದ ತಿಳಿ
ತಾ ಮಾಳ್ಪುದು ಬಂಧನವ, ಹೇ ಭಾರತ,
ಪ್ರಮಾದ, ಆಲಸ್ಯ ಮತ್ತು ನಿದ್ರೆಯಲಿ

9.

ಸತ್ತ್ವಂ ಸುಖೇ ಸಂಜಯತಿ ರಜಃ ಕರ್ಮಣಿ ಭಾರತ ।
ಜ್ಞಾನಮಾವೃತ್ಯ ತು ತಮಃ ಪ್ರಮಾದೇ ಸಂಜಯತ್ಯುತ ॥

ಬಂಧಿಸುವುದು ಸುಖದೊಂದಿಗೆ ಸತ್ವ ಗುಣ,
ಅಂಟಿಸುವುದು ರಜವು ಕರ್ಮಗಳ ನಂಟ,
ಜ್ಞಾನವನಾವರಿಸಿ ತಮ, ಹೇ ಭಾರತ,
ಎನುವರದು - ಗೈವುದು ತಿಳಿವಿನ ಪಲ್ಲಟ

10.

ರಜಸ್ತಮಶ್ಚಾಭಿಭೂಯ ಸತ್ತ್ವಂ ಭವತಿ ಭಾರತ ।
ರಜಃ ಸತ್ತ್ವಂ ತಮಶ್ಚೈವ ತಮಃ ಸತ್ತ್ವಂ ರಜಸ್ತಥಾ ॥

ಮೀರುತ ರಜ-ತಮಗಳನು, ಹೇ ಭಾರತ,
ಏರುವುದು ಸತ್ವ, ಅಂತೇ ಕೆಲ ಬಾರಿ
ಪಾರಮ್ಯವು ರಜಕೆ - ಅಡಗಿಸಿ ತಮ-ಸತ್ವ,
ತೋರಿ ತಮ ಕೆಲ ಸಲ - ರಜ-ಸತ್ವ ಮೀರಿ

11.

ಸರ್ವದ್ವಾರೇಷು ದೇಹೇಸ್ಮಿನ್ ಪ್ರಕಾಶ ಉಪಜಾಯತೇ ।
ಜ್ಞಾನಂ ಯದಾ ತದಾ ವಿದ್ಯಾದ್ವಿವೃದ್ಧಂ ಸತ್ತ್ವಮಿತ್ಯುತ ॥

ದೇಹದ ಎಲ್ಲ ಇಂದ್ರಿಯಗಳೂ ಕೂಡ
ಬಹು ಪ್ರಕಾಶಿಸುತಿರಲು ಜ್ಞಾನದಲಿ
ಇಹುದೆಂದು ಆಗ ಸತ್ವದ ವೃದ್ಧಿಯ
ಬಾಹುಳ್ಯವೆಂದೆನುತ ಹೇಳಿಹುದು, ತಿಳಿ

12.

ಲೋಭಃ ಪ್ರವೃತ್ತಿರಾರಂಭಃ ಕರ್ಮಣಾಮಶಮಃ ಸ್ಪೃಹಾ ।
ರಜಸ್ಯೇತಾನಿ ಜಾಯಂತೇ ವಿವೃದ್ಧೇ ಭರತರ್ಷಭ ॥

ಲೋಭ, ಕರ್ತೃತ್ವ, ಕಾರ್ಯ ಪ್ರವೃತ್ತಿ,
ಅಭಿಲಾಷೆ ಹಾಗೂ ನೆಮ್ಮದಿಗೆಡುವಿಕೆ
ಅಭಿವ್ಯಕ್ತವಾಗುತಿವೆಲ್ಲ ಬೆಳೆಯಲು
ಹೇ ಭರತರ್ಷಭ, ಇದು ರಜದ ಇರುವಿಕೆ

13.

ಅಪ್ರಕಾಶೋಪ್ರವೃತ್ತಿಶ್ಚ ಪ್ರಮಾದೋ ಮೋಹ ಏವ ಚ ।
ತಮಸ್ಯೇತಾನಿ ಜಾಯಂತೇ ವಿವೃದ್ಧೇ ಕುರುನಂದನ ॥

ಅಂಧಕಾರವು, ನಿಷ್ಕ್ರಿಯತೆಯು ಹಾಗೂ
ಭ್ರಾಂತಿ ಮತ್ತು ಪ್ರಮಾದವೂ ಕೂಡಾ
ಕಂಡುಬರುವುವಾಗ, ಹೇ ಕುರುನಂದನ,
ಎಂದು ತಾಮಸದ ವೃದ್ಧಿಯಿರೆ ಗಾಢ

14.

ಯದಾ ಸತ್ತ್ವೇ ಪ್ರವೃದ್ಧೇ ತು ಪ್ರಲಯಂ ಯಾತಿ ದೇಹಭೃತ್ ।
ತದೋತ್ತಮವಿದಾಂ ಲೋಕಾನಮಲಾನ್ ಪ್ರತಿಪದ್ಯತೇ ॥

ಸತ್ವ ಪ್ರವೃದ್ಧವಿಹ ದೇಹಿಯು ತಾ
ಸತ್ತರೆ ಅವನಾಗ ಏರುವನು ಕೊನೆಗೆ
ಉತ್ತಮ ಜ್ಞಾನಿಗಳು ನೆಲೆಗೊಂಡಿರುವ
ಅತ್ಯುನ್ನತ ಪರಿಶುದ್ಧ ಲೋಕಗಳಿಗೆ

15.

ರಜಸಿ ಪ್ರಲಯಂ ಗತ್ವಾ ಕರ್ಮಸಂಗಿಷು ಜಾಯತೇ ।
ತಥಾ ಪ್ರಲೀನಸ್ತಮಸಿ ಮೂಢಯೋನಿಷು ಜಾಯತೇ ॥

ರಜೋಗುಣದಲಿರುತ ಸಾವನಪ್ಪಿದರೆ
ತಾ ಜನಿಸುವ ಕರ್ಮಸಂಗದ ಜನರಲಿ,
ಈ ಜಗ ತೊರೆಯೆ ತಾಮಸಿಯು ಅಂತೆಯೇ
ತಾ ಜನಿಸುವನು ಮೂಢಯೋನಿಗಳಲಿ

16.

ಕರ್ಮಣಃ ಸುಕೃತಸ್ಯಾಹುಃ ಸಾತ್ತ್ವಿಕಂ ನಿರ್ಮಲಂ ಫಲಮ್ ।
ರಜಸಸ್ತು ಫಲಂ ದುಃಖಮಜ್ಞಾನಂ ತಮಸಃ ಫಲಮ್ ॥

ಒಳ್ಳೆಯ ಕರ್ಮಗಳ ಮಾಡಿರಲು ಸಿಗುವ
ಫಲಕೆನ್ನುವರು - ಅದು ಸಾತ್ವಿಕ, ನಿರ್ಮಲ
ಫಲಿಸುವುದು ರಾಜಸಿಕ ಕರ್ಮಕೆ ದುಃಖ
ಬೆಳೆವುದು ತಮಕರ್ಮಕೆ ಅಜ್ಞಾನ ಫಲ

17.

ಸತ್ತ್ವಾತ್ ಸಂಜಾಯತೇ ಜ್ಞಾನಂ ರಜಸೋ ಲೋಭ ಏವ ಚ ।
ಪ್ರಮಾದಮೋಹೌ ತಮಸೋ ಭವತೋಽಜ್ಞಾನಮೇವ ಚ ॥

ಸತ್ವದಿಂದ ತಳೆದು ಬೆಳೆವುದು ಜ್ಞಾನ
ಉತ್ಪನ್ನವು ರಜದಿಂದಲೆ ಜಿಪುಣತನ
ಗತಿಸುವುದು ತಮದಿಂದಾಗಿ ಪ್ರಮಾದ
ಮತ್ತು ಮೋಹವು, ಅಂತೆಯೇ ಅಜ್ಞಾನ

18.

ಊರ್ಧ್ವಂ ಗಚ್ಛಂತಿ ಸತ್ತ್ವಸ್ಥಾ ಮಧ್ಯೇ ತಿಷ್ಠಂತಿ ರಾಜಸಾಃ ।
ಜಘನ್ಯಗುಣವೃತ್ತಿಸ್ಥಾ ಅಧೋ ಗಚ್ಛಂತಿ ತಾಮಸಾಃ ॥

ಊರ್ಧ್ವದೆಡೆ ಪಯಣಗೈವರು ಸಾತ್ವಿಕರು
ಮಧ್ಯದಲಿ ನೆಲೆ ನಿಲುವರು ರಾಜಸಿಕರು
ಆಧರಿಸಿ ಹೀನ ಗುಣದ ವೃತ್ತಿಯನು
ಅಧಃಪತನ ಹೊಂದುವರು ತಾಮಸಿಕರು

19.

ನಾನ್ಯಂ ಗುಣೇಭ್ಯಃ ಕರ್ತಾರಂ ಯದಾ ದ್ರಷ್ಟಾನುಪಶ್ಯತಿ ।
ಗುಣೇಭ್ಯಶ್ಚ ಪರಂ ವೇತ್ತಿ ಮದ್ಭಾವಂ ಸೋಧಿಗಚ್ಛತಿ ॥

ತ್ರಿಗುಣಗಳಲ್ಲದ ಅನ್ಯ ಕರ್ತಾರನ
ಬಗೆಯಿರದೆನುತ ದ್ರಷ್ಟಾರನು ತಾನು
ಬಗೆಯುತಿರಲು ಹಾಗೂ ಗುಣಾತೀತನ
ತಾ ಗ್ರಹಿಸಿರಲೆನ್ನಯ ನೆಲೆ ಹೊಂದುವನು

20.

ಗುಣಾನೇತಾನತೀತ್ಯ ತ್ರೀನ್ ದೇಹೀ ದೇಹಸಮುದ್ಭವಾನ್ ।
ಜನ್ಮಮೃತ್ಯುಜರಾದುಃಖೈರ್ವಿಮುಕ್ತೋಽಮೃತಮಶ್ನುತೇ ॥

ದೇಹಕೆ ಕಾರಣವಾದೀ ತ್ರಿಗುಣಗಳ
ದೇಹಿಯು ಮೀರುತಲಿ ದಾಟಿ ನಡೆದಾಗ
ಇಹದೀ ಜನುಮ, ಮೃತ್ಯು, ಮುಪ್ಪು, ದುಃಖ
ಸಹಿತಿರದೆ ಸವಿವ ಅಮೃತತತ್ವ ಭೋಗ

ಈ ಮರದ ರೂಪ, ತುದಿ, ಮೊದಲು, ನೆಲೆಗಳು
ಗಮನಿಸಲು ಇವಾವುವೂ ಕೂಡ ಸಿಗದು
ಹಮ್ಮಿ ಬೇರೂರಿಹ ಈ ಅಶ್ವತ್ಥವ
ನೆಮ್ಮಿ ದೃಢ ಅಸಂಗ ಶಸ್ತ್ರದಿ ತರಿದು-

4.

ತತಃ ಪದಂ ತತ್ ಪರಿಮಾರ್ಗಿತವ್ಯಂ
ಯಸ್ಮಿನ್ ಗತಾ ನ ನಿವರ್ತಂತಿ ಭೂಯಃ ।
ತಮೇವ ಚಾದ್ಯಂ ಪುರುಷಂ ಪ್ರಪದ್ಯೇ
ಯತಃ ಪ್ರವೃತ್ತಿಃ ಪ್ರಸೃತಾ ಪುರಾಣೀ ॥

-ಆಗ ಹುಡುಕಲು ಬೇಕು ಆ ಪದವನೇ
ಸಿಗಲಾವುದದು ತಾನಿಹ ಮರಳದೆಯೇ,
ಆಗಿ ಶರಣು ಆದಿಪುರುಷಗದಾರಲಿ
ಉಗಮವಿಹುದೊ ಅನಾದಿ ಸೃಷ್ಟಿಕ್ರಿಯೆ

5.

ನಿರ್ಮಾನಮೋಹಾ ಜಿತಸಂಗದೋಷಾ
ಅಧ್ಯಾತ್ಮನಿತ್ಯಾ ವಿನಿವೃತ್ತಕಾಮಾಃ ।
ದ್ವಂದ್ವೈರ್ವಿಮುಕ್ತಾಃ ಸುಖದುಃಖಸಂಜ್ಞೈರ್
ಗಚ್ಛಂತ್ಯಮೂಢಾಃ ಪದಮವ್ಯಯಂ ತತ್ ॥

ಪ್ರತಿಷ್ಠೆ, ಮೋಹ, ಸಂಗದೋಷಗಳಳಿದು,
ಆತ್ಮದಲೆಂದೂ ನೆಲೆಸಿ, ತೊರೆದು ಬಯಕೆ
ಮುಕ್ತರಿರುತ ಸುಖ-ದುಃಖ ದ್ವಂದ್ವದಲಿ
ಮತಿಗೆಡದೆ ನಡೆಯುವರು ಅವ್ಯಯ ಪದಕೆ

6.

ನ ತದ್ಭಾಸಯತೇ ಸೂರ್ಯೋ ನ ಶಶಾಂಕೋ ನ ಪಾವಕಃ ।
ಯದ್ಗತ್ವಾ ನ ನಿವರ್ತಂತೇ ತದ್ಧಾಮ ಪರಮಂ ಮಮ ॥

ಎಲ್ಲಿ ಸೂರ್ಯ, ಚಂದ್ರ, ಅಗ್ನಿಯರಾರೂ
ಇಲ್ಲವಾಗಿಹರೋ ಬೆಳಕ ಕೊಡುವ ಸೆಲೆ
ಎಲ್ಲಿ ತಲುಪಿದರೆ ಇಲ್ಲವೊ ಮರಳುವಿಕೆ
ಅಲ್ಲಿಹುದೆನ್ನಯ ಪರಂಧಾಮದ ನೆಲೆ

7.

ಮಮೈವಾಂಶೋ ಜೀವಲೋಕೇ ಜೀವಭೂತಃ ಸನಾತನಃ ।
ಮನಃಷಷ್ಠಾನೀಂದ್ರಿಯಾಣಿ ಪ್ರಕೃತಿಸ್ಥಾನಿ ಕರ್ಷತಿ ॥

ನನ್ನಯ ಸನಾತನ ಅಂಶವೇ ತಾನು
ಜನಿಸಿ ಜೀವಿಯಾಗಿ ಜೀವಲೋಕದಲಿ
ಮನವೂ ಸೇರಿ ಆರು ಇಂದ್ರಿಯಗಳನು
ತನ್ನೆಡೆ ಸೆಳೆದು ನೆಲೆಸಿ ಪ್ರಕೃತಿಯಲಿ-

8.

ಶರೀರಂ ಯದವಾಪ್ನೋತಿ ಯಚ್ಚಾಪ್ಯುತ್ ಕ್ರಾಮತೀಶ್ವರಃ ।
ಗೃಹೀತ್ವೈತಾನಿ ಸಂಯಾತಿ ವಾಯುರ್ಗಂಧಾನಿವಾಶಯಾತ್ ॥

ದೇಹವ ಪಡೆದಿರಲು ಅಂತೆಯೇ ಮತ್ತೆ
ಇಹದಲಿ ತ್ಯಜಿಸುತ ನಡೆಯಲು ಈಶ್ವರ-
ಸಹಿತ ಅವೆಲ್ಲವನೂ ಒಯ್ಯುವನಾಗ,
ಆ ಹೂಗಂಧವ ವಾಯು ಒಯ್ಯುವ ತರ

9.

ಶ್ರೋತ್ರಂ ಚಕ್ಷುಃ ಸ್ಪರ್ಶನಂ ಚ ರಸನಂ ಘ್ರಾಣಮೇವ ಚ ।
ಅಧಿಷ್ಠಾಯ ಮನಶ್ಚಾಯಂ ವಿಷಯಾನುಪಸೇವತೇ ॥

ಕಾಣುವ, ಕೇಳುವ, ಮುಟ್ಟುವ, ಅಲ್ಲದೇ
ಘ್ರಾಣಿಸುವ, ರುಚಿ ಸವಿಯುವ ಕರಣಗಳಲಿ
ಮನೆ ಮಾಡುತಲವನು ಮನಸನೂ ಬಳಸಿ
ಅನುಭವಿಸುವನಿರುತ ವಿಷಯ ಭೋಗದಲಿ

10.

ಉತ್ಕ್ರಾಮಂತಂ ಸ್ಥಿತಂ ವಾಪಿ ಭುಂಜಾನಂ ವಾ ಗುಣಾನ್ವಿತಮ್ ।
ವಿಮೂಢಾ ನಾನುಪಶ್ಯಂತಿ ಪಶ್ಯಂತಿ ಜ್ಞಾನಚಕ್ಷುಷಃ ॥

ಇರುವವನ, ಅನುಭವಿಸುವವನ, ದೇಹವನು
ತೊರೆವವನ, ಗುಣ ತೋರುವವನ - ಮೂಢರು
ಅರಿಯಲಾರರು ಎಂದೂ ಸಹ, ಆದರೆ
ಅರಿವಿನ ಒಳಗಣ್ಣು ತೆರೆದವರರಿವರು

11.

ಯತಂತೋ ಯೋಗಿನಶ್ಚೈನಂ ಪಶ್ಯಂತ್ಯಾತ್ಮನ್ಯವಸ್ಥಿತಮ್ ।
ಯತಂತೋಽಪ್ಯಕೃತಾತ್ಮಾನೋ ನೈನಂ ಪಶ್ಯಂತ್ಯಚೇತಸಃ ॥

ಪ್ರಯತ್ನಶೀಲ ಯೋಗಿಗಳು ಈತನನು
ಸ್ವಯಂ ತಮ್ಮಲಿ ನೆಲೆಸಿಹುದ ಕಾಣುವರು
ನಿಯತಿ ಇರದೆ, ನಿರ್ಮಲ ಚಿತ್ತ ಹೊಂದದೆ
ಪ್ರಯತ್ನಶೀಲರೂ ಆತನ ಕಾಣರು

12.

ಯದಾದಿತ್ಯಗತಂ ತೇಜೋ ಜಗದ್ಭಾಸಯತೇಽಖಿಲಮ್ ।
ಯಚ್ಚಂದ್ರಮಸಿ ಯಚ್ಚಾಗ್ನೌ ತತ್ ತೇಜೋ ವಿದ್ಧಿ ಮಾಮಕಮ್ ॥

ಅಖಿಲ ಜಗವನು ಬೆಳಗುವ ಆ ಬೆಳಕಿನ
ಆಕರವಾಗಿರುವ ರವಿ ತೇಜವದೂ,
ಪ್ರಕಾಶಿಸುವ ಚಂದ್ರ, ಅಗ್ನಿಯರಲಿರುವ
ಸಕಲ ತೇಜ ಕೂಡ, ತಿಳಿ, ನನ್ನದೆಂದು

13.

ಗಾಮಾವಿಶ್ಯ ಚ ಭೂತಾನಿ ಧಾರಯಾಮ್ಯಹಮೋಜಸಾ ।
ಪುಷ್ಣಾಮಿ ಚೌಷಧೀಃ ಸರ್ವಾಃ ಸೋಮೋ ಭೂತ್ವಾ ರಸಾತ್ಮಕಃ ॥

ಭುವಿಯ ನನ್ನ ಓಜದಲಿ ನಾ ವ್ಯಾಪಿಸಿ
ಜೀವಿಗಳಿಗೆಲ್ಲ ನೀಡುವೆ ಆಧಾರ
ದ್ರವಾತ್ಮಕನಾದ ಸೋಮನಾಗಿ ಇರುತ
ನಾ ವೃದ್ಧಿಗೊಳಿಸುವೆನು ಎಲ್ಲ ಗಿಡ-ಮರ

14.

ಅಹಂ ವೈಶ್ವಾನರೋ ಭೂತ್ವಾ ಪ್ರಾಣಿನಾಂ ದೇಹಮಾಶ್ರಿತಃ ।
ಪ್ರಾಣಾಪಾನಸಮಾಯುಕ್ತಃ ಪಚಾಮ್ಯನ್ನಂ ಚತುರ್ವಿಧಮ್ ॥

ವೈಶ್ವಾನರನಾಗಿ ಜೀವಿಗಳ ದೇಹ
ಆಶ್ರಯಿಸುತ, ಪ್ರಾಣ-ಅಪಾನಗಳನು
ನಾ ಸೇರಿ ಒಡಗೂಡಿ, ಚತುರ್ವಿಧವಿಹ
ಅಶನವನ್ನು ಪಚನಗೈಯುವೆನು ನಾನು

15.

ಸರ್ವಸ್ಯ ಚಾಹಂ ಹೃದಿ ಸನ್ನಿವಿಷ್ಟೋ
ಮತ್ತಃ ಸ್ಮೃತಿರ್ಜ್ಞಾನಮಪೋಹನಂ ಚ ।
ವೇದೈಶ್ಚ ಸರ್ವೈರಹಮೇವ ವೇದ್ಯೋ
ವೇದಾಂತಕೃದ್ವೇದವಿದೇವ ಚಾಹಮ್ ॥

ಸಕಲ ಜೀವಿಗಳ ಹೃದಯವಾಸಿ ನಾ
ವ್ಯಕ್ತ ನನ್ನಿಂದ - ಸ್ಮೃತಿ, ಅರಿವು, ಮರೆವು
ನಿಖಿಲ ವೇದಗಳ ವೇದ್ಯ, ವೇದಾಂತಕೆ
ನಾ ಕರ್ತೃವಿರುವೆನು, ನಾ ವೇದದರಿವು

16.

ದ್ವಾವಿಮೌ ಪುರುಷೌ ಲೋಕೇ ಕ್ಷರಶ್ಚಾಕ್ಷರ ಏವ ಚ ।
ಕ್ಷರಃ ಸರ್ವಾಣಿ ಭೂತಾನಿ ಕೂಟಸ್ಥೋಽಕ್ಷರ ಉಚ್ಯತೇ ॥

ಲೋಕವಿದರಲ್ಲಿ ತೋರುವ ಪುರುಷರಲಿ
ಅಕ್ಷರ, ಕ್ಷರ - ಎಂದಿಹುದು ಎರಡು ಬಗೆ

ಅಕ್ಷರವು ಕೂಟಸ್ಥ ದಿವ್ಯ ಪ್ರಜ್ಞೆ
ಕ್ಷರವೆಂದೆನುವರು ಸಕಲ ಜೀವಿಗಳಿಗೆ

17.

ಉತ್ತಮಃ ಪುರುಷಸ್ತ್ವನ್ಯಃ ಪರಮಾತ್ಮೇತ್ಯುಧಾಹೃತಃ ।
ಯೋ ಲೋಕತ್ರಯಮಾವಿಶ್ಯ ಬಿಭರ್ತ್ಯವ್ಯಯ ಈಶ್ವರಃ ॥

ಬೇರೊಬ್ಬ ಉತ್ತಮ ಪುರುಷನೂ ಇಹನು
ಕರೆಯುವರವನ ಪರಮಾತ್ಮನೆಂದೆನುತ
ಮೂರು ಲೋಕಗಳನೂ ಆವರಿಸುತಲಿ
ಪೊರೆಯುತಿರುವ ಅವ್ಯಯ ಈಶ್ವರನಾತ

18.

ಯಸ್ಮಾತ್ ಕ್ಷರಮತೀತೋಹಮಕ್ಷರಾದಪಿ ಚೋತ್ತಮಃ ।
ಅತೋಸ್ಮಿ ಲೋಕೇ ವೇದೇ ಚ ಪ್ರಥಿತಃ ಪುರುಷೋತ್ತಮಃ ॥

ಅತೀತ ನಾನಾಗಿರುತಿರಲು ಕ್ಷರಕೆ,
ಮತ್ತು ಅಕ್ಷರಕಿಂತ ಉತ್ತಮನಿರುತ
ಅತಿಶಯದಿ ಲೋಕದಲಿ, ವೇದಗಳಲ್ಲಿ
ಪ್ರತೀತನಿಹೆ ನಾ ಪುರುಷೋತ್ತಮನೆನುತ

19.

ಯೋ ಮಾಮೇವಮಸಮ್ಮೂಢೋ ಜಾನಾತಿ ಪುರುಷೋತ್ತಮಂ ।
ಸ ಸರ್ವವಿದ್ಭಜತಿ ಮಾಂ ಸರ್ವಭಾವೇನ ಭಾರತ ॥

ಯಾರು ಇಂತು ಭ್ರಾಂತಿ ನೀಗಿ ನನ್ನನು
ಪುರುಷೋತ್ತಮನೆಂದು ತಿಳಿವನೋ ಅವನು
ಅರಿತು ತಾ ಸರ್ವವನೂ, ಹೇ ಭಾರತ,
ಸರ್ವ ಬಗೆಯಲೂ ನನ್ನ ಪೂಜಿಸುವನು

20.

ಇತಿ ಗುಹ್ಯತಮಂ ಶಾಸ್ತ್ರಮಿದಮುಕ್ತಂ ಮಯಾನಘ ।

ಏತದ್ಬುದ್ಧ್ವಾ ಬುದ್ಧಿಮಾನ್ ಸ್ಯಾತ್ ಕೃತಕೃತ್ಯಶ್ಚ ಭಾರತ ॥

ಅನಘನೇ, ಈ ರಹಸ್ಯ ಶಾಸ್ತ್ರವನೇ

ನಾ ನಿನಗೆ ತಿಳಿಸಿ ನುಡಿದೆನು ಈ ಮಾತ

ಜ್ಞಾನಿಯಾತನು ಇದನರಿತವನು - ಮತ್ತು

ತಾನಿಹ ಕೃತಕೃತ್ಯ, ಹೇ ಭಾರತ

ಓಂ ತತ್ಸದಿತಿ ಶ್ರೀಮದ್ಭಗವದ್ಗೀತಾಸೂಪನಿಷತ್ಸು

ಬ್ರಹ್ಮವಿದ್ಯಾಯಾಂ ಯೋಗಶಾಸ್ತ್ರೇ ಶ್ರೀಕೃಷ್ಣಾರ್ಜುನಸಂವಾದೇ

ಪುರುಷೋತ್ತಮಯೋಗೋ ನಾಮ ಪಂಚದಶೋಽಧ್ಯಾಯಃ॥

ಷೋಡಷೋಧ್ಯಾಯ: ದೇವಾಸುರ-ಸಂಪದ್ವಿಭಾಗಯೋಗ

1.

ಶ್ರೀಭಗವಾನುವಾಚ ।

ಅಭಯಂ ಸತ್ತ್ವಸಂಶುದ್ಧಿರ್ಜ್ಞಾನಯೋಗವ್ಯವಸ್ಥಿತಿಃ ।

ದಾನಂ ದಮಶ್ಚ ಯಜ್ಞಶ್ಚ ಸ್ವಾಧ್ಯಾಯಸ್ತಪ ಆರ್ಜವಮ್ ॥

ಶ್ರೀ ಭಗವಾನುವಾಚ:

ಮನದಲ್ಲಿ ನಿರ್ಭೀತಿ, ಶುದ್ಧ ಹೃದಯ,

ಜ್ಞಾನ, ಯೋಗಗಳಲಿ ಅಬಾಧಿತ ಆಸ್ಥೆ,

ದಾನ, ಮನೋನಿಗ್ರಹ, ಯಜ್ಞಾಚರಣೆ,

ಅನುಷ್ಠಾನ, ವೇದಾಧ್ಯಯನ, ಸರಳತೆ,

2.

ಅಹಿಂಸಾ ಸತ್ಯಮಕ್ರೋಧಸ್ತ್ಯಾಗಃ ಶಾಂತಿರಪೈಶುನಮ್ ।

ದಯಾ ಭೂತೇಷ್ವಲೋಲುಪ್ತ್ವಂ ಮಾರ್ದವಂ ಹ್ರೀರಚಾಪಲಮ್ ॥

ಸತ್ಯ, ಅಹಿಂಸೆ, ಕ್ರೋಧವಿರದಿರುವಿಕೆ,

ಶಾಂತಿ, ತ್ಯಾಗ, ಕುಂದು ಹುಡುಕದಿಹ ಮತಿ,

ಭೂತದಯೆ, ಲೋಭರಾಹಿತ್ಯ, ಸಭ್ಯತೆ,

ಮತ್ತು ನಮ್ರತೆ, ಚಂಚಲವಿರದ ಸ್ಥಿತಿ,

3.

ತೇಜಃ ಕ್ಷಮಾ ಧೃತಿಃ ಶೌಚಮದ್ರೋಹೋ ನಾತಿಮಾನಿತಾ ।

ಭವಂತಿ ಸಂಪದಂ ದೈವೀಮಭಿಜಾತಸ್ಯ ಭಾರತ ॥

ಕ್ಷಮಾ, ತೇಜ, ಸ್ಥೈರ್ಯ, ಶುಚಿತ್ವ ಹೊಂದಿ,

ಹಮ್ಮು, ದ್ರೋಹಗಳಿಂದ ಇರುತ ಮುಕ್ತ -

ಸಂಪದಗಳಿವು ದೈವೀಗುಣಗಳೊಡನೆ
ಸಂಜಾತನಾದವನವು, ಹೇ ಭಾರತ

4.

ದಂಭೋ ದರ್ಪೋಽಭಿಮಾನಶ್ಚ ಕ್ರೋಧಃ ಪಾರುಷ್ಯಮೇವ ಚ ।
ಅಜ್ಞಾನಂ ಚಾಭಿಜಾತಸ್ಯ ಪಾರ್ಥ ಸಂಪದಮಾಸುರೀಮ್ ॥

ಬೂಟಾಟಿಕೆ, ದರ್ಪ, ದುರಭಿಮಾನಗಳು,
ಕಾಠಿಣ್ಯತೆ, ಕೋಪ, ಅಜ್ಞಾನ ಸಹಿತ
ಕೆಟ್ಟ ಗುಣಗಳು ಅಸುರ ಸ್ವಭಾವದಲಿ
ಹುಟ್ಟಿ ಬಂದವನಲಿರುವುವು, ಹೇ ಪಾರ್ಥ

5.

ದೈವೀ ಸಂಪದ್ವಿಮೋಕ್ಷಾಯ ನಿಬಂಧಾಯಾಸುರೀ ಮತಾ ।
ಮಾ ಶುಚಃ ಸಂಪದಂ ದೈವೀಮಭಿಜಾತೋಽಸಿ ಪಾಂಡವ ॥

ದೈವೀಸಂಪತ್ತು ನೀಡುವುದು ಮೋಕ್ಷವ,
ಭವಬಂಧಕೆ ತಾವು ಅಸುರ ಸ್ವಭಾವ,
ನವೆಯದಿರು ನೀನು - ಜನಿಸಿದವನಾಗಿಹೆ
ದೈವೀಸಂಪತ್ತಿನೊಡನೆ, ಹೇ ಪಾಂಡವ

6.

ದ್ವೌ ಭೂತಸರ್ಗೌ ಲೋಕೇಽಸ್ಮಿನ್ ದೈವ ಆಸುರ ಏವ ಚ ।
ದೈವೋ ವಿಸ್ತರಶಃ ಪ್ರೋಕ್ತ ಆಸುರಂ ಪಾರ್ಥ ಮೇ ಶೃಣು ॥

ಜೀವಿಗಳು ಎರಡು ವಿಧ - ಈ ಲೋಕದೊಳು-
ದೈವಿಕ ಹಾಗೂ ಅಸುರ ಗುಣದವರೆನುತ
ದೈವಿಕ ವಿವರವ ನಾ ಹೇಳಿಹೆನು ಮೊದಲು
ಅವಧರಿಸೆನ್ನಿಂದ ಅಸುರ ಬಗೆ, ಪಾರ್ಥ

7.

ಪ್ರವೃತ್ತಿಂ ಚ ನಿವೃತ್ತಿಂ ಚ ಜನಾ ನ ವಿದುರಾಸುರಾಃ ।
ನ ಶೌಚಂ ನಾಪಿ ಚಾಚಾರೋ ನ ಸತ್ಯಂ ತೇಷು ವಿದ್ಯತೇ ॥

ಕೆಡುನಡೆಯ ಜನಕೆ ತಿಳಿವಿರದಾವ ಪಥ
ಹಿಡಿಯಲೆಂಬುದು, ಅಂತೇ ಬಿಡಲೆಂಬುದು,
ಮಡಿ ಇರದು, ಸರಿ ನಡೆ ಇರದು, ನಿಜವಾದ
ನುಡಿ ಸಹಿತ ಈ ವಿಧದವರಲಿ ತೋರದು

8.

ಅಸತ್ಯಮಪ್ರತಿಷ್ಠಂ ತೇ ಜಗದಾಹುರನೀಶ್ವರಮ್ ।
ಅಪರಸ್ಪರಸಂಭೂತಂ ಕಿಮನ್ಯತ್ಕಾಮಹೈತುಕಮ್ ॥

ಅವರೆನುವರು- ಭವದ ಹಿಂದಾವ ನಿಜದ
ತವರಿಲ್ಲ, ನೆಲೆಯಿಲ್ಲ, ಈಶ್ವರನಿಲ್ಲ,
ಯಾವ ಕಾರಣವಿಲ್ಲ ಇದಿರಲು, ಕಾಮ
ತವಿಸಲಲದೇ ಉದ್ದೇಶ ಬೇರಿಲ್ಲ

9.

ಏತಾಂ ದೃಷ್ಟಿಮವಷ್ಟಭ್ಯ ನಷ್ಟಾತ್ಮಾನೋಽಲ್ಪಬುದ್ಧಯಃ ।
ಪ್ರಭವಂತ್ಯುಗ್ರಕರ್ಮಾಣಃ ಕ್ಷಯಾಯ ಜಗತೋಹಿತಾಃ ॥

ಮಂದಮತಿಗಳಿವರಿಂಥ ದೃಷ್ಟಿಯನು
ಹೊಂದಿ, ಅವರಲ್ಲಿಯ ವಿವೇಕವು ನಶಿಸಿ
ಮುಂದಾಗುವರು ಜಗದ ವಿನಾಶಕೆ ಈ
ಮಂದಿ ಅಹಿತರಿರುತುಗ್ರ ಕ್ರಿಯೆ ನಡೆಸಿ

10.

ಕಾಮಮಾಶ್ರಿತ್ಯ ದುಷ್ಪೂರಂ ದಂಭಮಾನಮದಾನ್ವಿತಾಃ ।
ಮೋಹಾದ್ಗೃಹೀತ್ವಾಸದ್ಗ್ರಾಹಾನ್ ಪ್ರವರ್ತಂತೇಶುಚಿವ್ರತಾಃ ॥

ತಣಿಯದ ಕಾಮನೆಗಳ ಅಂಕೆಗೆ ಸಿಲುಕಿ
ಎಣೆಯೆ ಇರದ ಡಂಭ, ಬಿಂಕ, ಮದ ಹೊಂದಿ
ಮಣಿದು ಮೋಹಕೆ, ಮಿಥ್ಯ ಗ್ರಹಿಕೆಗೊದಗಿ
ಹೀನ ಕರ್ಮಗಳನು ಕೈಗೊಳುವ ಮಂದಿ

11.

ಚಿಂತಾಮಪರಿಮೇಯಾಂ ಚ ಪ್ರಲಯಾಂತಾಮುಪಾಶ್ರಿತಾಃ ।
ಕಾಮೋಪಭೋಗಪರಮಾ ಏತಾವದಿತಿ ನಿಶ್ಚಿತಾಃ ॥

ಇಂದ್ರಿಯ ತೃಪ್ತಿಯೆ ಪರಮ ಗುರಿಯೆಂದು
ಇಂತಿರುವುದಂತಿಮ ಎಂದು ನಂಬಿ ಮಿಗೆ
ಚಿಂತೆಗಳ ಕಂತೆಗಳಲಿ ಅಳತೆ ಮೀರಿ
ಅಂಟಿಕೊಂಡಿರುತ ದೇಹಾಂತ್ಯದವರೆಗೆ

12.

ಆಶಾಪಾಶಶತೈರ್ಬದ್ಧಾಃ ಕಾಮಕ್ರೋಧಪರಾಯಣಾಃ ।
ಈಹಂತೇ ಕಾಮಭೋಗಾರ್ಥಮನ್ಯಾಯೇನಾರ್ಥಸಂಚಯಾನ್ ॥

ನೂರಾರು ಆಶಾಪಾಶದಲಿ ಸಿಲುಕಿ
ಇರುತಲಿ ನಿರತ ಕಾಮಕ್ರೋಧಗಳಲಿ
ಪರಿಪರಿಯ ಕಾಮಭೋಗಗಳ ಪಡೆಯಲು
ಸಿರಿಸಂಗ್ರಹ ಮಾಡುತ ಅನ್ಯಾಯದಲಿ

13.

ಇದಮದ್ಯ ಮಯಾ ಲಬ್ಧಮಿಮಂ ಪ್ರಾಪ್ಸ್ಯೇ ಮನೋರಥಮ್ ।
ಇದಮಸ್ತೀದಮಪಿ ಮೇ ಭವಿಷ್ಯತಿ ಪುನರ್ಧನಮ್ ॥

"ಇದನಿಂದು ಹೊಂದಿರುವೆನು ನಾನು, ಇನ್ನು
ಇದೆ ಅದರಲಾಸೆ - ಪಡೆಯುವೆನು ಅದನೂ,
ಒದಗಿಬಂತು ಈ ಸಂಪದ, ಈ ಆಸ್ತಿ,
ಈ ಧನವ ಮೀರಿ ಮುಂದೆಯು ಗಳಿಸುವೆನು"

14.

ಅಸೌ ಮಯಾ ಹತಃ ಶತ್ರುರ್ಹನಿಷ್ಯೇ ಚಾಪರಾನಪಿ ।
ಈಶ್ವರೋಹಮಹಂ ಭೋಗೀ ಸಿದ್ಧೋಹಂ ಬಲವಾನ್ ಸುಖೀ ॥

"ಆ ಶತ್ರುವು ಹತನಾಗಿಹ ನನ್ನಿಂದ,
ನಾಶಮಾಡುವೆ ಬೇರೆ ಶತ್ರುಗಳನೂ,
ನಾ ಸ್ವಾಮಿಯು ಇದಕೆ, ನಾನಿದರ ಭೋಗಿ,
ನಾ ಸುಖಿಯು, ಜಯಶಾಲಿಯು, ಬಲವಂತನು"

15.

ಆಢ್ಯೋಭಿಜನವಾನಸ್ಮಿ ಕೋನ್ಯೋಸ್ತಿ ಸದೃಶೋ ಮಯಾ ।
ಯಕ್ಷ್ಯೇ ದಾಸ್ಯಾಮಿ ಮೋದಿಷ್ಯ ಇತ್ಯಜ್ಞಾನವಿಮೋಹಿತಾಃ ॥

"ಸಿರಿವಂತ ನಾನು, ಕುಲವಂತನು ನಾನು,
ಬೇರೆ ಯಾರೆನಗೆ ಸರಿಸಮಾನರಿಹರು?
ಇರುವೆ ಯಜ್ಞ ದಾನ ಮಾಡಿ, ಮೋದದಲಿ"
-ಅರಿವಿರದೆ ಭ್ರಾಂತಿಯಲಿಂತು ನುಡಿವರು

16.

ಅನೇಕಚಿತ್ತವಿಭ್ರಾಂತಾ ಮೋಹಜಾಲಸಮಾವೃತಾಃ ।
ಪ್ರಸಕ್ತಾಃ ಕಾಮಭೋಗೇಷು ಪತಂತಿ ನರಕೇಶುಚೌ ॥

ತೊಳಲಿ ನಾನಾ ಭ್ರಾಂತ ಮನದಲೆಗಳಲಿ
ಸಿಲುಕಿ ಮುತ್ತಿರುವ ಮೋಹದ ಜಾಲದಲಿ
ಮುಳುಗಿ ಕಾಮ ಭೋಗದ ಆಸಕ್ತಿಯಲಿ
ಬೀಳುವರಂತವರು ಮಲಿನ ನರಕದಲಿ

17.

ಆತ್ಮಸಂಭಾವಿತಾಃ ಸ್ತಬ್ಧಾ ಧನಮಾನಮದಾನ್ವಿತಾಃ ।
ಯಜಂತೇ ನಾಮಯಜ್ಞೈಸ್ತೇ ದಂಭೇನಾವಿಧಿಪೂರ್ವಕಮ್ ॥

ಅಹಂಕಾರ, ಉದ್ಧಟತನಗಳಲಿರುತ
ಬಹಳ ಬೀಗಿ ಧನ ಸಮ್ಮಾನ ಮದದಲಿ
ನಿಹಿತ ವಿಧಿ ಅನುಸರಿಸದೇ ಯಜ್ಞಗಳ
ಬಾಹ್ಯ ಆಡಂಬರಕೆ ಆಚರಿಸುತಲಿ

18.

ಅಹಂಕಾರಂ ಬಲಂ ದರ್ಪಂ ಕಾಮಂ ಕ್ರೋಧಂ ಚ ಸಂಶ್ರಿತಾಃ ।
ಮಾಮಾತ್ಮಪರದೇಹೇಷು ಪ್ರದ್ವಿಷಂತೋಽಭ್ಯಸೂಯಕಾಃ ॥

ಹಮ್ಮು, ಬಲಾಢ್ಯತೆ, ದರ್ಪಗಳು ಹಾಗೂ
ಕಾಮನೆ, ಕ್ರೋಧಗಳನ್ನು ಆಶ್ರಯಿಸಿ
ತಮ್ಮ, ಇತರರ ದೇಹದಲಿರುವ ನನ್ನ
ಅಮರ್ಷದಲ್ಲಿ ಇರುತಿಹರು ಕಡೆಗಣಿಸಿ

19.

ತಾನಹಂ ದ್ವಿಷತಃ ಕ್ರೂರಾನ್ಸಂಸಾರೇಷು ನರಾಧಮಾನ್ ।
ಕ್ಷಿಪಾಮ್ಯಜಸ್ರಮಶುಭಾನಾಸುರೀಷ್ವೇವ ಯೋನಿಷು ॥

ಕ್ರೂರಿ, ದ್ವೇಷಿಗಳಾಗಿರುವ ಈ ತರ
ನರಾಧಮರ, ಸಂಸಾರ ಸಾಗರದಲಿ
ಮರಮರಳಿ ಬರುತಿರುವಂತೆ ನಾನೆಸೆವೆ
ತಿರುಗಿತಿರುಗಿ ಆಸುರೀ ಗರ್ಭಗಳಲಿ

20.

ಆಸುರೀಂ ಯೋನಿಮಾಪನ್ನಾ ಮೂಢಾ ಜನ್ಮನಿ ಜನ್ಮನಿ ।
ಮಾಮಪ್ರಾಪ್ಯೈವ ಕೌಂತೇಯ ತತೋ ಯಾಂತ್ಯಧಮಾಂ ಗತಿಂ ॥

ಅಸುರ ಅಸ್ತಿತ್ವಗಳಲ್ಲಿ ಅಸು ತಳೆದು
ಹೊಸ ಹೊಸ ಜನ್ಮದಲಿ ಮೂಢರಿರುತಳಿದು
ಯಶರಾಗದೆನ್ನ ಪಡೆಯಲು, ಕೌಂತೇಯ
ನಾಶಗೊಳುವರಿಂತು ಅಧಮಗತಿಗಿಳಿದು

21.

ತ್ರಿವಿಧಂ ನರಕಸ್ಯೇದಂ ದ್ವಾರಂ ನಾಶನಮಾತ್ಮನಃ ।
ಕಾಮಃ ಕ್ರೋಧಸ್ತಥಾ ಲೋಭಸ್ತಸ್ಮಾದೇತತ್ ತ್ರಯಂ ತ್ಯಜೇತ್ ॥

ಮೂರು ಇವು - ಕಾಮ, ಕ್ರೋಧ, ಲೋಭಗಳು
ದ್ವಾರಗಳಿವು ತೆರೆಯುತಲಿವೆ ನರಕದೆಡೆ
ದಾರಿಗಳು ಆತ್ಮದುನ್ನತಿಯ ನಾಶಕೆ
ಮೂರನೂ ಹೀಗಾಗಿ ನೀ ತ್ಯಜಿಸಿ ನಡೆ

22.

ಏತೈರ್ವಿಮುಕ್ತಃ ಕೌಂತೇಯ ತಮೋದ್ವಾರೈಸ್ತ್ರಿಭಿರ್ನರಃ ।
ಆಚರತ್ಯಾತ್ಮನಃ ಶ್ರೇಯಸ್ತತೋ ಯಾತಿ ಪರಾಂ ಗತಿಮ್ ॥

ಮೂರು ವಿಧವಿಹ ತಮೋದ್ವಾರಗಳಿವನು
ಪಾರಾದರೋ ಆಗ, ಹೇ ಕೌಂತೇಯ,
ನರನು ತನ್ನ ಶ್ರೇಯದ ಕಾರ್ಯಗಳಲಿ
ನಿರತನಿರುತ ಪಡೆವನುತ್ತಮದ ಗತಿಯ

23.

ಯಃ ಶಾಸ್ತ್ರವಿಧಿಮುತ್ಸೃಜ್ಯ ವರ್ತತೇ ಕಾಮಕಾರತಃ ।
ನ ಸ ಸಿದ್ಧಿಮವಾಪ್ನೋತಿ ನ ಸುಖಂ ನ ಪರಾಂ ಗತಿಮ್ ॥

ಇಷ್ಟ ಬಂದಂತೆ ವರ್ತಿಸುತ ಶಾಸ್ತ್ರದ
ಕಟ್ಟುಗಳನಾರು ಮೀರುವನೋ ಆತ
ಮುಟ್ಟಲಾರನು ಪರಿಪೂರ್ಣ ಸಿದ್ಧಿಯನು,
ಗಟ್ಟಿಸುಖವ, ಪರಮಗತಿಯನೂ ಸಹಿತ

24.

ತಸ್ಮಾಚ್ಛಾಸ್ತ್ರಂ ಪ್ರಮಾಣಂ ತೇ ಕಾರ್ಯಾಕಾರ್ಯವ್ಯವಸ್ಥಿತೌ ।
ಜ್ಞಾತ್ವಾ ಶಾಸ್ತ್ರವಿಧಾನೋಕ್ತಂ ಕರ್ಮ ಕರ್ತುಮಿಹಾರ್ಹಸಿ ॥

ಹೀಗಿರಲು ಶಾಸ್ತ್ರಗಳು ಕಾರ್ಯ-ಅಕಾರ್ಯ
ಬಗ್ಗೆ ಪ್ರಮಾಣ - ನಿನಗೆ ನಿರ್ಧಾರಕೆ,
ಹೇಗೆ ಶಾಸ್ತ್ರ ವಿಧಿಗಳಲಿ ಹೇಳಿದೆಯೋ
ಹಾಗೆ ಅರಿತಿಲ್ಲಿ ಅರ್ಹ ನೀ ಕರ್ಮಕೆ

ಓಂ ತತ್ಸದಿತಿ ಶ್ರೀಮದ್ಭಗವದ್ಗೀತಾಸೂಪನಿಷತ್ಸು
ಬ್ರಹ್ಮವಿದ್ಯಾಯಾಂ ಯೋಗಶಾಸ್ತ್ರೇ ಶ್ರೀಕೃಷ್ಣಾರ್ಜುನಸಂವಾದೇ
ದೈವಾಸುರಸಂಪದ್ವಿಭಾಗಯೋಗೋ ನಾಮ
ಷೋಡಶೋಧ್ಯಾಯಃ ॥

ಸಪ್ತದಶೋಧ್ಯಾಯ: ಶ್ರದ್ಧಾತ್ರಯ-ವಿಭಾಗಯೋಗ

1.

ಅರ್ಜುನ ಉವಾಚ ।
ಯೇ ಶಾಸ್ತ್ರವಿಧಿಮುತ್ಸೃಜ್ಯ ಯಜಂತೇ ಶ್ರದ್ಧಯಾನ್ವಿತಾಃ ।
ತೇಷಾಂ ನಿಷ್ಠಾ ತು ಕಾ ಕೃಷ್ಣ ಸತ್ತ್ವಮಾಹೋ ರಜಸ್ತಮಃ ॥

ಅರ್ಜುನ ಉವಾಚ:
ಯಾರು ಶಾಸ್ತ್ರವಿಧಿಗಳ ತ್ಯಜಿಸಿದರೂ
ಪೂರ ಶ್ರದ್ಧೆಯಲಿ ಯಜ್ಞ ಕೈಗೊಳಲು
ತರ ಯಾವುದು ನಿಷ್ಠೆ ಅವರದು, ಕೃಷ್ಣ?
ತಾ ರಜವೊ, ತಮವೊ, ಸತ್ವವೋ? ಹೇಳು

2.

ಶ್ರೀಭಗವಾನುವಾಚ ।
ತ್ರಿವಿಧಾ ಭವತಿ ಶ್ರದ್ಧಾ ದೇಹಿನಾಂ ಸಾ ಸ್ವಭಾವಜಾ ।
ಸಾತ್ತ್ವಿಕೀ ರಾಜಸೀ ಚೈವ ತಾಮಸೀ ಚೇತಿ ತಾಂ ಶೃಣು ॥

ಶ್ರೀ ಭಗವಾನುವಾಚ:
ದೇಹಿಗಳ ಶ್ರದ್ಧೆಯಲ್ಲಿ ವಿಧಗಳಿವೆ-
ಐಹಿಕ ಗುಣಗಳನುಗುಣವಾಗಿ ಮೂರು
ಇಹುದು ಸಾತ್ವಿಕ, ರಾಜಸಿಕ, ತಾಮಸಿಕ
ನಾ ಹೇಳುವೆ ಈ ಬಗ್ಗೆ – ಆಲಿಸುತಿರು

3.

ಸತ್ತ್ವಾನುರೂಪಾ ಸರ್ವಸ್ಯ ಶ್ರದ್ಧಾ ಭವತಿ ಭಾರತ ।
ಶ್ರದ್ಧಾಮಯೋಽಯಂ ಪುರುಷೋ ಯೋ ಯಚ್ಛ್ರದ್ಧಃ ಸ ಏವ ಸಃ ॥

ಅವರ ಅವರ ಪ್ರಕೃತಿಯ ಅನುಸಾರ
ಭವಿಸುವುದವರ ಶ್ರದ್ಧೆ, ಹೇ ಭಾರತ
ಜೀವಿ ಶ್ರದ್ಧಾಮಯನೇ ಆಗಿಹನು
ಯಾವ ಶ್ರದ್ಧೆ ಇಹುದೋ - ಅದೇ ಆತ

4.

ಯಜಂತೇ ಸಾತ್ತ್ವಿಕಾ ದೇವಾನ್ಯಕ್ಷರಕ್ಷಾಂಸಿ ರಾಜಸಾಃ ।
ಪ್ರೇತಾನ್ಭೂತಗಣಾಂಶ್ಚಾನ್ಯೇ ಯಜಂತೇ ತಾಮಸಾ ಜನಾಃ ॥

ಸಾತ್ವಿಕರದು ದೇವತೆಗಳಾರಾಧನೆ
ದೈತ್ಯ-ಯಕ್ಷರ ಪೂಜೆ - ರಾಜಸಿಕರದು
ಪ್ರೇತಗಳ, ಮತ್ತಿತರ ಭೂತಗಣಗಳ
ಸತ್ಕರಿಸುತಲಿ ಪೂಜೆ ತಾಮಸಿಕರದು

5.

ಅಶಾಸ್ತ್ರವಿಹಿತಂ ಘೋರಂ ತಪ್ಯಂತೇ ಯೇ ತಪೋ ಜನಾಃ ।
ದಂಭಾಹಂಕಾರಸಂಯುಕ್ತಾಃ ಕಾಮರಾಗಬಲಾನ್ವಿತಾಃ ॥

ಕಲೆತು ಡಂಭ, ಅಹಂಕಾರಗಳಲಿರುತ
ಬಲಿದ ಕಾಮರಾಗಗಳಲಿ ಕೂಡಿರುತ
ಕೆಲ ಜನರು ಶಾಸ್ತ್ರವಿಹಿತವಿರದಂತಹ
ಬಲು ಘೋರ ತಪಸ್ಸುಗಳಲಿಹರು ನಿರತ

6.

ಕರ್ಶಯಂತಃ ಶರೀರಸ್ಥಂ ಭೂತಗ್ರಾಮಮಚೇತಸಃ ।
ಮಾಂ ಚೈವಾಂತಃಶರೀರಸ್ಥಂ ತಾನ್ ವಿದ್ಧ್ಯಾಸುರನಿಶ್ಚಯಾನ್ ॥

ಶರೀರದ ಮೂಲತತ್ವ ಗಣಗಳನೂ
ಶರೀರದೊಳಗಿರುವ ನನ್ನನೂ ಸಹಿತ
ನರಳಿಸುವರು ಇಂತಹ ತಿಳಿಗೇಡಿಗಳು
ಅರಿಯವರನು ನೀನು ಅಸುರರೆಂದೆನುತ

7.

ಆಹಾರಸ್ತ್ವಪಿ ಸರ್ವಸ್ಯ ತ್ರಿವಿಧೋ ಭವತಿ ಪ್ರಿಯಃ ।
ಯಜ್ಞಸ್ತಪಸ್ತಥಾ ದಾನಂ ತೇಷಾಂ ಭೇದಮಿಮಂ ಶೃಣು ॥

ಮೂರು ವಿಧದವರ ಪ್ರಿಯ ಆಹಾರವು
ಬೇರೆ ಬೇರೆ ತರವಿಹುದು ಮೂರರಲೂ
ಬೇರೆ ಬೇರೆ ಯಜ್ಞ, ತಪ, ದಾನ ಸಹಾ
ಇರುತಿಹ ಈ ಭೇದಗಳ ಬಗೆಯ ಕೇಳು

8.

ಆಯುಃಸತ್ತ್ವಬಲಾರೋಗ್ಯಸುಖಪ್ರೀತಿವಿವರ್ಧನಾಃ ।
ರಸ್ಯಾಃ ಸ್ನಿಗ್ಧಾಃ ಸ್ಥಿರಾ ಹೃದ್ಯಾ ಆಹಾರಾಃ ಸಾತ್ತ್ವಿಕಪ್ರಿಯಾಃ ॥

ಆರೋಗ್ಯ, ಆಯು, ಚೈತನ್ಯ, ಬಲ, ಮುದ -
ವರ್ಧಿಸುವ, ರುಚಿಯಿಹ, ಸಾರವಿಹ, ಸೌಮ್ಯ,
ಶರೀರಕಾಪ್ಯಾಯಮಾನ ಆಹಾರ -
ಇರುವುದದು ಸಾತ್ವಿಕ ವ್ಯಕ್ತಿಗೆ ಪ್ರಿಯ

9.

ಕಟ್ವಮ್ಲಲವಣಾತ್ಯುಷ್ಣತೀಕ್ಷ್ಣರೂಕ್ಷವಿದಾಹಿನಃ ।
ಆಹಾರಾ ರಾಜಸಸ್ಯೇಷ್ಟಾ ದುಃಖಶೋಕಾಮಯಪ್ರದಾಃ ॥

ಕಹಿ, ಹುಳಿ, ಉಪ್ಪಾದ, ಅತೀ ಬಿಸಿಯಾದ,
ಬಹುತೀಕ್ಷ್ಣ, ರಸರಹಿತ, ಉರಿಯ ಬರಿಸುವ -
ಆಹಾರಗಳು ಇಷ್ಟ ರಾಜಸಿಕರಿಗೆ
ಸಹಿತ ತರುವುವು ದುಃಖ, ಶೋಕ, ರೋಗವ

10.

ಯಾತಯಾಮಂ ಗತರಸಂ ಪೂತಿ ಪರ್ಯುಷಿತಂ ಚ ಯತ್ ।
ಉಚ್ಛಿಷ್ಟಮಪಿ ಚಾಮೇಧ್ಯಂ ಭೋಜನಂ ತಾಮಸಪ್ರಿಯಮ್ ॥

ಯಾಮ ಮೀರಿ ಸತ್ವವಿರದ, ರುಚಿ ಕಳೆದ,
ಅಮೇಧ್ಯ, ನಾರುತಿರುವ, ಇತರರು ತಿಂದು
ಆಮೇಲೆ ಉಳಿದ, ಹಳಸಿರುವ ಭೋಜನ
ತಾಮಸರಿಗೆ ತಿಳಿ ಪ್ರಿಯ ತಿನ್ನಲೆಂದು

11.

ಅಫಲಾಕಾಂಕ್ಷಿಭಿರ್ಯಜ್ಞೋ ವಿಧಿದೃಷ್ಟೋ ಯ ಇಜ್ಯತೇ ।
ಯಷ್ಟವ್ಯಮೇವೇತಿ ಮನಃ ಸಮಾಧಾಯ ಸ ಸಾತ್ತ್ವಿಕಃ ॥

ಯಜ್ಞವಾವುದನು ಫಲಾಪೇಕ್ಷೆಯಿರದೆ
ಯಜಿಸಲಾಗುತಲಿಹುದೋ ವಿಧಿಪೂರ್ವಕ
ಸಜ್ಜುಗೊಳಿಸಿ, ಕರ್ತವ್ಯಕೆಂದು, ಮನವ
ಉಜ್ಜುಗಿಸಲು, ಆ ಯಜ್ಞವದು ಸಾತ್ವಿಕ

12.

ಅಭಿಸಂಧಾಯ ತು ಫಲಂ ದಂಭಾರ್ಥಮಪಿ ಚೈವ ಯತ್ ।
ಇಜ್ಯತೇ ಭರತಶ್ರೇಷ್ಠ ತಂ ಯಜ್ಞಂ ವಿದ್ಧಿ ರಾಜಸಮ್ ॥

ಆದರೋ ಫಲ ಪಡೆವ ಅಭಿಲಾಷೆಯಲಿ,
ಉದ್ದೇಶ ಆಡಂಬರಕೆಂದಾಗಲಿ,
ಮೊದಲಾಗಲು ಯಜ್ಞಕೆ, ರಾಜಸವೆಂದು
ಅದನು, ಹೇ ಭರತ ಶ್ರೇಷ್ಠನೆ, ನೀ ತಿಳಿ

13.

ವಿಧಿಹೀನಮಸೃಷ್ಟಾನ್ನಂ ಮಂತ್ರಹೀನಮದಕ್ಷಿಣಮ್ ।
ಶ್ರದ್ಧಾವಿರಹಿತಂ ಯಜ್ಞಂ ತಾಮಸಂ ಪರಿಚಕ್ಷತೇ ॥

ವಿಧ್ಯುಕ್ತವಿರದ, ಅನ್ನದಾನವಿರದ
ವೇದಮಂತ್ರವಿರದ, ದಕ್ಷಿಣೆಯ ರಹಿತ
ಶ್ರದ್ಧಾರಹಿತ ಯಜ್ಞವು ತಾಮಸಿಕದ
ವಿಧವೆಂಬುದಾಗಿ ಇರುವುದು ಪರಿಗಣಿತ

14.

ದೇವದ್ವಿಜಗುರುಪ್ರಾಜ್ಞಪೂಜನಂ ಶೌಚಮಾರ್ಜವಮ್ ।
ಬ್ರಹ್ಮಚರ್ಯಮಹಿಂಸಾ ಚ ಶಾರೀರಂ ತಪ ಉಚ್ಯತೇ ॥

ದೇವತೆ, ದ್ವಿಜ, ಗುರು, ಪ್ರಾಜ್ಞರುಗಳನು
ಸೇವಿಸುವಿಕೆ, ಶುಚಿತ್ವ, ಬ್ರಹ್ಮಚರ್ಯ,
ನೋವನು ನೀಡದಿರುವಿಕೆ, ನೇರ ನಡತೆ-
ಇವೆಲ್ಲವ ಕರೆವರು ಶರೀರ ತಪಸ್ಯ

15.

ಅನುದ್ವೇಗಕರಂ ವಾಕ್ಯಂ ಸತ್ಯಂ ಪ್ರಿಯಹಿತಂ ಚ ಯತ್ ।
ಸ್ವಾಧ್ಯಾಯಾಭ್ಯಸನಂ ಚೈವ ವಾಙ್ಮಯಂ ತಪ ಉಚ್ಯತೇ ॥

ಉದ್ವೇಗಕರವಲ್ಲದ, ಪ್ರಿಯವಾದ,
ಮುದ ಕೊಡುವ, ಸತ್ಯ ವಾಕ್ಯಗಳು, ಜತೆಗೆ
ವೇದಾಧ್ಯಯನ ಅಭ್ಯಾಸವು ಸೇರಲು -
ಅದಾಗುವುದು ವಾಕ್ಕಿನ ತಪವೆಂಬ ಬಗೆ

16.

ಮನಃ ಪ್ರಸಾದಃ ಸೌಮ್ಯತ್ವಂ ಮೌನಮಾತ್ಮವಿನಿಗ್ರಹಃ ।
ಭಾವಸಂಶುದ್ಧಿರಿತ್ಯೇತತ್ ತಪೋ ಮಾನಸಮುಚ್ಯತೇ ॥

ಮನದಲಿ ಸಂತೃಪ್ತಿ, ಸೌಮ್ಯತೆ ಹಾಗೂ
ಮೌನವೂ ಮತ್ತು ಆತ್ಮನಿಗ್ರಹವೂ,
ಮನುಜನ ಭಾವಸಂಶುದ್ಧಿಯೂ ಸೇರಿ
ಮಾನಸದ ಭೂಮಿಕೆಯ ತಪವೆನಿಸುವುವು

17.

ಶ್ರದ್ಧಯಾ ಪರಯಾ ತಪ್ತಂ ತಪಸ್ತತ್ತ್ರಿವಿಧಂ ನರೈಃ ।
ಅಫಲಾಕಾಂಕ್ಷಿಭಿರ್ಯುಕ್ತೈಃ ಸಾತ್ತ್ವಿಕಂ ಪರಿಚಕ್ಷತೇ ॥

ಬಹಳ ಶ್ರದ್ಧೆಯಲಿ, ಫಲದ ಅಪೇಕ್ಷೆಗೆ
ತಹತಹಿಸದೆಯೇ, ತೊಡಗುತ ಮಾನವರು
ವಿಹಿತವಿದೆಂದಾಚರಿಸುವ ಈ ತ್ರಿವಿಧ
ರೂಹಿನ ತಪಕೆ ಸಾತ್ವಿಕತಪವೆನುವರು

18.

ಸತ್ಕಾರಮಾನಪೂಜಾರ್ಥಂ ತಪೋ ದಂಭೇನ ಚೈವ ಯತ್ ।
ಕ್ರಿಯತೇ ತದಿಹ ಪ್ರೋಕ್ತಂ ರಾಜಸಂ ಚಲಮಧ್ರುವಮ್ ॥

ಗೌರವ, ಮಾನ, ಸತ್ಕಾರವ ಗಳಿಸಲು
ಬರಿದೆ ಆಚರಿಸುವುದರ ಬೂಟಾಟಿಕೆ
ತರದ ತಪಕೆ ಇಹದಿ ರಾಜಸವೆಂಬರು
ಸ್ಥಿರತೆಯು ಇರದದಕೆ, ಪಡೆಯದು ಬಾಳಿಕೆ

19.

ಮೂಢಗ್ರಾಹೇಣಾತ್ಮನೋ ಯತ್ ಪೀಡಯಾ ಕ್ರಿಯತೇ ತಪಃ ।
ಪರಸ್ಯೋತ್ಸಾದನಾರ್ಥಂ ವಾ ತತ್ ತಾಮಸಮುದಾಹೃತಮ್ ॥

ಪರಮಮೌಢ್ಯಭರಿತವಾದ ಯತ್ನದಲಿ
ನರಳಿಸಲು ತನ್ನನು ನಡೆಸುವ ಅಥವಾ
ಪರರ ವಿನಾಶಕಾಗಿ ಕೈಗೊಳುವುದನು
ಕರೆಯುವರು ತಾಮಸವೆಂದು ಆ ತಪವ

20.

ದಾತವ್ಯಮಿತಿ ಯದ್ದಾನಂ ದೀಯತೇನುಪಕಾರಿಣೇ ।
ದೇಶೇ ಕಾಲೇ ಚ ಪಾತ್ರೇ ಚ ತದ್ದಾನಂ ಸಾತ್ತ್ವಿಕಂ ಸ್ಮೃತಮ್ ॥

ಪ್ರತಿಫಲಕಾಶಿಸದೆ ಕಾಲ-ದೇಶಗಳ
ಪ್ರತೀಕ್ಷಿಸಿ, ಕರ್ತವ್ಯದ ದೃಷ್ಟಿಯಲಿ,
ಪಾತ್ರನಾದವಗೆ ನೀಡಲಾ ದಾನವು
ಸಾತ್ವಿಕವು ಎನಿಸುವುದು ಪರಿಗಣನೆಯಲಿ

21.

ಯತ್ ತು ಪ್ರತ್ಯುಪಕಾರಾರ್ಥಂ ಫಲಮುದ್ದಿಶ್ಯ ವಾ ಪುನಃ ।
ದೀಯತೇ ಚ ಪರಿಕ್ಲಿಷ್ಟಂ ತದ್ದಾನಂ ರಾಜಸಂ ಸ್ಮೃತಮ್ ॥

ಪ್ರತ್ಯುಪಕಾರದ ಆಸೆಯಲಿ ಅಥವಾ
ಪ್ರತಿಫಲ ದೊರೆಯಲೆಂಬ ಉದ್ದೇಶದಲಿ
ಅಥವಾ ಮನಸ್ಸಿಲ್ಲದೆಯೂ ಮಾಡುವ
ರೀತಿಯ ದಾನವು ರಾಜಸವೆಂದು ತಿಳಿ

22.

ಅದೇಶಕಾಲೇ ಯದ್ದಾನಮಪಾತ್ರೇಭ್ಯಶ್ಚ ದೀಯತೇ ।
ಅಸತ್ ಕೃತಮವಜ್ಞಾತಂ ತತ್ ತಾಮಸಮುದಾಹೃತಮ್ ॥

ತಪ್ಪು ಸ್ಥಳ-ಕಾಲಗಳಲಿ ದಾನವನು
ಅಪಾತ್ರನಿಗೆ ಅನಾದರ ಅಲಕ್ಷ್ಯದಲಿ
ಒಪ್ಪಿಸಲು ಆ ದಾನವದು ತಾಮಸದ
ರೂಪದಲಿಹುದು ಎನಿಸುವುದು ಗಣನೆಯಲಿ

23.

ಓಂ ತತ್ ಸದಿತಿ ನಿರ್ದೇಶೋ ಬ್ರಹ್ಮಣಸ್ತ್ರಿವಿಧಃ ಸ್ಮೃತಃ ।
ಬ್ರಾಹ್ಮಣಾಸ್ತೇನ ವೇದಾಶ್ಚ ಯಜ್ಞಾಶ್ಚ ವಿಹಿತಾಃ ಪುರಾ ॥

'ಓಂ ತತ್ ಸತ್' - ಈ ತ್ರಿವಿಧ ನಿರ್ದೇಶನ
ಬ್ರಹ್ಮನನ್ನು ಕುರಿತಾಗಿ ಪರಿಗಣಿತವು
ಬ್ರಹ್ಮವಿದ, ವೇದ, ಯಜ್ಞಗಳದರಿಂದ
ಹಿಂದೆಯೇ ವಿಹಿತಗೊಳಿಸಲಾಗಿಹವು

24.

ತಸ್ಮಾದೋಮಿತ್ಯುದಾಹೃತ್ಯ ಯಜ್ಞದಾನತಪಃಕ್ರಿಯಾಃ ।
ಪ್ರವರ್ತಂತೇ ವಿಧಾನೋಕ್ತಾಃ ಸತತಂ ಬ್ರಹ್ಮವಾದಿನಾಮ್ ॥

ಹೀಗಾಗಿ ಬ್ರಹ್ಮವಾದಿಗಳು ಶಾಸ್ತ್ರ-
-ಮಾರ್ಗದಲ್ಲಿ ಆಚರಿಸುವ ತಪ, ದಾನ,
ಯಾಗ ಕ್ರಿಯೆಗಳು - ಮೊದಲಲಿ 'ಓಂ' ಎನುತ
ಸಾಗಗೊಳುವುದಿಹುದು ಎಂದಿನ ವಿಧಾನ

25.

ತದಿತ್ಯನಭಿಸಂಧಾಯ ಫಲಂ ಯಜ್ಞತಪಃಕ್ರಿಯಾಃ ।
ದಾನಕ್ರಿಯಾಶ್ಚ ವಿವಿಧಾಃ ಕ್ರಿಯಂತೇ ಮೋಕ್ಷಕಾಂಕ್ಷಿಭಿಃ ॥

'ತತ್' ನುಡಿದು ಮನವಿರಿಸಿ, ಅಪೇಕ್ಷಿಸದೆ
ತತ್ಫಲವನು, ತೊಡಗಿ ಯಜ್ಞ, ತಪ, ದಾನ
ಇತ್ಯಾದಿ ವಿವಿಧಬಗೆಯ ಕ್ರಿಯೆಗಳಲಿ
ತತ್ಪರಗೊಳುವರು ಮೋಕ್ಷಾಕಾಂಕ್ಷಿ ಜನ

26.

ಸದ್ಭಾವೇ ಸಾಧುಭಾವೇ ಚ ಸದಿತ್ಯೇತತ್ ಪ್ರಯುಜ್ಯತೇ ।
ಪ್ರಶಸ್ತೇ ಕರ್ಮಣಿ ತಥಾ ಸಚ್ಛಬ್ದಃ ಪಾರ್ಥ ಯುಜ್ಯತೇ ॥

ಅತ್ಯಂತ ಸತ್ಯ ಮತ್ತು ಸದ್ಗುಣ - ಇವು
'ಸತ್' ಎಂಬುದಕೆ ಸೂಕ್ತವಿರುವ ಅರ್ಥ
ಉತ್ತಮ ಕರ್ಮಗಳನುದ್ದೇಶಿಸಲೂ
'ಸತ್' ಶಬ್ದವು ಸಲ್ಲುವುದು, ಹೇ ಪಾರ್ಥ

27.

ಯಜ್ಞೇ ತಪಸಿ ದಾನೇ ಚ ಸ್ಥಿತಿಃ ಸದಿತಿ ಚೋಚ್ಯತೇ ।
ಕರ್ಮ ಚೈವ ತದರ್ಥೀಯಂ ಸದಿತ್ಯೇವಾಭಿಧೀಯತೇ ॥

ಯಜ್ಞ, ದಾನ, ತಪಸುಗಳಿಗೆ ನಿಷ್ಠೆಯಲಿ
ಸಜ್ಜಾದ ಸ್ಥಿತಿಯನೂ 'ಸತ್' ಎನುವರು
ನಿಜದಲಿ 'ತತ್' ಹೊಂದುವ ಉದ್ದೇಶದಲಿ
ಉಜ್ಜುಗಿಸುವ ಕರ್ಮಕೂ 'ಸತ್' ಎಂಬರು

28.

ಅಶ್ರದ್ಧಯಾ ಹುತಂ ದತ್ತಂ ತಪಸ್ತಪ್ತಂ ಕೃತಂ ಚ ಯತ್ ।
ಅಸದಿತ್ಯುಚ್ಯತೇ ಪಾರ್ಥ ನ ಚ ತತ್ ಪ್ರೇತ್ಯ ನೋ ಇಹ ॥

ಶ್ರದ್ಧೆಯಿರದೇ ಮಾಡಿದ ಹೋಮವಿರಲಿ
ಪ್ರದಾನ, ತಪ, ಕರ್ಮವಿರಲಿ, ಹೇ ಪಾರ್ಥ
ಅದೆಲ್ಲ ಸಹಾ 'ಅಸತ್' ಎಂದೆನಿಸುವುದು
ಅದು ಇಹದಲ್ಲೂ, ಪರದಲ್ಲೂ ವ್ಯರ್ಥ

ಓಂ ತತ್ಸದಿತಿ ಶ್ರೀಮದ್ಭಗವದ್ಗೀತಾಸೂಪನಿಷತ್ಸು
ಬ್ರಹ್ಮವಿದ್ಯಾಯಾಂ ಯೋಗಶಾಸ್ತ್ರೇ ಶ್ರೀಕೃಷ್ಣಾರ್ಜುನಸಂವಾದೇ
ಶ್ರದ್ಧಾತ್ರಯವಿಭಾಗಯೋಗೋ ನಾಮ ಸಪ್ತದಶೋಧ್ಯಾಯಃ॥

ಅಷ್ಟದಶೋಧ್ಯಾಯ: ಮೋಕ್ಷ-ಸನ್ಯಾಸಯೋಗ

1.

ಅರ್ಜುನ ಉವಾಚ ।

ಸಂನ್ಯಾಸಸ್ಯ ಮಹಾಬಾಹೋ ತತ್ತ್ವಮಿಚ್ಛಾಮಿ ವೇದಿತುಮ್ ।

ತ್ಯಾಗಸ್ಯ ಚ ಹೃಷೀಕೇಶ ಪೃಥಕ್ ಕೇಶಿನಿಷೂದನ ॥

ಅರ್ಜುನ ಉವಾಚ:

ಮಹಾಬಾಹುವೆ, ಸನ್ಯಾಸ ತತ್ವವನು,

ಹೇ ಹೃಷೀಕೇಶ, ತ್ಯಾಗದ ವಿಚಾರ

ಸಹಿತ ತಿಳಿಯಲಿಚ್ಛೆ, ಕೇಶಿಸೂದನನೆ,

ಇಹುದಿವುಗಳಲಿ ಅದಾವ ತರದಂತರ?

2.

ಶ್ರೀಭಗವಾನುವಾಚ ।

ಕಾಮ್ಯಾನಾಂ ಕರ್ಮಣಾಂ ನ್ಯಾಸಂ ಸಂನ್ಯಾಸಂ ಕವಯೋ ವಿದುಃ ।

ಸರ್ವಕರ್ಮಫಲತ್ಯಾಗಂ ಪ್ರಾಹುಸ್ತ್ಯಾಗಂ ವಿಚಕ್ಷಣಾಃ ॥

ಶ್ರೀ ಭಗವಾನುವಾಚ:

ಎಲ್ಲ ಕಾಮ್ಯಕರ್ಮಗಳ ತ್ಯಾಗವನು

ಕಲಿತವರು ತಿಳಿವರು ಸನ್ಯಾಸವೆಂದು

ಎಲ್ಲಾ ಕರ್ಮಗಳ ಫಲತ್ಯಾಗವನು

ಬಲ್ಲವರು ಕರೆಯುವರು ತ್ಯಾಗವೆಂದು

3.

ತ್ಯಾಜ್ಯಂ ದೋಷವದಿತ್ಯೇಕೇ ಕರ್ಮ ಪ್ರಾಹುರ್ಮನೀಷಿಣಃ ।

ಯಜ್ಞದಾನತಪಃಕರ್ಮ ನ ತ್ಯಾಜ್ಯಮಿತಿ ಚಾಪರೇ ॥

ಕಾರ್ಯಗಳನೆಲ್ಲಾ ದೋಷವೆಂಬಂತೆ
ತೊರೆಯಬೇಕೆಂಬರು ಕೆಲ ಮನೀಷಿ ಜನ
ಅರಿವುಳ್ಳ ಅನ್ಯರು ನುಡಿವರು ಎಂದೂ
ತೊರೆಯಲೇಬಾರದು ಯಜ್ಞ, ತಪ, ದಾನ

4.

ನಿಶ್ಚಯಂ ಶೃಣು ಮೇ ತತ್ರ ತ್ಯಾಗೇ ಭರತಸತ್ತಮ ।
ತ್ಯಾಗೋ ಹಿ ಪುರುಷವ್ಯಾಘ್ರ ತ್ರಿವಿಧಃ ಸಂಪ್ರಕೀರ್ತಿತಃ ॥

ತ್ಯಾಗದ ವಿಷಯದಲಿ ಅಂತಿಮ ನಿರ್ಣಯ
ಈಗ ತಿಳಿ ನನ್ನಿಂದಲೆ, ಭರತೋತ್ತಮ
ತ್ಯಾಗವು, ಹೇ ಪುರುಷವ್ಯಾಘ್ರನೆ, ಮೂರು
ಬಗೆಯಲಿರುವುದೆಂದು ಹೇಳುವುದು ಕ್ರಮ

5.

ಯಜ್ಞದಾನತಪಃಕರ್ಮ ನ ತ್ಯಾಜ್ಯಂ ಕಾರ್ಯಮೇವ ತತ್ ।
ಯಜ್ಞೋ ದಾನಂ ತಪಶ್ಚೈವ ಪಾವನಾನಿ ಮನೀಷಿಣಾಮ್ ॥

ಯಜ್ಞ, ದಾನ, ತಪಗಳೆಂಬ ಕರ್ಮಗಳ
ತ್ಯಜಿಸದೆಯೇ ಮಾಡಬೇಕು ಆಚರಣೆ
ಯಜ್ಞ, ದಾನ, ತಪ ಮಾಡುವುವು ಪಾವನ
ನಿಜದಲಿ ಆ ಪರಮ ಮನೀಷಿಗಳನೇ

6.

ಏತಾನ್ಯಪಿ ತು ಕರ್ಮಾಣಿ ಸಂಗಂ ತ್ಯಕ್ತ್ವಾ ಫಲಾನಿ ಚ ।
ಕರ್ತವ್ಯಾನೀತಿ ಮೇ ಪಾರ್ಥ ನಿಶ್ಚಿತಂ ಮತಮುತ್ತಮಮ್ ॥

ಪರಂತು ಈ ಕರ್ಮಗಳಲೂ ಕೂಡಾ,
ತೊರೆದು ಆಸಕ್ತಿ, ಬಿಟ್ಟು ಫಲದ ಬಯಕೆ,
ನಿರತನಿರಬೇಕು, ಹೇ ಪಾರ್ಥ, ಇದೆನ್ನ
ಪರಮ ಮತ್ತು ನಿಶ್ಚಿತವಾದ ಅನಿಸಿಕೆ

7.

ನಿಯತಸ್ಯ ತು ಸಂನ್ಯಾಸಃ ಕರ್ಮಣೋ ನೋಪಪದ್ಯತೇ ।
ಮೋಹಾತ್ ತಸ್ಯ ಪರಿತ್ಯಾಗಸ್ತಾಮಸಃ ಪರಿಕೀರ್ತಿತಃ ॥

ಹೀಗಿರಲು ವಿಹಿತವಾದ ಕರ್ಮಗಳನು
ತ್ಯಾಗ ಮಾಡುವುದೆಂದೂ ಸಹ ಅನುಚಿತ
ಸಿಗುತ ಭ್ರಾಂತಿಗೆ, ಮಾಡಲು ಈ ಪರಿಯ
ತ್ಯಾಗವದು ತಾಮಸವೆಂದು ಪರಿಗಣಿತ

8.

ದುಃಖಮಿತ್ಯೇವ ಯತ್ ಕರ್ಮ ಕಾಯಕ್ಲೇಶಭಯಾತ್ ತ್ಯಜೇತ್ ।
ಸ ಕೃತ್ವಾ ರಾಜಸಂ ತ್ಯಾಗಂ ನೈವ ತ್ಯಾಗಫಲಂ ಲಭೇತ್ ॥

ಬಗ್ಗಿಸಲು ಶರೀರ ಭಯಗೊಂಡು ಯಾರು
ಬಗೆಯುತ ಕರ್ಮವಿದು ಕಠಿಣವೆಂದೆಲ್ಲ
ತ್ಯಾಗಗೈಯಲದನು ರಾಜಸವೆಂಬರು
ಆಗ ಅವನಿಗಾ ತ್ಯಾಗದ ಫಲವಿಲ್ಲ

9.

ಕಾರ್ಯಮಿತ್ಯೇವ ಯತ್ ಕರ್ಮ ನಿಯತಂ ಕ್ರಿಯತೇರ್ಜುನ ।
ಸಂಗಂ ತ್ಯಕ್ತ್ವಾ ಫಲಂ ಚೈವ ಸ ತ್ಯಾಗಃ ಸಾತ್ತ್ವಿಕೋ ಮತಃ ॥

ವಿಹಿತವಾದ ಕರ್ಮವನು, ಹೇ ಅರ್ಜುನ,
ಐಹಿಕ ಸಂಗ, ಫಲಗಳನು ತ್ಯಜಿಸುತ
ಇಹುದಿದುವೆ ಕರ್ತವ್ಯವೆಂದು ಮಾಡಲು
ಅಹುದು ಸಾತ್ವಿಕವೆಂದು ಅದು ಪರಿಗಣಿತ

10.

ನ ದ್ವೇಷ್ಟ್ಯಕುಶಲಂ ಕರ್ಮ ಕುಶಲೇ ನಾನುಷಜ್ಜತೇ ।
ತ್ಯಾಗೀ ಸತ್ತ್ವಸಮಾವಿಷ್ಟೋ ಮೇಧಾವೀ ಛಿನ್ನಸಂಶಯಃ ॥

ಸತ್ವದಲಿ ನೆಲೆಸಿ ಮೇಧಾವಿ ತ್ಯಾಗಿ
ಕತ್ತರಿಸಿ ಸಂಶಯಗಳ ತಾನೆಂದೂ
ಅತಿ ಹರ್ಷಗೊಳನು ಇಷ್ಟದ ಕರ್ಮದಲಿ
ವ್ಯಥಿಸನು ಸಹ ಕರ್ಮ ಕಷ್ಟ ಕೊಡಲಂದು

11.

ನ ಹಿ ದೇಹಭೃತಾ ಶಕ್ಯಂ ತ್ಯಕ್ತುಂ ಕರ್ಮಾಣ್ಯಶೇಷತಃ ।
ಯಸ್ತು ಕರ್ಮಫಲತ್ಯಾಗೀ ಸ ತ್ಯಾಗೀತ್ಯಭಿಧೀಯತೇ ॥

ಶೇಷವಿರದಂತೆ ಕರ್ಮಗಳ ತ್ಯಾಗ
ಅಶಕ್ಯ ದೇಹಧಾರಿಗೆ ಇರಲು ಸಹಿತ,
ಆಶೆಯ ಕರ್ಮಫಲದಲಿಡದ ತ್ಯಾಗಿ
ತಾನು ಸತ್ಯದಲೂ ತ್ಯಾಗಿಯೇ ಆತ

12.

ಅನಿಷ್ಟಮಿಷ್ಟಂ ಮಿಶ್ರಂ ಚ ತ್ರಿವಿಧಂ ಕರ್ಮಣಃ ಫಲಮ್ ।
ಭವತ್ಯತ್ಯಾಗಿನಾಂ ಪ್ರೇತ್ಯ ನ ತು ಸಂನ್ಯಾಸಿನಾಂ ಕ್ವಚಿತ್ ॥

ಬಗೆ - ಇಷ್ಟ, ಅನಿಷ್ಟ, ಮಿಶ್ರ - ಮೂರಿರುತ
ಆಗುವುದು ಕರ್ಮಫಲಗಳ ಸಂದಾಯ
ತ್ಯಾಗಿಯಲ್ಲದವನಿಗೆ ತೀರಲು ಆಯು,
ತಾಗವು ಸನ್ಯಾಸಿಗಾವುದೇ ಸಮಯ

13.

ಪಂಚೈತಾನಿ ಮಹಾಬಾಹೋ ಕಾರಣಾನಿ ನಿಬೋಧ ಮೇ ।
ಸಾಂಖ್ಯೇ ಕೃತಾಂತೇ ಪ್ರೋಕ್ತಾನಿ ಸಿದ್ಧಯೇ ಸರ್ವಕರ್ಮಣಾಮ್ ॥

ಕಾರಣಗಳು ಐದು ಎಲ್ಲ ಕರ್ಮಗಳ
ಪೂರಣಸಿದ್ಧಿಗೆ, ಹೇ ಮಹಾಬಾಹುವೆ
ತರಹವಿವನು ಸಾಂಖ್ಯಸಿದ್ಧಾಂತದಲ್ಲಿ
ಅರುಹಲಾಗಿದೆ, ನನ್ನಿಂದ ತಿಳಿ, ನುಡಿವೆ

14.
ಅಧಿಷ್ಠಾನಂ ತಥಾ ಕರ್ತಾ ಕರಣಂ ಚ ಪೃಥಗ್ವಿಧಮ್ ।
ವಿವಿಧಾಶ್ಚ ಪೃಥಕ್ ಚೇಷ್ಟಾ ದೈವಂ ಚೈವಾತ್ರ ಪಂಚಮಮ್ ॥

ಅಧಿಷ್ಠಾನ, ಕರ್ತ, ಹಾಗೂ ಅನೇಕ
ಸಾಧನಗಳೂ, ಅಂತೆಯೇ ಪ್ರತ್ಯೇಕ
ವಿಧವಿಧ ಪೂರಕ ಕ್ರಿಯೆಗಳೂ ಮತ್ತು
ಐದನೆಯದಾದ ಕಾರಣವು ದೈವಿಕ

15.
ಶರೀರವಾಙ್ಮನೋಭಿರ್ಯತ್ ಕರ್ಮ ಪ್ರಾರಭತೇ ನರಃ ।
ನ್ಯಾಯ್ಯಂ ವಾ ವಿಪರೀತಂ ವಾ ಪಂಚೈತೇ ತಸ್ಯ ಹೇತವಃ ॥

ಶರೀರದಿಂದ, ಮಾತಿಂದ, ಮನದಿಂದ,
ನರನು ಕೈಗೊಳ್ಳುವ ಕರ್ಮವೆಲ್ಲವದು,
ಇರಲೂ ಒಪ್ಪು ಅಥವಾ ತಪ್ಪು - ಅದಕೆ
ಕಾರಣಗಳು ಆಗಿರುವುವು ಈ ಐದು

16.
ತತ್ರೈವಂ ಸತಿ ಕರ್ತಾರಮಾತ್ಮಾನಂ ಕೇವಲಂ ತು ಯಃ ।
ಪಶ್ಯತ್ಯಕೃತಬುದ್ಧಿತ್ವಾನ್ನ ಸ ಪಶ್ಯತಿ ದುರ್ಮತಿಃ ॥

ಇದಿಂತಿರಲು ಕೇವಲ ತಾನೋರ್ವನೇ
ಇದರ ಕರ್ತನೆಂದು ಎಣಿಸುವ ವ್ಯಕ್ತಿ
ಬುದ್ಧಿಗೇಡಿತನದಲ್ಲಿರುತ ನಿಜದಲಿ
ಇದ್ದ ರೀತಿಯನು ಕಾಣದಿಹ ದುರ್ಮತಿ

17.
ಯಸ್ಯ ನಾಹಂಕೃತೋ ಭಾವೋ ಬುದ್ಧಿರ್ಯಸ್ಯ ನ ಲಿಪ್ಯತೇ ।
ಹತ್ವಾಪಿ ಸ ಇಮಾಂಲ್ಲೋಕಾನ್ ನ ಹಂತಿ ನ ನಿಬಧ್ಯತೇ ॥

ಯಾರಿಗೆ ಅಹಂಕಾರ ಭಾವವಿರದೋ,
ಯಾರ ಬುದ್ಧಿಯು ಇರುವುದೋ ನಿರ್ಲಿಪ್ತ,
ನರರಿವರನೆಲ್ಲ ಅವನು ಹತಿಸಿರಲೂ
ಇರದು ಬಂಧ, ನಿಜದಲಿ ಹತಿಸಿರನಾತ

18.

ಜ್ಞಾನಂ ಜ್ಞೇಯಂ ಪರಿಜ್ಞಾತಾ ತ್ರಿವಿಧಾ ಕರ್ಮಚೋದನಾ ।
ಕರಣಂ ಕರ್ಮ ಕರ್ತೇತಿ ತ್ರಿವಿಧಃ ಕರ್ಮಸಂಗ್ರಹಃ ॥

ಅರಿಯುವವನು, ಅರಿವಿನ ವಿಷಯವು, ಅರಿವು-
ಮೂರು ಇವು ಪ್ರಚೋದನೆಗಳು ಕರ್ಮಕೆ
ಕರಣಗಳು, ಕರ್ಮವು, ಹಾಗೂ ಕರ್ತನು-
ಮೂರಿವು ಕರ್ಮದ ಒಟ್ಟಾದ ಇರುವಿಕೆ

19.

ಜ್ಞಾನಂ ಕರ್ಮ ಚ ಕರ್ತಾ ಚ ತ್ರಿಧೈವ ಗುಣಭೇದತಃ ।
ಪ್ರೋಚ್ಯತೇ ಗುಣಸಂಖ್ಯಾನೇ ಯಥಾವಚ್ಛೃಣು ತಾನ್ಯಪಿ ॥

ಜ್ಞಾನ, ಕರ್ಮ, ಕರ್ತರುಗಳಲಿ ಕೂಡಾ
ಗುಣ ಭೇದದಿಂದ ಮೂರು ವಿಧಗಳೆನುತ
ಗಣಿಸಲಾಗಿದೆ ಸಾಂಖ್ಯದಲಿ, ಅದು ಅಲ್ಲಿ
ಪ್ರಣೀತವಿರುವಂತೆ ಕೇಳದನು ಸಹಿತ

20.

ಸರ್ವಭೂತೇಷು ಯೇನೈಕಂ ಭಾವಮವ್ಯಯಮೀಕ್ಷತೇ ।
ಅವಿಭಕ್ತಂ ವಿಭಕ್ತೇಷು ತಜ್ಜ್ಞಾನಂ ವಿದ್ಧಿ ಸಾತ್ತ್ವಿಕಮ್ ॥

ಯಾವುದರಿಂದಾಗಿ ತೋರೀತೊ ಏಕ
ಅವ್ಯಯ ತತ್ತ್ವವು - ಎಲ್ಲ ಜೀವಿಗಳಲಿ
ಅವಿಭಕ್ತವ ಬಗೆಬಗೆಯಲಿ ಕಾಣುವುದು
ಯಾವುದೋ ಅದು ಸಾತ್ವಿಕ ಜ್ಞಾನ - ತಿಳಿ

21.

ಪೃಥಕ್ ತ್ವೇನ ತು ಯಜ್ಞಾನಂ ನಾನಾಭಾವಾನ್ಪೃಥಗ್ವಿಧಾನ್ ।
ವೇತ್ತಿ ಸರ್ವೇಷು ಭೂತೇಷು ತಜ್ಞಾನಂ ವಿದ್ಧಿ ರಾಜಸಮ್ ॥

ಆದರೋ ಅದಾವ ಜ್ಞಾನದಿಂದಲಿ
ವಿಧವಿಧ ತೋರುವ ಜೀವಿಗಳನೆಲ್ಲಾ
ಭೇದಭಾವದಲಿ ತಿಳಿಯಲಾಗುವುದೋ
ಅದು ರಾಜಸವೆಂದು ಅರಿತವನು- ಬಲ್ಲ

22.

ಯತ್ ತು ಕೃತ್ಸ್ನವದೇಕಸ್ಮಿನ್ ಕಾರ್ಯೇ ಸಕ್ತಮಹೈತುಕಮ್ ।
ಅತತ್ತ್ವಾರ್ಥವದಲ್ಪಂ ಚ ತತ್ತಾಮಸಮುದಾಹೃತಮ್ ॥

ಭವಿಸಿರದೆ ಸತ್ಯ-ತತ್ವ ಪಾತಳಿಯಲಿ
ಯಾವ ಅರಿವದು - ಹೇತುರಹಿತ ಕಾರ್ಯವು
ಸರ್ವಸ್ವವೆಂದು ಒರೆವುದೋ ತೋರುತ
-ಆ ವಿಧದ ಹುಲು ಜ್ಞಾನ ತಾಮಸಿಕವು

23.

ನಿಯತಂ ಸಂಗರಹಿತಮರಾಗದ್ವೇಷತಃ ಕೃತಮ್ ।
ಅಫಲಪ್ರೇಪ್ಸುನಾ ಕರ್ಮ ಯತ್ ತತ್ ಸಾತ್ತ್ವಿಕಮುಚ್ಯತೇ ॥

ಹಚ್ಚಿಕೊಳದಿದ್ದು, ಮೆಚ್ಚು-ಕಿಚ್ಚು ಮರೆತು,
ನೆಚ್ಚದೇ ಫಲವನು, ವಿಹಿತದಂತಿರುತ
ಆಚರಿಸುವ ಕರ್ಮವಾವುದೋ ಅದುವೆ
ಅಚ್ಚ ಸಾತ್ವಿಕವೆಂದಾಗಿ ಪರಿಗಣಿತ

24.

ಯತ್ ತು ಕಾಮೇಪ್ಸುನಾ ಕರ್ಮ ಸಾಹಂಕಾರೇಣ ವಾ ಪುನಃ ।
ಕ್ರಿಯತೇ ಬಹುಲಾಯಾಸಂ ತದ್ರಾಜಸಮುದಾಹೃತಮ್ ॥

ಆದರಾವ ಕರ್ಮವನು ಕಾಮನೆಗಳ
ಸಾಧಿಸುವ ಅಪೇಕ್ಷೆ ಯಾ ಅಹಮ್ಮಿನಲಿ,
ಮೊದಲಿಡುವರೋ ನಡೆಸಲು ಬಲು ಶ್ರಮಿಸಿ
ಉದಿತವಿಹುದು ಆ ಕರ್ಮ ರಾಜಸದಲಿ

25.

ಅನುಬಂಧಂ ಕ್ಷಯಂ ಹಿಂಸಾಮನಪೇಕ್ಷ್ಯ ಚ ಪೌರುಷಮ್ ।
ಮೋಹಾದಾರಭ್ಯತೇ ಕರ್ಮ ಯತ್ ತತ್ ತಾಮಸಮುಚ್ಯತೇ ॥

ಪರಿಣಾಮ, ಪೋಲು, ಹಿಂಸೆಗಳ ಕೂಡಾ
ಪರಿಗಣಿಸದೇ, ತನ್ನಳವ ಗಮನಿಸದೆ
ಶುರುವಿಡುವ ಮೋಹಪ್ರೇರಿತ ಕರ್ಮವ-
ಕರೆಯುವರು ಅದನ್ನು ತಾಮಸವೆಂದೇ

26.

ಮುಕ್ತಸಂಗೋನಹಂವಾದೀ ಧೃತ್ಯುತ್ಸಾಹಸಮನ್ವಿತಃ ।
ಸಿದ್ಧ್ಯಸಿದ್ಧ್ಯೋರ್ನಿರ್ವಿಕಾರಃ ಕರ್ತಾ ಸಾತ್ತ್ವಿಕ ಉಚ್ಯತೇ ॥

ಹಚ್ಚಿಕೊಳದ, ತಾನು ಅಹಂಕಾರದಲಿ
ಕೊಚ್ಚಿಕೊಳದ, ಉತ್ಸಾಹದ ಗಟ್ಟಿಗನು,
ವಿಚಲಿತನಿರದೇ ಸಿದ್ಧಿ-ಅಸಿದ್ಧಿಯಲಿ
ಪ್ರಚಲಿತನು ಸಾತ್ವಿಕ ಎನುತಾ ಕರ್ತನು

27.

ರಾಗೀ ಕರ್ಮಫಲಪ್ರೇಪ್ಸುರ್ಲುಬ್ಧೋ ಹಿಂಸಾತ್ಮಕೋಽಶುಚಿಃ ।
ಹರ್ಷಶೋಕಾನ್ವಿತಃ ಕರ್ತಾ ರಾಜಸಃ ಪರಿಕೀರ್ತಿತಃ ॥

ವಿಪುಲಾಸಕ್ತ, ಕರ್ಮಫಲಕಾಶಿಸುವ
ಜಿಪುಣನು, ಹಿಂಸಾಭಾವದ ಮಲಿನಮತಿ,
ಲಿಪ್ತನಿರೆ ಹರ್ಷ-ಶೋಕದಲಾ ಕರ್ತ,
ಒಪ್ಪವವನಿಗೆ ರಾಜಸವೆನುವ ಉಕ್ತಿ

28.

ಅಯುಕ್ತಃ ಪ್ರಾಕೃತಃ ಸ್ತಬ್ಧಃ ಶಠೋ ನೈಷ್ಕೃತಿಕೋಲಸಃ ।
ವಿಷಾದೀ ದೀರ್ಘಸೂತ್ರೀ ಚ ಕರ್ತಾ ತಾಮಸ ಉಚ್ಯತೇ ॥

ಸ್ಥಿರ ಬುದ್ಧಿಯಿರದ, ಅಸಂಸ್ಕೃತ, ಉದ್ಧಟ,
ಪರನಿಂದೆಯಲಿ ಪರಿಣತ, ಶಠ, ಆಲಸಿ,
ಹುರುಪಿರದವ, ಮುಂದೆ ಕಾರ್ಯ ಸರಿಸುವವ -
ಕರೆಯುವರು ಇಂಥ ಕರ್ತನನು - 'ತಾಮಸಿ'

29.

ಬುದ್ಧೇರ್ಭೇದಂ ಧೃತೇಶ್ಚೈವ ಗುಣತಸ್ತ್ರಿವಿಧಂ ಶೃಣು ।
ಪ್ರೋಚ್ಯಮಾನಮಶೇಷೇಣ ಪೃಥಕ್ತ್ವೇನ ಧನಂಜಯ ॥

ಬುದ್ಧಿ ಮತ್ತು ಸ್ಥೈರ್ಯಗಳಲೂ ಸಹಿತ
ವಿಧಗಳಿವೆ - ಗುಣ ಪ್ರಕಾರದಲಿ - ಮೂರು
ವಿಧವಿಧದಲವನು ವಿವರವಾಗಿ ನುಡಿವೆ
ಹೇ ಧನಂಜಯನೇ, ಆಲಿಸುತ್ತಲಿರು

30.

ಪ್ರವೃತ್ತಿಂ ಚ ನಿವೃತ್ತಿಂ ಚ ಕಾರ್ಯಾಕಾರ್ಯೇ ಭಯಾಭಯೇ ।
ಬಂಧಂ ಮೋಕ್ಷಂ ಚ ಯಾ ವೇತ್ತಿ ಬುದ್ಧಿಃ ಸಾ ಪಾರ್ಥ ಸಾತ್ತ್ವಿಕೀ ॥

ಪ್ರವೃತ್ತಿ-ನಿವೃತ್ತಿ, ಕಾರ್ಯ-ಅಕಾರ್ಯ-
ಇವು ಹಾಗೂ ಭಯ-ಅಭಯಗಳನು ಸಹಿತ,
ಯಾವುವು ಬಂಧನ-ಮೋಕ್ಷವೆಂಬುದನೂ
ಭಾವಿಸುವ ಬುದ್ಧಿ ಸಾತ್ವಿಕ, ಹೇ ಪಾರ್ಥ

31.

ಯಯಾ ಧರ್ಮಮಧರ್ಮಂ ಚ ಕಾರ್ಯಂ ಚಾಕಾರ್ಯಮೇವ ಚ ।
ಅಯಥಾವತ್ ಪ್ರಜಾನಾತಿ ಬುದ್ಧಿಃ ಸಾ ಪಾರ್ಥ ರಾಜಸೀ ॥

ಕಾರ್ಯ-ಅಕಾರ್ಯದ, ಧರ್ಮ-ಅಧರ್ಮಗಳ
ಪರಿಯ ಅಂತರವ ತಪ್ಪಾದ ತರದಲಿ
ಅರಿಯಲಾಗುವ ಬುದ್ಧಿ ಯಾವುದೋ ಅದು
ಇರುವುದು, ಹೇ ಪಾರ್ಥನೇ, ರಾಜಸದಲಿ

32.

ಅಧರ್ಮಂ ಧರ್ಮಮಿತಿ ಯಾ ಮನ್ಯತೇ ತಮಸಾವೃತಾ ।
ಸರ್ವಾರ್ಥಾನ್ ವಿಪರೀತಾಂಶ್ಚ ಬುದ್ಧಿಃ ಸಾ ಪಾರ್ಥ ತಾಮಸೀ ॥

ಯಾವುದು ಅಧರ್ಮವನೇ ಧರ್ಮವೆಂದು
ಭಾವಿಸುವುದೋ ತಮದಲಾವೃತವಿರುತ-
ಸರ್ವ ವಿಷಯವ ವಿಪರೀತದಲಿ ತಿಳಿವ
ಆ ವಿಧ ಬುದ್ಧಿ ತಾಮಸಿಕ, ಹೇ ಪಾರ್ಥ

33.

ಧೃತ್ಯಾ ಯಯಾ ಧಾರಯತೇ ಮನಃಪ್ರಾಣೇಂದ್ರಿಯಕ್ರಿಯಾಃ ।
ಯೋಗೇನಾವ್ಯಭಿಚಾರಿಣ್ಯಾ ಧೃತಿಃ ಸಾ ಪಾರ್ಥ ಸಾತ್ತ್ವಿಕೀ ॥

ಇಂದ್ರಿಯ, ಮನ, ಪ್ರಾಣಗಳ ಕ್ರಿಯೆಗಳ
ತಂದು ನಿಯಂತ್ರಣಕೆ ಯೋಗದ ಮೂಲಕ
ಹಿಂಗದಿಹ ದೃಢತೆಯಲಿ ಧರಿಸುವುದೋ
ಅಂಥ ಧೃತಿಯೇ, ಹೇ ಪಾರ್ಥ, ಸಾತ್ವಿಕ

34.

ಯಯಾ ತು ಧರ್ಮಕಾಮಾರ್ಥಾನ್ ಧೃತ್ಯಾ ಧಾರಯತೇಽರ್ಜುನ ।
ಪ್ರಸಂಗೇನ ಫಲಾಕಾಂಕ್ಷೀ ಧೃತಿಃ ಸಾ ಪಾರ್ಥ ರಾಜಸೀ ॥

ಆದರೋ ಧರ್ಮ, ಕರ್ಮ, ಅರ್ಥಗಳನು
ಅದಾವ ಧೃತಿಯು ಸಂಗದಲ್ಲಿ ಫಲವು
ಒದಗುವುದೆಂದು ಧರಿಸುವುದೋ, ಅರ್ಜುನ,
ಅದಿರುವುದು, ಹೇ ಪಾರ್ಥನೇ, ರಾಜಸವು

35.

ಯಯಾ ಸ್ವಪ್ನಂ ಭಯಂ ಶೋಕಂ ವಿಷಾದಂ ಮದಮೇವ ಚ ।
ನ ವಿಮುಂಚತಿ ದುರ್ಮೇಧಾ ಧೃತಿಃ ಸಾ ಪಾರ್ಥ ತಾಮಸೀ ॥

ಅತಿ ನಿದ್ದೆ, ಭಯ, ಶೋಕ, ವಿಷಾದಗಳನು
ಮತ್ತು ಮದವನು ಯಾವ ವಿವೇಕರಹಿತ
ಧೃತಿಯಿಂದಾಗಿ ತೊರೆಯಲಾಗದೋ ಅದು
ತಾ ತಾಮಸವೆಂದು ಎನಿಸುವುದು, ಪಾರ್ಥ

36.

ಸುಖಂ ತ್ವಿದಾನೀಂ ತ್ರಿವಿಧಂ ಶೃಣು ಮೇ ಭರತರ್ಷಭ ।
ಅಭ್ಯಾಸಾದ್ರಮತೇ ಯತ್ರ ದುಃಖಾಂತಂ ಚ ನಿಗಚ್ಛತಿ ॥

ಭರತರ್ಷಭ, ಈಗ ನನ್ನಿಂದ ಕೇಳು
ಮೂರು ವಿಧವಿರುವ ಸುಖಗಳ ಕುರಿತಾಗಿ-
ಪರಮವದು- ಯಾವುದು ಅಭ್ಯಾಸದಿಂದ
ಪರಿಣಮಿಸುವುದೋ, ದುಃಖದ ಕೊನೆಯಾಗಿ -

37

ಯತ್ ತದಗ್ರೇ ವಿಷಮಿವ ಪರಿಣಾಮೇಮೃತೋಪಮಮ್ ।
ತತ್ಸುಖಂ ಸಾತ್ತ್ವಿಕಂ ಪ್ರೋಕ್ತಮಾತ್ಮಬುದ್ಧಿಪ್ರಸಾದಜಮ್ ॥

- ಆರಂಭದಲ್ಲಿ ಯಾವುದು ವಿಷದಂತೆ
ಪರಿಣಾಮದಲಿ ಅಮೃತದಂತೆ ಬಳಿಕ
ತೋರಿ, ತಿಳಿ ಆತ್ಮ ಬುದ್ಧಿಯಲಿ ಜನಿಸುವ
ಪರಿಯ ಸುಖವನ್ನು ಕರೆಯುವರು- 'ಸಾತ್ವಿಕ'

38.

ವಿಷಯೇಂದ್ರಿಯಸಂಯೋಗಾದ್ಯತ್ ತದಗ್ರೇಮೃತೋಪಮಮ್ ।
ಪರಿಣಾಮೇ ವಿಷಮಿವ ತತ್ ಸುಖಂ ರಾಜಸಂ ಸ್ಮೃತಮ್ ॥

ಇಂದ್ರಿಯ ಹಾಗೂ ವಿಷಯಗಳ ನಡುವಣ
ಸಂಯೋಗದಲಿ ಸುಧೆಯಂತೆ ಮೊದಲಿರುತ
ಅಂತ್ಯದಲಿ ವಿಷದಂತೆ ತೋರುವ ಸುಖವು
ಹೊಂದಿದೆ ರಜೋಗುಣವೆಂದು ಪರಿಗಣಿತ

39.

ಯದಗ್ರೇ ಚಾನುಬಂಧೇ ಚ ಸುಖಂ ಮೋಹನಮಾತ್ಮನಃ ।
ನಿದ್ರಾಲಸ್ಯಪ್ರಮಾದೋತ್ಥಂ ತತ್ ತಾಮಸಮುದಾಹೃತಮ್ ॥

ಯಾವ ಸುಖವು ಆರಂಭ ಕೊನೆಗಳಲೂ
ಕವಿದು ಭ್ರಾಂತಿಯನು ತನಗೆ ತೋರುತಲಿ,
ಆವರಿಸೆ ನಿದ್ರೆ, ಆಲಸ, ಪ್ರಮಾದ
ಭವಿಸುವುದೋ - ಅದಿರುವುದು ತಾಮಸದಲಿ

40.

ನ ತದಸ್ತಿ ಪೃಥಿವ್ಯಾಂ ವಾ ದಿವಿ ದೇವೇಷು ವಾ ಪುನಃ ।
ಸತ್ತ್ವಂ ಪ್ರಕೃತಿಜೈರ್ಮುಕ್ತಂ ಯದೇಭಿಃ ಸ್ಯಾತ್ ತ್ರಿಭಿರ್ಗುಣೈಃ ॥

ಭುವಿಯಲಾಗಲೀ ಯಾ ದಿವಿಯಲ್ಲಿರುವ
ದೇವತೆಗಳಲಾಗಲೀ - ಪ್ರಕೃತಿಯಲಿ
ಭವಿಸಿರುವ ಈ ತ್ರಿಗುಣಗಳಿಂದ ಮುಕ್ತ
ಜೀವಿಯೇ ತಾ ಇರದು ಅಸ್ತಿತ್ವದಲಿ

41.

ಬ್ರಾಹ್ಮಣಕ್ಷತ್ರಿಯವಿಶಾಂ ಶೂದ್ರಾಣಾಂ ಚ ಪರಂತಪ ।
ಕರ್ಮಾಣಿ ಪ್ರವಿಭಕ್ತಾನಿ ಸ್ವಭಾವಪ್ರಭವೈರ್ಗುಣೈಃ ॥

ಬ್ರಾಹ್ಮಣ, ಕ್ಷತ್ರಿಯ, ವೈಶ್ಯ, ಶೂದ್ರರು
ವಹಿಸುವ ಕರ್ಮವವರ ಸ್ವಭಾವಗಳ
ಸಹಜ ಗುಣಗಳನುಗುಣ - ಹೇ ಪರಂತಪ-
ಬಹುವಾಗಿ ವಿಭಜಿತವಾಗಿವೆ ಅವೆಲ್ಲ

42.

ಶಮೋ ದಮಸ್ತಪಃ ಶೌಚಂ ಕ್ಷಾಂತಿರಾರ್ಜವಮೇವ ಚ ।
ಜ್ಞಾನಂ ವಿಜ್ಞಾನಮಾಸ್ತಿಕ್ಯಂ ಬ್ರಹ್ಮಕರ್ಮ ಸ್ವಭಾವಜಮ್ ॥

ಮನೋ ನಿಗ್ರಹ, ಇಂದ್ರಿಯ ನಿಗ್ರಹ, ತಪ,
ಕ್ಷಾಂತಿ, ಶೌಚ ಹಾಗೂ ಆರ್ಜವಗಳೂ,
ಜ್ಞಾನ, ವಿಜ್ಞಾನ, ಆಸ್ತಿಕತೆ - ಇವೆಲ್ಲ
ಎನಿಸಿವೆ ಬ್ರಾಹ್ಮಣಸಹಜ ಕರ್ಮಗಳು

43.

ಶೌರ್ಯಂ ತೇಜೋ ಧೃತಿರ್ದಾಕ್ಷ್ಯಂ ಯುದ್ಧೇ ಚಾಪ್ಯಪಲಾಯನಮ್।
ದಾನಮೀಶ್ವರಭಾವಶ್ಚ ಕ್ಷಾತ್ರಂ ಕರ್ಮ ಸ್ವಭಾವಜಮ್ ॥

ಶೌರ್ಯ, ತೇಜಸ್ಸು, ಧೃತಿ, ದಕ್ಷತೆಗಳು,
ಧುರದಲ್ಲಿ ಪಲಾಯನಗೈಯದಿರುವಿಕೆ,
ಧಾರಾಳತೆ, ಒಡೆತನ - ಕ್ಷತ್ರಿಯರಿಗೆ
ಬರುವ ಕರ್ಮಗಳು ಜನಿಸಿ ಸ್ವಭಾವಕೆ

44.

ಕೃಷಿಗೌರಕ್ಷ್ಯವಾಣಿಜ್ಯಂ ವೈಶ್ಯಕರ್ಮ ಸ್ವಭಾವಜಮ್ ।
ಪರಿಚರ್ಯಾತ್ಮಕಂ ಕರ್ಮ ಶೂದ್ರಸ್ಯಾಪಿ ಸ್ವಭಾವಜಮ್ ॥

ವ್ಯವಸಾಯ, ಗೋರಕ್ಷಣೆ, ವ್ಯಾಪಾರ
-ಇವು ಸ್ವಭಾವಸಹಜವು ವೈಶ್ಯರಿಗೆ,
ಸೇವೆಯಿಂದೊಡಗೂಡಿರುವ ಕರ್ಮಗಳು
ಭವಿಸುವುವು ಸ್ವಭಾವದಲಿ ಶೂದ್ರರಿಗೆ

45.

ಸ್ವೇ ಸ್ವೇ ಕರ್ಮಣ್ಯಭಿರತಃ ಸಂಸಿದ್ಧಿಂ ಲಭತೇ ನರಃ ।
ಸ್ವಕರ್ಮನಿರತಃ ಸಿದ್ಧಿಂ ಯಥಾ ವಿಂದತಿ ತಚ್ಛೃಣು ॥

ನಿರತರಾಗಿ ತಮ್ಮ ತಮ್ಮ ಕರ್ಮದಲಿ
ನರರು ಪಡೆಯುವರು ಪರಿಪೂರ್ಣತೆಯನ್ನು
ಇರುತ ಸ್ವಕರ್ಮದಲಿ ಸಿದ್ಧಿಯ ಪಡೆವ
ಪರಿಯದನ್ನು, ಆಲಿಸುತಿರು, ತಿಳಿಸುವೆನು

46.

ಯತಃ ಪ್ರವೃತ್ತಿರ್ಭೂತಾನಾಂ ಯೇನ ಸರ್ವಮಿದಂ ತತಮ್ ।
ಸ್ವಕರ್ಮಣಾ ತಮಭ್ಯರ್ಚ್ಯ ಸಿದ್ಧಿಂ ವಿಂದತಿ ಮಾನವಃ ॥

ಯಾರಿಂದಲೆ ಜೀವಿಗಳ ಉದ್ಭವವೋ
ಯಾರಿಂದ ವ್ಯಾಪ್ತವೋ ಜಗವೆಲ್ಲಾ
ಆರಾಧಿಸುತಲವನ ಸ್ವಕರ್ಮದೊಳು
ನರನು ಸಾಧಿಸುವನು ಸಿದ್ಧಿಯನೆಲ್ಲಾ

47.

ಶ್ರೇಯಾನ್ ಸ್ವಧರ್ಮೋ ವಿಗುಣಃ ಪರಧರ್ಮಾತ್ ಸ್ವನುಷ್ಠಿತಾತ್ ।
ಸ್ವಭಾವನಿಯತಂ ಕರ್ಮ ಕುರ್ವನ್ ನಾಪ್ನೋತಿ ಕಿಲ್ಬಿಷಮ್ ॥

ಪರಿಪೂರ್ಣ ಪರಧರ್ಮಾಚರಣೆಗಿಂತ
ಕೊರತೆಯ ಸ್ವಧರ್ಮಪಾಲನೆ ಶ್ರೇಯ
ಇರಲು ಸ್ವಭಾವಕೆ ತಕ್ಕ ಕರ್ಮದಲಿ
ಹೊರನವನು ಪಾಪಗಳದೇನೂ ಹೊರೆಯ

48.

ಸಹಜಂ ಕರ್ಮ ಕೌಂತೇಯ ಸದೋಷಮಪಿ ನ ತ್ಯಜೇತ್ ।
ಸರ್ವಾರಂಭಾ ಹಿ ದೋಷೇಣ ಧೂಮೇನಾಗ್ನಿರಿವಾವೃತಾಃ ॥

ಪ್ರಜ್ವಲಿಪ ಅಗ್ನಿಯ ಧೂಮ ಕವಿದಂತೆ
ಉಜ್ಜುಗವೆಲ್ಲವನು ದೋಷ ಕವಿದಿರಲು,
ಸಾಜಕರ್ಮವನು, ಹೇ ಕೌಂತೇಯನೇ,
ತ್ಯಜಿಸಲೆಬಾರದು ದೋಷವೇ ಇರಲೂ

49.

ಅಸಕ್ತಬುದ್ಧಿಃ ಸರ್ವತ್ರ ಜಿತಾತ್ಮಾ ವಿಗತಸ್ಪೃಹಃ ।
ನೈಷ್ಕರ್ಮ್ಯಸಿದ್ಧಿಂ ಪರಮಾಂ ಸಂನ್ಯಾಸೇನಾಧಿಗಚ್ಛತಿ ॥

ಬುದ್ಧಿಯನು ಎಲ್ಲೆಡೆಯಿಂದ ಸೆಳೆದೊಳಗೆ,
ಗೆದ್ದು ಬಗೆ, ತೊರೆದಾಸೆ, ಸನ್ಯಾಸದಲಿ
ಇದ್ದರಾಗ ತಾ ಪರಮ ನೈಷ್ಕರ್ಮ್ಯ-
ಸಿದ್ಧಿ ಪಡೆದು ನಡೆವ ಮೋಕ್ಷ ಮಾರ್ಗದಲಿ

50.

ಸಿದ್ಧಿಂ ಪ್ರಾಪ್ತೋ ಯಥಾ ಬ್ರಹ್ಮ ತಥಾಪ್ನೋತಿ ನಿಬೋಧ ಮೇ ।
ಸಮಾಸೇನೈವ ಕೌಂತೇಯ ನಿಷ್ಠಾ ಜ್ಞಾನಸ್ಯ ಯಾ ಪರಾ ॥

ಸಿದ್ಧಿಯನು ಪಡೆದವನು ಎಂತು ಬ್ರಹ್ಮ
ಪದವ ಸಾಧಿಸುವನೆಂಬುದ ಸಂಕ್ಷಿಪ್ತ
ವಿಧದಲಿ ಎನ್ನಿಂದ ತಿಳಿಯೊ, ಕೌಂತೇಯ,
ಪದವಿಯದುವೆ ಜ್ಞಾನದ ಪರಮ ಹಂತ

51.

ಬುದ್ಧ್ಯಾ ವಿಶುದ್ಧಯಾ ಯುಕ್ತೋ ಧೃತ್ಯಾತ್ಮಾನಂ ನಿಯಮ್ಯ ಚ ।
ಶಬ್ದಾದೀನ್ವಿಷಯಾಂಸ್ತ್ಯಕ್ತ್ವಾ ರಾಗದ್ವೇಷೌ ವ್ಯುದಸ್ಯ ಚ ॥

ಶುದ್ಧ ಬುದ್ಧಿಯಿಂದಿರುತ ನಿರತನಾಗಿ,
ಬದ್ಧ ಧೃತಿಯಲಿ ತನ್ನ ತಾ ಜಯಿಸುತ,
ಶಬ್ದಾದಿ ವಿಷಯವೆಲ್ಲವನು ತ್ಯಜಿಸಿ,
ಬದಿಗಿರಿಸಿ ರಾಗ-ದ್ವೇಷಗಳ ಸಹಿತ -

52.

ವಿವಿಕ್ತಸೇವೀ ಲಘ್ವಾಶೀ ಯತವಾಕ್ ಕಾಯಮಾನಸಃ ।
ಧ್ಯಾನಯೋಗಪರೋ ನಿತ್ಯಂ ವೈರಾಗ್ಯಂ ಸಮುಪಾಶ್ರಿತಃ ॥

-ವಾಸವಿರುತ ಏಕಾಂತದಲಿ, ಲಘುವಿಹ
ಅಶನ ಸೇವಿಸುತ, ಮಾತು ಮನ ತನುವ
ವಶದಲಿರಿಸಿ, ಧ್ಯಾನಯೋಗದಲಿರುತ,
ಆಶ್ರಯಿಸಿದವನಾಗಿ ವಿರಾಗಭಾವ –

53.

ಅಹಂಕಾರಂ ಬಲಂ ದರ್ಪಂ ಕಾಮಂ ಕ್ರೋಧಂ ಪರಿಗ್ರಹಮ್ ।
ವಿಮುಚ್ಯ ನಿರ್ಮಮಃ ಶಾಂತೋ ಬ್ರಹ್ಮಭೂಯಾಯ ಕಲ್ಪತೇ ॥

- ಹಮ್ಮು, ಬಲ, ದರ್ಪಗಳನ್ನೂ ಹಾಗೂ
ಕಾಮ, ಕ್ರೋಧ, ಪರಿಗ್ರಹ - ಇವುಗಳನು
ನೆಮ್ಮದೇ, ಮಮಕಾರ ಬಿಟ್ಟ ಶಾಂತನು
ಬ್ರಹ್ಮನಲೊಂದಿರಲು ಅರ್ಹನಾಗುವನು

54.

ಬ್ರಹ್ಮಭೂತಃ ಪ್ರಸನ್ನಾತ್ಮಾ ನ ಶೋಚತಿ ನ ಕಾಂಕ್ಷತಿ ।
ಸಮಃ ಸರ್ವೇಷು ಭೂತೇಷು ಮದ್ಭಕ್ತಿಂ ಲಭತೇ ಪರಾಮ್ ॥

ಒಂದಾಗಿ ಬ್ರಹ್ಮನಲಿ, ತಿಳಿ ಬಗೆಯವ
ಎಂದೂ ಶೋಕಿಸನು, ಬಯಸನೇನನೂ,
ಒಂದೇ ಸಮ ಕಂಡು ಸರ್ವಜೀವಿಗಳ
ಹೊಂದುವನು ನನ್ನಲಿ ಪರಮ ಭಕ್ತಿಯನು

55.

ಭಕ್ತ್ಯಾ ಮಾಮಭಿಜಾನಾತಿ ಯಾವಾನ್ಯಶ್ಚಾಸ್ಮಿ ತತ್ತ್ವತಃ ।
ತತೋ ಮಾಂ ತತ್ತ್ವತೋ ಜ್ಞಾತ್ವಾ ವಿಶತೇ ತದನಂತರಮ್ ॥

ಪರಮ ಭಕ್ತಿಯಿಂದಾಗಿ ನಾನಿಹ ಪರಿ
ಅರಿಯುವನು ನನ್ನ ನಿಜದ ತತ್ತ್ವವನೂ,
ಇರುತ ಈ ತಿಳಿವಿನಲ್ಲಿ, ತದನಂತರ
ಬರುವನೆನ್ನೆಡೆ, ಎನ್ನನೇ ಸೇರುವನು

56.

ಸರ್ವಕರ್ಮಾಣ್ಯಪಿ ಸದಾ ಕುರ್ವಾಣೋ ಮದ್ವ್ಯಪಾಶ್ರಯಃ ।
ಮತ್ ಪ್ರಸಾದಾದವಾಪ್ನೋತಿ ಶಾಶ್ವತಂ ಪದಮವ್ಯಯಮ್ ॥

ಎಲ್ಲ ಕರ್ಮಗಳ ಸದಾ ಕೈಗೊಳುತಲೂ
ನೆಲೆಸುತ ನನ್ನಾಶ್ರಯದಲಿ, ನಾನು ದಯ-
ಪಾಲಿಸಿದ ಅನುಗ್ರಹದಿಂದಲಿ ತಾನು
ತಲುಪುವನು ಶಾಶ್ವತ ಅವ್ಯಯ ಪದವಿಯ

57.

ಚೇತಸಾ ಸರ್ವಕರ್ಮಾಣಿ ಮಯಿ ಸಂನ್ಯಸ್ಯ ಮತ್ಪರಃ ।
ಬುದ್ಧಿಯೋಗಮುಪಾಶ್ರಿತ್ಯ ಮಚ್ಚಿತ್ತಃ ಸತತಂ ಭವ ॥

ಒಳ ಬಗೆಯಲಿ ಎಲ್ಲ ಕರ್ಮಗಳ ಸಹಿತ
ಸಲಿಸಿ ನನ್ನಲಿ, ನಾ ಪರಮನೆಂದೆನುತ
ತಿಳಿದು, ಬುದ್ಧಿ ಯೋಗವನು ಆಶ್ರಯಿಸುತ
ನೆಲೆಗೊಳಿಸು ನನ್ನಲಿ ಚಿತ್ತವನು ಸತತ

58.

ಮಚ್ಚಿತ್ತಃ ಸರ್ವದುರ್ಗಾಣಿ ಮತ್ ಪ್ರಸಾದಾತ್ ತರಿಷ್ಯಸಿ ।
ಅಥ ಚೇತ್ ತ್ವಮಹಂಕಾರಾನ್ನ ಶ್ರೋಷ್ಯಸಿ ವಿನಂಕ್ಷ್ಯಸಿ ॥

ನನ್ನಲಿ ಚಿತ್ತವಿರಿಸಿ ಕಷ್ಟವನೆಲ್ಲ
ನನ್ನ ಅನುಗ್ರಹದಿಂದಾಗಿ ದಾಟುವೆ
ನೀನೊಂದೊಮ್ಮೆ ಅಹಮ್ಮಿನಲ್ಲಿ ಕೂಡಿ
ಎನ್ನ ಮಾತಿಗೆ ಕಿವಿಗೊಡದಿರೆ ನಶಿಸುವೆ

59.

ಯದಹಂಕಾರಮಾಶ್ರಿತ್ಯ ನ ಯೋತ್ಸ್ಯ ಇತಿ ಮನ್ಯಸೇ ।
ಮಿಥ್ಯೈಷ ವ್ಯವಸಾಯಸ್ತೇ ಪ್ರಕೃತಿಸ್ತ್ವಾಂ ನಿಯೋಕ್ಷ್ಯತಿ ॥

ಅಹಂಕಾರವನಾಶ್ರಯಿಸಿ ಯುದ್ಧದಲಿ
ನೀ ಹೋರೆನೆಂದೇ ಯೋಚಿಸಿದಾದಲಿ,
ಇಹುದಾ ಸಂಕಲ್ಪವು ಮಿಥ್ಯೆ, ನಿನ್ನಯ
ಸಹಜ ಪ್ರಕೃತಿ ನಿನ್ನನು ನೂಕುತಲಿ

60.

ಸ್ವಭಾವಜೇನ ಕೌಂತೇಯ ನಿಬದ್ಧಃ ಸ್ವೇನ ಕರ್ಮಣಾ ।
ಕರ್ತುಂ ನೇಚ್ಛಸಿ ಯನ್ಮೋಹಾತ್ ಕರಿಷ್ಯಸ್ಯವಶೋಽಪಿ ತತ್ ॥

ಅಂಟಿರುತ ಮೋಹಕ್ಕೆ ನೀನಾಗಿಯೇ
ಸ್ವಂತ ಇಚ್ಛೆಯಲಿ ಮಾಡದಿರದುದನೂ
ಬಂಧಿಯಾಗಿ ಸ್ವಭಾವತಃ ಕರ್ಮಕೆ,
ಕೌಂತೇಯನೇ, ಮಾಡಲು ನೀ ವಿವಶನು

61.

ಈಶ್ವರಃ ಸರ್ವಭೂತಾನಾಂ ಹೃದ್ದೇಶೇಽರ್ಜುನ ತಿಷ್ಠತಿ ।
ಭ್ರಾಮಯನ್ ಸರ್ವಭೂತಾನಿ ಯಂತ್ರಾರೂಢಾನಿ ಮಾಯಯಾ ॥

ಎಲ್ಲಾ ಜೀವಿಗಳಲೂ, ಹೇ ಅರ್ಜುನ
ನೆಲೆಸಿರುವನು ಈಶ್ವರನು ಹೃದಯದಲಿ,
ಬಳಸಿ ಮಾಯೆಯನು ಎಲ್ಲಾ ಜೀವಿಗಳ
ಸುಳಿಸುವನು ಕೂರಿಸಿದಂತೆ ಯಂತ್ರದಲಿ

62.

ತಮೇವ ಶರಣಂ ಗಚ್ಛ ಸರ್ವಭಾವೇನ ಭಾರತ ।
ತತ್ ಪ್ರಸಾದಾತ್ ಪರಾಂ ಶಾಂತಿಂ ಸ್ಥಾನಂ ಪ್ರಾಪ್ಸ್ಯಸಿ ಶಾಶ್ವತಮ್ ॥

ಭಾರತನೇ, ಸಂಪೂರ್ಣ ಭಾವದಲ್ಲಿ
ಶರಣು ಹೋಗು ಆತನಿಗೇ, ಆಗವನು
ತೋರುವ ಅನುಗ್ರಹದಿಂದ ನೀ ಪಡೆವೆ
ಪರಮ ಶಾಂತಿಯನು, ಶಾಶ್ವತ ಧಾಮವನು

63.

ಇತಿ ತೇ ಜ್ಞಾನಮಾಖ್ಯಾತಂ ಗುಹ್ಯಾದ್ಗುಹ್ಯತರಂ ಮಯಾ ।
ವಿಮೃಶ್ಯೈತದಶೇಷೇಣ ಯಥೇಚ್ಛಸಿ ತಥಾ ಕುರು ॥

ನನ್ನಿಂದ ನಿನಗೆ ಗುಹ್ಯಗಳಲಿ ಗುಹ್ಯ
ಜ್ಞಾನವು ವಿವರಿಸಲಾಗಿರುವುದು ಹೀಗೆ
ಮುನ್ನ ಪರಾಂಬರಿಸಿ ಇದನು ಸಂಪೂರ್ಣ
ಎಂತಿಚ್ಛಿಸುವೆಯೋ ಆಚರಿಸು ಹಾಗೆ

64.

ಸರ್ವಗುಹ್ಯತಮಂ ಭೂಯಃ ಶೃಣು ಮೇ ಪರಮಂ ವಚಃ ।
ಇಷ್ಟೋಽಸಿ ಮೇ ದೃಢಮಿತಿ ತತೋ ವಕ್ಷ್ಯಾಮಿ ತೇ ಹಿತಮ್ ॥

ಎಲ್ಲಕಿಂತ ರಹಸ್ಯತಮ ವಚನವನು
ಆಲಿಸೆನ್ನಲಿ ಪುನಃ ಪರಮವಿಹುದಿದು
ಬಲುಪ್ರಿಯ ನೀನೆನಗೆ ಎಂಬುದರಿಂದ
ಹೇಳುತ್ತಿರುವೆನು ನಿನಗಿದು ಹಿತವಿಹುದು

65.

ಮನ್ಮನಾ ಭವ ಮದ್ಭಕ್ತೋ ಮದ್ಯಾಜೀ ಮಾಂ ನಮಸ್ಕುರು ।
ಮಾಮೇವೈಷ್ಯಸಿ ಸತ್ಯಂ ತೇ ಪ್ರತಿಜಾನೇ ಪ್ರಿಯೋಽಸಿ ಮೇ ॥

ಮನವನು ಎನ್ನಲಿಡು, ಆಗೆನ್ನ ಭಕ್ತ
ಎನ್ನನಾರಾಧಿಸು, ನಮಸ್ಕರಿಸೆನಗೆ,
ನೀನೆನಗೆ ಪ್ರಿಯನು, ಸತ್ಯದಲಿ ನಾನು
ನಿನಗೆ ನೀಡುವೆ ನುಡಿ - ಬರುವೆ ನನ್ನೆಡೆಗೆ

66.

ಸರ್ವಧರ್ಮಾನ್ ಪರಿತ್ಯಜ್ಯ ಮಾಮೇಕಂ ಶರಣಂ ವ್ರಜ ।
ಅಹಂ ತ್ವಾ ಸರ್ವಪಾಪೇಭ್ಯೋ ಮೋಕ್ಷಯಿಷ್ಯಾಮಿ ಮಾ ಶುಚಃ ॥

ಸರ್ವ ಧರ್ಮಗಳನ್ನೂ ಪರಿತ್ಯಜಿಸಿ
ಶರಣಾಗು ಸಂಪೂರ್ಣವೂ ನನ್ನಲ್ಲಿ,
ಸರ್ವ ಪಾಪಗಳಿಂದಲೂ ನಾ ನಿನ್ನ
ಪಾರು ಮಾಡುವೆನು ಇರದಿರು ಶೋಕದಲಿ

67.

ಇದಂ ತೇ ನಾತಪಸ್ಕಾಯ ನಾಭಕ್ತಾಯ ಕದಾಚನ ।
ನ ಚಾಶುಶ್ರೂಷವೇ ವಾಚ್ಯಂ ನ ಚ ಮಾಂ ಯೋಽಭ್ಯಸೂಯತಿ ॥

ನಿನ್ನಿಂದ ಇದನು- ತಪದಲಿರದವನಿಗೆ,
ಎಂದೂ ಭಕ್ತನಲ್ಲದವನಿಗೆ ಕೂಡ,
ಇನ್ನು ಕೇಳಬಯಸದವಗೆ, ಕಿಚ್ಚಿರಲು
ಎನ್ನ ಬಗೆಗೆ - ಹೇಳಲ್ಪಡುವುದು ಬೇಡ

68.

ಯ ಇಮಂ ಪರಮಂ ಗುಹ್ಯಂ ಮದ್ಭಕ್ತೇಷ್ವಭಿಧಾಸ್ಯತಿ ।
ಭಕ್ತಿಂ ಮಯಿ ಪರಾಂ ಕೃತ್ವಾ ಮಾಮೇವೈಷ್ಯತ್ಯಸಂಶಯಃ ॥

ಪರಮ ಗೋಪ್ಯವಾಗಿರುವ ಇದನು ಯಾರು
ತೋರುತ್ತಲಿ ಎನ್ನಲಿ ಪರಮ ಭಕ್ತಿಯ
ಅರುಹುವನೋ ಎನ್ನ ಭಕ್ತರಲಿ ಆತ
ಬರುವನು ಎನ್ನಲ್ಲಿಗೆ - ಬೇಡ ಸಂಶಯ

69.

ನ ಚ ತಸ್ಮಾನ್ಮನುಷ್ಯೇಷು ಕಶ್ಚಿನ್ಮೇ ಪ್ರಿಯಕೃತ್ ತಮಃ ।
ಭವಿತಾ ನ ಚ ಮೇ ತಸ್ಮಾದನ್ಯಃ ಪ್ರಿಯತರೋ ಭುವಿ ॥

ನನಗವನಿಗಿಂತ ಪ್ರಿಯಕರ ಸೇವೆಯ
ಮಾನವರಲ್ಲಿ ಬೇರಿಲ್ಲ ಸಲಿಸುವವ
ಅನ್ಯರಾರೂ ಅವನಿಗೂ ಪ್ರಿಯರೆನಗೆ
ಇನ್ನು ಭುವಿಯಲಿ ಇರುವುದೂ ಅಸಂಭವ

70.

ಅಧ್ಯೇಷ್ಯತೇ ಚ ಯ ಇಮಂ ಧರ್ಮ್ಯಂ ಸಂವಾದಮಾವಯೋಃ ।
ಜ್ಞಾನಯಜ್ಞೇನ ತೇನಾಹಮಿಷ್ಟಃ ಸ್ಯಾಮಿತಿ ಮೇ ಮತಿಃ ॥

ಈ ನಮ್ಮ ಪವಿತ್ರತಮ ಸಂವಾದವ
ತಾನು ಅಧ್ಯಯನ ಮಾಡುವಲೂ ಸಹಿತ
ಜ್ಞಾನಯಜ್ಞದ ರೂಪದಲಿ ಅವನಿಂದ
ನಾನಾಗುವೆ ಪೂಜಿತನೆಂದೆನ್ನ ಮತ

71.

ಶ್ರದ್ಧಾವಾನನಸೂಯಶ್ಚ ಶೃಣುಯಾದಪಿ ಯೋ ನರಃ ।
ಸೋಪಿ ಮುಕ್ತಃ ಶುಭಾಂಲ್ಲೋಕಾನ್ ಪ್ರಾಪ್ನುಯಾತ್ ಪುಣ್ಯಕರ್ಮಣಾಂ॥

ತಿರಸ್ಕರಿಸದೇ ಶ್ರದ್ಧೆಯಲಿ ಯಾವುದೆ
ನರನಿದನು ಕೇಳಿ ಪಾಲಿಸಲೂ ಅವನು
ಮೀರಿ ಪಾಪಗಳನು, ಪುಣ್ಯಕರ್ಮಿಗಳು
ಸೇರುವ ಶುಭಲೋಕಗಳನು ಹೊಂದುವನು

72.

ಕಚ್ಚಿದೇತಚ್ಛ್ರುತಂ ಪಾರ್ಥ ತ್ವಯ್ಯೈಕಾಗ್ರೇಣ ಚೇತಸಾ ।
ಕಚ್ಚಿದಜ್ಞಾನ ಸಮ್ಮೋಹಃ ಪ್ರನಷ್ಟಸ್ತೇ ಧನಂಜಯ ॥

ಏನೋ ಪಾರ್ಥ? ಏಕಾಗ್ರ ಚಿತ್ತದಲಿ
ನಿನ್ನಿಂದ ಇದು ಕೇಳಲಾಯಿತೊ ಎಂತು?
ನಿನ್ನ ಅಜ್ಞಾನದಿಂದಾದ ಮೋಹವು
ಧನಂಜಯನೆ, ನಾಶವಾಯಿತೇ ಇಂತು?

73.

ಅರ್ಜುನ ಉವಾಚ ।

ನಷ್ಟೋ ಮೋಹಃ ಸ್ಮೃತಿರ್ಲಬ್ಧಾ ತ್ವತ್ ಪ್ರಸಾದಾನ್ಮಯಾಚ್ಯುತ ।
ಸ್ಥಿತೋಸ್ಮಿ ಗತಸಂದೇಹಃ ಕರಿಷ್ಯೇ ವಚನಂ ತವ ॥

ಅರ್ಜುನ ಉವಾಚ:

ಚ್ಯುತಿ ಮೋಹಕಾಗಿ, ಸ್ಮೃತಿ ಬಂತು ನನಗೆ,
ಪ್ರಾಪ್ತವಾಗಿ ನಿನ್ನನುಗ್ರಹ ಅಚ್ಯುತ,
ಸ್ಥಿತನಾದೆ ನಾ, ಸಂದೇಹಗಳು ಸಕಲ
ಗತವಾಗಿ ನಾ ನಡೆಸುವೆ ನಿನ್ನ ಮಾತ

74.

ಸಂಜಯ ಉವಾಚ ।
ಇತ್ಯಹಂ ವಾಸುದೇವಸ್ಯ ಪಾರ್ಥಸ್ಯ ಚ ಮಹಾತ್ಮನಃ ।
ಸಂವಾದಮಿಮಮಶ್ರೌಷಮದ್ಭುತಂ ರೋಮಹರ್ಷಣಮ್ ॥

ಸಂಜಯ ಉವಾಚ:

ಈ ತೆರದಲ್ಲಿ ವಾಸುದೇವ ಹಾಗೂ
ಪಾರ್ಥ ಮಹಾತ್ಮರ ನಡುವಲಿ ನಡೆದಂಥ
ಅತ್ಯದ್ಭುತ ರೋಮಾಂಚಕವಾಗಿರುವ
ಮಾತುಕತೆಯನು ಇರುವೆ ನಾನಾಲಿಸುತ

75.

ವ್ಯಾಸಪ್ರಸಾದಾಚ್ಛ್ರುತವಾನೇತದ್ಗುಹ್ಯಮಹಂ ಪರಮ್ ।
ಯೋಗಂ ಯೋಗೇಶ್ವರಾತ್ ಕೃಷ್ಣಾತ್ ಸಾಕ್ಷಾತ್ ಕಥಯತಃ ಸ್ವಯಂ ॥

ಪರಮ ರಹಸ್ಯ ಯೋಗವನು ವ್ಯಾಸರ
ಕರುಣೆಯಿಂದ, ಯೋಗೇಶ್ವರ ಕೃಷ್ಣನು
ಅರುಹಿದಂತೆಯೇ ತಾ ಸಾಕ್ಷಾತ್ತಾಗಿ
ನೇರವಾಗಿಯೇ ನಾನು ಕೇಳಿರುವೆನು

76.

ರಾಜನ್ ಸಂಸ್ಮೃತ್ಯ ಸಂಸ್ಮೃತ್ಯ ಸಂವಾದಮಿಮಮದ್ಭುತಮ್ ।
ಕೇಶವಾರ್ಜುನಯೋಃ ಪುಣ್ಯಂ ಹೃಷ್ಯಾಮಿ ಚ ಮುಹುರ್ಮುಹುಃ ॥

ಹೇ ರಾಜ - ಕೇಶವ ಮತ್ತು ಅರ್ಜುನರ
ಪರಮಾದ್ಭುತ ಪುಣ್ಯಕರ ಸಂವಾದವ
ಸ್ಮರಿಸುತಲಿ ಸ್ಮರಿಸುತಲಿ ನಾನಿರುತಲಿ
ಮರಳಿ ಮರಳಿ ಪಡುತಿರುವೆನು ಸಂತಸವ

77.

ತಚ್ಚ ಸಂಸ್ಮೃತ್ಯ ಸಂಸ್ಮೃತ್ಯ ರೂಪಮತ್ಯದ್ಭುತಂ ಹರೇಃ ।
ವಿಸ್ಮಯೋ ಮೇ ಮಹಾನ್ ರಾಜನ್ ಹೃಷ್ಯಾಮಿ ಚ ಪುನಃ ಪುನಃ ॥

ಹರಿಯ ಆ ಅತ್ಯದ್ಭುತ ರೂಪವನೂ
ಮರುಕಳಿಸಿ ನೆನೆದು ಮಹತ್ತರವಾಗಿಹ
ಬೆರಗಾಗಿರುವುದು ಎನಗೆ, ಹೇ ರಾಜಾ,
ಹರುಷಪಡುತಿರುವೆ ಸಹಿತ ಪುನಃ ಪುನಃ

78.

ಯತ್ರ ಯೋಗೇಶ್ವರಃ ಕೃಷ್ಣೋ ಯತ್ರ ಪಾರ್ಥೋ ಧನುರ್ಧರಃ ।
ತತ್ರ ಶ್ರೀರ್ವಿಜಯೋ ಭೂತಿರ್ಧ್ರುವಾ ನೀತಿರ್ಮತಿರ್ಮಮ ॥

ಎಲ್ಲಿ ಇಹನೋ ಯೋಗೇಶ್ವರ ಕೃಷ್ಣ,
ಎಲ್ಲಿ ಇರುತಿಹನೋ ಧನುರ್ಧರ ಪಾರ್ಥ,
ಅಲ್ಲಿ ಸಿರಿ, ವಿಜಯ, ಶಕ್ತಿ, ಸ್ಥಿರ ನೀತಿ-
ನೆಲೆಸಿರುವುವು ಕೂಡಾ ಎಂದೆನ್ನ ಮತ

ಓಂ ತತ್ಸದಿತಿ ಶ್ರೀಮದ್ಭಗವದ್ಗೀತಾಸೂಪನಿಷತ್ಸು
ಬ್ರಹ್ಮವಿದ್ಯಾಯಾಂ ಯೋಗಶಾಸ್ತ್ರೇ ಶ್ರೀಕೃಷ್ಣಾರ್ಜುನಸಂವಾದೇ
ಮೋಕ್ಷಸಂನ್ಯಾಸಯೋಗೋ ನಾಮಾಷ್ಟಾದಶೋಧ್ಯಾಯಃ॥

www.ingramcontent.com/pod-product-compliance
Lightning Source LLC
La Vergne TN
LVHW102005210926
848483LV00009B/1
* 9 7 9 8 9 0 4 5 1 5 3 2 4 *